શુદ્રોનો ઇતિહાસ

(શુદ્રો કોણ હતા?)

ડૉ. ભીમરાવ આંબેડકર

ડાયમંડ બુક્સ
www.diamondbooks.in

પ્રકાશક : ડાયમંડ પૉકેટ બુક્સ પ્રા. લિ.
X-30, ઓખલા ઇંડસ્ટ્રિયલ એરિયા, ફેઝ-II,
નવી દિલ્હી-110020
ફોન : 011- 40712200
ઈ-મેઈલ : wecare@diamondbooks.in
વેબસાઈટ : www.diamondbooks.in
સંસ્કરણ : 2025
મુદ્રક : રેપરો (ઇન્ડિયા)

શુદ્રોનો ઇતિહાસ
Shudron Ka Itihas (Gujrati)
by *Dr. B.R. Ambedkar*

પ્રસ્તાવના

આ વિષય પર ઉપલબ્ધ વર્તમાન સાહિત્યમાં શુદ્રોને લગતી કોઈપણ રચનાને બિનજરૂરી ગણી શકાય નહીં. તેમ જ એમ કહી શકાય નહીં કે આ માત્ર એક સરળ સમસ્યાનું વર્ણન છે. આ એવી સામાન્ય માન્યતા છે કે ભારતીય આર્યોનું સામાજિક સંગઠન ચાતુર્વર્ણ્યના સિદ્ધાંત પર આધારિત હતું અને ચાતુર્વર્ણ્ય એટલે સમાજનું ચાર વર્ગોમાં વિભાજન - બ્રાહ્મણ (પુરોહિત), ક્ષત્રિય (સૈનિકો), વૈશ્ય (વેપારીઓ) અને શુદ્ર (ગુલામો). આનાથી ન તો શુદ્રોની સમસ્યાની વાસ્તવિક સ્થિતિ છતી થાય છે અને ન તો તેની ગંભીરતાનો કોઈ ખ્યાલ આવે છે. જો તેનો ઉદ્દેશ્ય માત્ર સમાજને ચાર વર્ગોમાં વિભાજિત કરવાનો હોત, તો ચાતુર્વર્ણ્ય ખૂબ જ સરળ સિદ્ધાંત હોત. કમનસીબે, આના કરતાં ચાતુર્વર્ણ્યના સિદ્ધાંતમાં ઘણું બધું છે. સમાજને ચાર ભાગોમાં વિભાજીત કરવાની સાથે, આ સિદ્ધાંતે ચાર વર્ગો વચ્ચે સંયુક્ત જીવન નિર્ધારિત કરવા માટે ફરીથી વર્ગીકૃત અસમાનતાના વિચારને આધાર બનાવ્યો, તે માત્ર વૈચારિક નથી. તે વૈજ્ઞાનિક અને શિક્ષાત્મક છે. ચાતુર્વર્ણ્ય પ્રણાલીમાં, શુદ્રને વર્ગીકરણમાં માત્ર સૌથી નીચા સ્થાને જ રાખવામાં આવ્યો નથી, પરંતુ અસંખ્ય ધિક્કાર અને બિનકાર્યક્ષમતાઓને પણ આધીન કરવામાં આવ્યો છે જેથી તે નિર્ધારિત નિયમોથી ઉપર માથું ઊંચું કરી શકતો નથી. હકીકતમાં, અસ્પૃશ્યોમાં પાંચમો વર્ણ અસ્તિત્વમાં આવ્યો ત્યાં સુધી, શૂદ્રો હિંદુઓની નજરમાં સૌથી નીચા હતા. આ પરિસ્થિતિની છાપ આપે છે જેને શુદ્રોની સમસ્યા કહી શકાય. જો લોકો આ સમસ્યાની ગંભીરતાથી વાકેફ નથી તો તેનું કારણ છે કે તેઓ શુદ્રોની વસ્તી વિશે અજાણ છે. કમનસીબે, વસ્તી ગણતરીમાં તેમની વસ્તી અલગથી દર્શાવવામાં આવી ન હતી. પરંતુ તેમાં કોઈ શંકા નથી કે અસ્પૃશ્યોને બાદ કરીએ તો 75 થી 80 ટકા હિંદુ વસ્તી શુદ્ર છે. આ સંશોધન પુસ્તકને આટલી વિશાળ વસ્તીને લગતી એક ઉપરછલ્લી સમસ્યાનું વર્ણન કહેવું વાજબી નથી.

આ પુસ્તકમાં ભારતીય આર્ય સમુદાયમાં શુદ્રોનું સ્થાન દર્શાવવામાં આવ્યું છે. એક મત એવો પણ છે કે આજના યુગમાં આ સ્થિતિ નથી.

'શ્રી શેરિંગ' જેવા વિદ્વાને પણ તેમના ગ્રંથ

'હિન્દુ ટાઈમ્સ એન્ડ કાસ્ટ્સ'માં લખ્યું છે કે શુદ્રો આર્યો છે કે ભારતની મૂળ જાતિઓ છે કે અન્ય જાતિઓનું મિશ્રણ છે તે પ્રશ્ન આજકાલ ખાસ વ્યવહારુ નથી. પ્રાચીન કાળમાં, તેઓનો પોતાનો વર્ગ હતો અને તેમને સમાજમાં ચોથી કે છેલ્લી શ્રેણીમાં મૂકવામાં આવ્યા હતા, તેમ છતાં તેઓ ત્રણ શ્રેષ્ઠ જાતિઓથી ઘણા દૂર હતા. જો એમ માની લેવામાં આવે કે શરૂઆતમાં તેઓ આર્ય ન હતા, તો પણ ત્રણ આર્ય જાતિઓ સાથે વ્યાપક આંતર-જ્ઞાતિ લગ્નોને કારણે તેઓ આર્ય સમુદાયમાં સમાઈ ગયા હતા. કેટલાક કિસ્સાઓમાં, ઉપર જણાવ્યા મુજબ, તેઓએ ગુમાવ્યા કરતાં વધુ મેળવ્યું હતું અને હવે શૂદ્ર તરીકે ઓળખાતી ઘણી જાતિઓ વાસ્તવમાં બ્રાહ્મણો અને ક્ષત્રિયોની નજીક છે. ટૂંકમાં, તેઓ અન્ય જાતિઓ સાથે તદ્દન મિશ્ર બની ગયા હતા, જેમ કે ઈંગ્લેન્ડની સેલ્ટિક જાતિઓ એંગ્લો-સેક્સન જાતિમાં ભળી ગઈ હતી, અને તેમની જે અલગ ઓળખ હતી તે સંપૂર્ણપણે અદૃશ્ય થઈ ગઈ હતી.

આ ધારણામાં બે ભૂલો છે. પ્રથમ, આજના શુદ્રો વિજાતીય વર્ગોનો સમૂહ છે જે વાસ્તવમાં ભારતીય આર્ય સમુદાયના મૂળ શુદ્રોથી વંશીય આધાર પર અલગ છે. શૂદ્રો વિશેની બીજી હકીકત એ છે કે આપણી વિચારસરણી ફક્ત શૂદ્રો વિશે જ નહીં, પરંતુ તેમની કાનૂની પીડાઓ અને ત્રાસની પ્રથા વિશે પણ છે જેનો તેઓ ભોગ બન્યા હતા. નિઃશંકપણે, શરૂઆતમાં, બ્રાહ્મણોએ ભારતીય આર્ય સમુદાયના શુદ્રો પ્રત્યે અત્યાચાર અને યાતનાના એવા કાયદાઓ બનાવ્યા કે શુદ્રોએ એક અલગ અને ઓળખી શકાય તેવા સમુદાય તરીકે તેમનું અસ્તિત્વ ગુમાવ્યું. પરંતુ આશ્ચર્યની વાત એ છે કે તેમના માટે નિર્ધારિત નિયમો હજુ પણ પ્રચલિત છે અને હજુ પણ તે નીચલી જાતિઓને લાગુ પડે છે જેમને મૂળ શુદ્રો સાથે કોઈ સંબંધ હોય તેવું લાગતું નથી. આ બધું કેવી રીતે બન્યું તેની સૌને ઉત્સુકતા છે. મારું અર્થઘટન એ છે કે સમય જતાં ભારતીય આર્ય સમુદાયના શુદ્રોને બ્રાહ્મણવાદી પ્રણાલીઓની કડકાઈથી એટલા હલકી કક્ષાના બનાવી દેવામાં આવ્યા કે સમાજમાં તેમનું સ્થાન ખરેખર નીચું થઈ ગયું. આના બે પરિણામો આવ્યા, એક પરિણામ એ આવ્યું કે શૂદ્ર શબ્દનો અર્થ જ બદલાઈ ગયો. ખાસ વર્ગ તરીકે શૂદ્ર શબ્દનો મૂળ અર્થ બદલાઈ ગયો અને તે નીચલી જાતિઓ માટે સામાન્ય નામ બની ગયું કે જેમની કોઈ સભ્યતા નથી, સંસ્કૃતિ નથી, કોઈ સન્માન અને દરજ્જો નથી. બીજું પરિણામ એ આવ્યું કે જેમ જેમ શૂદ્ર શબ્દનો વ્યાપ વધતો ગયો તેમ તેમ કાયદાકીય નિયમોનો વ્યાપ પણ વધતો ગયો. આ જ કારણ છે કે આજના કહેવાતા શુદ્રો આ પ્રણાલીનો ભોગ બન્યા છે, જોકે તેઓ શુદ્ર શબ્દની મૂળ વ્યાખ્યામાં આવતા નથી. તે ગમે તે હોય,

વાસ્તવિકતા એ છે કે જે કાયદાઓ મૂળ ગુનેગારો માટે બનાવવામાં આવ્યા હતા તે નિર્દોષ લોકો પર પણ લાદવામાં આવ્યા હતા. જો હિંદુ ન્યાયશાસ્ત્રીઓ પાસે પૂરતું ઐતિહાસિક જ્ઞાન હોત અને મૂળ શબ્દ શુદ્રને સમજ્યો હોત, જે આજના શુદ્રોથી સંપૂર્ણપણે અલગ છે, તો આ દુર્ઘટના - આ હત્યાકાંડ - ટાળી શકાયા હોત. તે ખૂબ જ દુર્ભાગ્યપૂર્ણ છે કે કાયદાના સંગ્રહમાં સમાન કઠોરતા આધુનિકમાં ઉપયોગમાં લેવાતી નથી.

શૂદ્રો સાથે એ જ રીતે વર્તે છે જે રીતે મૂળ શુદ્રો સાથે એક સમયે વર્ત્યા હતા. આજના શુદ્રો માટે એ માત્ર પ્રાચીન કાળ વિશેની જિજ્ઞાસા નથી કે આ નિયમો કેવી રીતે અસ્તિત્વમાં આવ્યા.

શુદ્રોની ઉત્પત્તિનો અભ્યાસ કરવો તે સ્વીકાર્ય અને આવકાર્ય છે, તેમ છતાં કોઈ પ્રશ્ન કરી શકે છે કે મને આ વિષય પર કેટલો અધિકાર છે.

મને પહેલેથી જ ચેતવણી આપવામાં આવી છે કે હું ભારતીય રાજકારણ, ધર્મ અને ભારતીય ધર્મના ઈતિહાસ પર કંઈક કહી શકું પણ હું આ વિષયમાં સક્ષમ નથી, મને સમજાતું નથી કે મારા ટીકાકારો મને આ ચેતવણી કેવી રીતે આપી શકે. જો આ એક ચિંતક અને લેખક તરીકેના મારા કોઈપણ અભૂતપૂર્વ દાવા સામે કોઈ પ્રતિકાર હોય તો તે બિનજરૂરી છે. ત્યારે હું એ પણ સ્વીકારું છું કે મને ભારતીય રાજકારણ પર કંઈપણ કહેવાનો અધિકાર નથી. જો આ ચેતવણી એ હેતુથી આપવામાં આવી છે કે હું સંસ્કૃત ભાષામાં નિપુણ નથી, તો હું મારી આ નબળાઈ સ્વીકારું છું. પરંતુ મને એ સમજાતું નથી કે આના કારણે મને આ વિષય પર બોલવા માટે અયોગ્ય કેવી રીતે ગણી શકાય. સંસ્કૃતમાં એવું કયું સાહિત્ય છે જે અંગ્રેજી ભાષામાં ઉપલબ્ધ નથી? તો પછી સંસ્કૃત ભાષાના જ્ઞાનનો અભાવ મને આ વિષય પર ચર્ચા કરતા કેવી રીતે રોકી શકે? હું કહેવાનું સાહસ કરીશ કે અંગ્રેજી અનુવાદમાં ઉપલબ્ધ સંબંધિત સાહિત્યનો પંદર વર્ષનો અભ્યાસ મારા જેવા કોઈ પણ કાર્યને પાર પાડવા માટે સક્ષમ સામાન્ય સ્તરનું જ્ઞાન પ્રાપ્ત કરી શકશે. આમ, આ વિષય પર મારું માનવું છે કે મારો પ્રયાસ એવો છે કે આ વિષયને સ્પર્શતા દેવદૂતો પણ ડરી જાય, હું જેના વિશે કંઈક લખું છું. હું એ માનીને સંતુષ્ટ છું કે જ્યારે દેવદૂતો સૂઈ જાય અથવા અધિકારની ઘોષણા ટાળે ત્યારે પણ પોતાના પ્રયત્નો ચાલુ રાખવા એ અધિકારીનું સર્વોચ્ચ કર્તવ્ય છે. આ પ્રતિબંધિત વિસ્તારમાં મારા પ્રવેશ માટેનું આ જ કારણ છે.

શું આ પુસ્તક વિશે પણ આ જ બાબત નોંધનીય છે? નિઃશંકપણે, હું જે નિષ્કર્ષ પર પહોંચ્યો છું તે મારી જિજ્ઞાસા અને સંશોધનનું પરિણામ છે. આ પુસ્તકમાં બે પ્રશ્નોના જવાબ આપવાનો પ્રયાસ કરવામાં આવ્યો છે. (1) શુદ્રો કોણ હતા? અને (2) તેઓ ભારતીય આર્ય સમુદાયના ચોથા વર્ણ કેવી રીતે બન્યા? ટૂંકમાં મારો જવાબ નીચે મુજબ છે.

1. શુદ્રો આર્યોના સૂર્યવંશી સમુદાયમાંથી હતા.
2. એક સમય એવો હતો જ્યારે આર્ય સમુદાય માત્ર ત્રણ વર્ગોને ઓળખતો હતો, બ્રાહ્મણ, ક્ષત્રિય અને વૈશ્ય.
3. શુદ્રોની કોઈ અલગ જાતિ ન હતી, તેઓ ભારતીય આર્ય સમુદાયની ક્ષત્રિય જાતિના હતા.
4. શુદ્ર રાજાઓ અને બ્રાહ્મણો વચ્ચે સતત સંઘર્ષ ચાલતો હતો અને શુદ્રોના હાથે બ્રાહ્મણોને અનેક કષ્ટો અને અપમાન સહન કરવા પડતા હતા.
5. શુદ્રો દ્વારા થતા જુલમ અને વેદનાથી કંટાળીને બ્રાહ્મણોએ શુદ્રોની ઉપનયન વિધિ કરવાનું બંધ કરી દીધું.
6. ઉપનયન સંસ્કારથી વંચિત રહેવાને કારણે શુદ્રો જે ક્ષત્રિય હતા તેમની સામાજિક સ્થિતિ ઘટી ગઈ. તેમનો દરજ્જો વૈશ્ય કરતા નીચેનો થઈ ગયો અને તેમની ગણતરી ચોથા વર્ણમાં થઈ.

આ તારણોના આધારે, હું વિદ્વાનોના પ્રતિભાવની રાહ જોઈ રહ્યો છું. આ તારણો માત્ર મૌલિક નથી પણ આજે અસ્તિત્વમાં રહેલી માન્યતાઓના આમૂલ વિરોધમાં પણ છે. આ તારણો સ્વીકારવામાં આવે છે કે નહીં તે મુદ્દો સત્તાનો દાવો કરનારાઓના વલણ પર આધાર રાખે છે. વાસ્તવમાં, જો કોઈ ચોક્કસ ખ્યાલ સાથે જોડાયેલ હોય, તો તે મારા વિચારને નકારશે. મને તેમની પ્રતિક્રિયાઓની પરવા નથી કારણ કે તેઓ ચોક્કસપણે વિરોધ કરશે, જેમની પાસેથી વિરોધ સિવાય કોઈ આશા નથી. પરંતુ તે પ્રામાણિક વિવેચકો, ભલે તેઓ ગમે તેટલા આક્રમક હોય, ભલે તેઓ રૂઢિચુસ્ત હોય, જો તેમનો ઈરાદો શુદ્ધ હોય અને તેઓ સત્યની દૃષ્ટિ ગુમાવવા માંગતા ન હોય, અને જો તેઓ પણ મારા અભિપ્રાય સાથે સહમત ન હોય, તો હું પણ તેના દ્વારા નિરાશ થઈશ નહીં. મારી આ આકાંક્ષા ભલે બરબાદ થઈ જાય, પણ મને ખાતરી છે કે મારા વિવેચકોએ સ્વીકારવું પડશે કે આ પુસ્તકમાં ઘણું નવું છે અને તેણે નવી દિશા આપી છે.

વિદ્વાનો ઉપરાંત હિન્દુ સમાજની પ્રતિક્રિયા પણ રસપ્રદ છે. આજનો હિન્દુ સમાજ પાંચ ચોક્કસ વર્ગોમાં વહેંચાયેલો છે. હિંદુઓનો એક વર્ગ એવો છે કે જે રૂઢિચુસ્તતાના દલદલમાં અટવાયેલો છે અને જે સ્વીકારતો નથી કે હિંદુ સમાજની વ્યવસ્થામાં કોઈ અવ્યવસ્થા છે. તેમની નજરમાં, સુધારાની વાત કરવી પણ ઈશ્વરની નિંદા છે. હિન્દુઓનો બીજો વર્ગ છે જેને આર્ય સમાજ કહેવાય છે. તેમની દૃષ્ટિએ માત્ર વેદ જ સર્વોચ્ચ સાચા છે. વેદોમાં ન હોય તેવી દરેક વસ્તુને નકારવામાં તેઓ રૂઢિચુસ્તતાથી એટલા જ અલગ છે. તેમનો મૂળ મંત્ર વેદોની પુનઃસ્થાપના છે.

એક ત્રીજો વર્ગ છે જે વિચારે છે કે સમગ્ર હિંદુ સમાજ ખોટી વ્યવસ્થા પર આધારિત છે, પરંતુ તેઓ વિચારે છે કે તેના પર હુમલો કરવાની

જરૂર નથી. તેમની દલીલ એવી છે કે તેને કાયદાકીય માન્યતા નથી અને આજે જો આ વ્યવસ્થાનો નાશ ન થાય તો તે ચોક્કસ અંતિમ શ્વાસ લઈ રહી છે. હિંદુઓનો ચોથો વર્ગ રાજકીય માનસિકતામાં સામેલ છે. તેઓ આવા પ્રશ્નો ટાળે છે. તેમના મતે સમાજ સુધારણા કરતાં સ્વરાજનું મહત્વ વધુ છે. હિંદુઓના પાંચમા વર્ગમાં બૌદ્ધિકોનો સમાવેશ થાય છે અને જેમની દૃષ્ટિએ સામાજિક સુધારણાને સર્વોચ્ચ સ્થાન છે, સ્વરાજ કરતાં પણ વધુ.

જે હિંદુઓ બીજા વર્ગમાં ગણાય છે તેમના માટે કદાચ આવી રચના બિનજરૂરી હશે, જેની સાથે હું સહમત નથી. એક રીતે તેઓ સાચા છે જ્યારે તેઓ કહે છે કે અંગ્રેજો ભારતમાં પ્રચલિત કાયદો હિન્દુ સમાજમાં પ્રવર્તતી વ્યવસ્થાને સ્વીકારતા નથી. એ વાત સાચી છે કે સિવિલ પ્રોસિજર કોડની કલમ 11 મુજબ, કોઈ હિંદુ માટે કોઈ પણ કોર્ટમાંથી એવો આદેશ મેળવવો શક્ય નથી કે તે કોઈ ચોક્કસ જાતિનો છે. બ્રિટિશ ભારતની અદાલતોમાં, જો વ્યક્તિના વર્ણના પ્રશ્નને ધ્યાનમાં લેવામાં આવે, તો તે લગ્ન, વારસો અને દત્તક લેવાની બાબતો સુધી મર્યાદિત હતો, જેના નિયમો પક્ષકારના વર્ણ અનુસાર બદલાતા હતા. એ વાત સાચી છે કે બ્રિટિશ ઈન્ડિયાનો કાયદો હિંદુઓના ચાર વર્ણોને માન્યતા આપતો નથી, પરંતુ તેનો અર્થ સમજવામાં કાળજી લેવી જોઈએ અને આ બાબતે કોઈ ગેરસમજ ન હોવી જોઈએ. સારાંશમાં આપણે કહી શકીએ:

1. આનો અર્થ એ નથી કે જાતિ વ્યવસ્થાનું પાલન કરવું એ ગુનો છે.
2. આનો અર્થ એ નથી કે જાતિ વ્યવસ્થા લુપ્ત થઈ ગઈ છે.
3. આનો અર્થ એ નથી કે જ્યારે કોઈના વ્યક્તિગત અધિકારોની જરૂરિયાતનો પ્રશ્ન ઊભો થાય છે, ત્યારે જાતિ વ્યવસ્થા આડે આવતી નથી.
4. આનો અર્થ માત્ર એટલો જ છે કે વર્ણ પ્રણાલી પ્રત્યેના સામાન્ય પ્રતિબંધો સમાપ્ત થઈ ગયા છે. પછી કાયદો એ એકમાત્ર માન્યતા નથી જે અન્ય સામાજિક સંસ્થાઓને સંતોષી શકે.

સંસ્થાઓ પણ અન્ય માન્યતાઓને અનુસરે છે. આમાં, ધાર્મિક આસ્થા અને સામાજિક માન્યતા ખૂબ જ મહત્વપૂર્ણ છે. વર્ણ પ્રણાલીને ધાર્મિક સ્વીકૃતિ મળી છે અને તેને ધાર્મિક માન્યતા મળી હોવાથી, વર્ણ પ્રણાલીને હિન્દુ સમાજની સંપૂર્ણ સામાજિક માન્યતા પણ છે. આના પર કોઈ કાયદાકીય પ્રતિબંધ નથી. આ ધાર્મિક માન્યતા જાતિ વ્યવસ્થાનું વર્ચસ્વ જાળવી રાખવા માટે પૂરતી છે. કોઈપણ કાયદાનો અમલ ન થવા છતાં જાતિ વ્યવસ્થા જીવંત છે. હિંદુ સમાજમાં અસ્પૃશ્ય અને શુદ્રોનો દરજ્જો હજુ પણ અસ્તિત્વમાં છે તે હકીકત દ્વારા આ સાબિત થાય છે. તેથી, એવું કહી શકાય નહીં કે આ પ્રકારનો અભ્યાસ અર્થહીન છે.

જ્યાં સુધી રાજકીય માનસિકતાથી પીડિત હિન્દુનો સવાલ છે, તેને ગંભીરતાથી લેવો જોઈએ નહીં. સામાન્ય રીતે તેમનું ધ્યાન તાત્કાલિક સિદ્ધિઓ પર હોય છે અને લાંબા ગાળાના વિચાર પર નહીં. તેની પાસે ઓછામાં ઓછા પ્રતિકારનો દૃષ્ટિકોણ છે અને તે કોઈપણ બાબતને મુલતવી રાખવા તૈયાર છે, પછી ભલે તે ગમે તેટલી તાત્કાલિક હોય, જો તે તેને અપ્રિય બનાવે. રાજકીય માનસિકતાથી પીડિત હિંદુઓ આ પુસ્તકને અર્થહીન ગણે તે સ્વાભાવિક છે. આ સંશોધન પુસ્તકમાં આર્યસમાજીઓને પણ માથાથી પગ સુધી સંપૂર્ણ રીતે આવરી લેવામાં આવ્યા છે. મારા નિર્ણયો બે ખૂબ જ મહત્વપૂર્ણ મુદ્દાઓ પર તેમની વિચારધારાથી તદ્દન વિપરીત છે. આર્ય સમાજવાદીઓ માને છે કે ભારતીય આર્ય સમુદાયના ચાર વર્ણો પ્રાચીન સમયથી પ્રચલિત છે. આ પુસ્તક કહે છે કે એક સમય હતો જ્યારે ભારતીય આર્ય સમુદાયમાં માત્ર ત્રણ જ વર્ણો હતા. આર્યસમાજીઓ માને છે

તે વેદ શાશ્વત અને સૌથી પવિત્ર છે. આ પુસ્તકમાં એવું કહેવામાં આવ્યું છે કે વેદોના કેટલાક ભાગો, ખાસ કરીને પુરૂષ સુક્ત, જે આર્ય સમાજવાદીઓનો મુખ્ય આધાર છે, તે માત્ર બ્રાહ્મણોની કલ્પના છે જે તેમના સ્વાર્થ માટે કામ કરે છે. આ બંને તારણો આર્ય સમાજવાદીઓના વિચારો માટે એટમ બોમ્બનું કામ કરશે. આર્યસમાજીઓ સાથેના આ પ્રકારના સંઘર્ષનો મને કોઈ અફસોસ નથી. આર્યોને વેદ શાશ્વત, અનાદિ, અનંત અને શંકાથી પરેનો પ્રચાર કરીને, સમાજવાદીઓએ હિન્દુ સમાજને મૃત અંત સુધી પહોંચાડી દીધો છે. તેણે સમાજને ઘણું નુકસાન કર્યું છે અને હિન્દુઓની સામાજિક સંસ્થાઓ વેદ પર આધારિત છે. એવું પણ કહેવામાં આવ્યું છે કે જે શાશ્વત, અનાદિ, અનંત અને શંકાથી પરે છે, તેથી તેમાં કોઈ ફેરફાર થઈ શકતો નથી. તે બિનજરૂરી છે. સમાજમાં આ પ્રકારની માન્યતાનો ફેલાવો ખૂબ જ ખરાબ બાબત છે. હું સંમત છું. હું માનું છું કે જ્યાં સુધી આર્યસમાજીઓની આ વિચારધારા સંપૂર્ણપણે નાબૂદ નહીં થાય,હિંદુ સમાજને પોતાની જાતને સુધારવાની જરૂર નહીં લાગે. અને બીજું કંઈ નહીં તો આ પુસ્તક ચોક્કસપણે આ હેતુને પરિપૂર્ણ કરે છે.

હું કલ્પના કરી શકું છું કે રૂઢિચુસ્ત હિંદુઓની આ પુસ્તક પર શું પ્રતિક્રિયા હશે. કારણ કે હું લાંબા સમયથી તેમની સાથે લડી રહ્યો છું. જ્યારે કોઈ તેમના પવિત્ર ગ્રંથો પાછળનું સત્ય ઉજાગર કરે છે ત્યારે દેખીતી રીતે નમ્ર અને અહિંસક હિંદુ કેટલો હિંસક બની જાય છે તે જોવાનો મને સમય જ નથી મળતો.

આવો કડવો અનુભવ મને ગયા વર્ષે જ પહેલી વાર થયો હતો. જ્યારે મેં મદ્રાસમાં આ વિષય પર સંબોધન કર્યું ત્યારે મને રૂઢિચુસ્ત નારાજ હિંદુઓ તરફથી પત્રોનું પૂર આવ્યું જે દર્શાવે છે કે હિંદુઓનું માનસિક સંતુલન કેટલું ખલેલ પહોંચેલુ છે. તે પત્રોમાં ગંદા દુર્વ્યવહારની

આડશ હતી જેનો ઉલ્લેખ કરી શકાતો નથી, જેમાં મને મારી નાખવાની ધમકીઓ પણ સામેલ છે. છેલ્લી વખતે તેણે મને તેનો સૌથી મોટો દુશ્મન ગણાવીને ધમકી આપ્યા બાદ તે ઠંડો પડી ગયા હતા. ખબર નથી કે તેઓ આ વખતે શું કરશે. કારણ કે જ્યારે તેઓ આ પુસ્તકના ચોથા પ્રકરણ અને તેના અવતરણો જોશે, જ્યાં તેમની રાજકીય કપટ, તેમના કાર્યમાં પક્ષપાત અને તેમના હેતુમાં છેતરપિંડીનો પર્દાફાશ થયો છે, ત્યારે તેમના પાસા સ્વર્ગમાં જશે. હું તેમની નિંદા અને ધમકીઓનો શિકાર થવાનો નથી. કારણ કે હું જાણું છું કે વિનાશનું મૂળ તે જ છે જેઓ પોતાના ધર્મની રક્ષા માટે આહ્વાન કરશે અને જેમણે ધર્મને કમાવાનો ધંધો બનાવ્યો છે. તેઓ આત્યંતિક સ્વાર્થી છે અને તેઓ તેમના વર્ગના નિહિત હિત માટે બજારમાં તેમની ચાલાકીનો લાભ ઉઠાવે છે.

રૂઢિચુસ્તતાના ઉન્મત્ત લોકો જ્યારે હિન્દુઓના કહેવાતા પવિત્ર ગ્રંથોને તોડી પાડવા માટે અવાજ ઉઠાવનાર વ્યક્તિ પર હુમલો કરે ત્યારે આશ્ચર્યજનક બાબત નથી. ઉચ્ચ આસન પર બેઠેલા અને ઉચ્ચ શિક્ષિત હોવાનો ડોળ કરતા હિંદુઓ આંખો બંધ કરશે, તેમનો નિશ્ચય ડગમગી જશે અને તેઓ સાબિત કરશે કે તેઓ તટસ્થ છે. પછી સમર્થનમાં પણ ઉભા રહેશે. હાઈકોર્ટના હિંદુ ન્યાયાધીશો અને રજવાડાઓના હિંદુ વડાપ્રધાનો પણ તેને ટેકો આપતા અચકાશે નહીં. તેઓ હજુ પણ આગળ જશે. તેઓ માત્ર શિકારનો પીછો કરવાને બદલે પોતાનો શિકાર કરવા તૈયાર થશે. સૌથી શરમજનક બાબત એ છે કે તેઓ આવું એટલા માટે કરે છે કારણ કે તેઓ જાણે છે કે તેમની સામાજિક સ્થિતિ એ લોકોમાં ડર પેદા કરશે જેઓ રૂઢિવાદની વિરુદ્ધ છે. હું તે સજ્જનોને કહેવા માંગુ છું કે તેઓ તેમના શાપથી મને વિચલિત કરી શકશે નહીં. પ્રતિકૂળતાનો સામનો કરતી વખતે તેઓ કદાચ ડૉ. જોહ્ન્સનના ગહન અને અનુકરણીય શબ્દોથી વાકેફ ન હોય. તે સમયે તેણે કહ્યું હતું કે હું ગુંડાને પકડવાની ધમકીઓથી ડરતો નથી. હું ઉચ્ચ હોદ્દા પરના ટીકાકારો પ્રત્યે કઠોર બનવા માંગતો નથી, પરંતુ હું કહેવા માંગુ છું કે તેમની ભૂમિકા ગુંડા જેવી છે જેથી કરીને છેતરપિંડી કરનાર છટકી શકે. હું તેમને બે વાત કહેવા માંગુ છું. સૌપ્રથમ, હું ધાર્મિક ગ્રંથો વિશેના આ ઐતિહાસિક સત્યને ઉજાગર કરવા માટે ડૉ. જોહ્ન્સનના નિશ્ચયને અનુસરવા માંગુ છું જેથી હિન્દુઓ જાણી શકે કે આ ધાર્મિક ગ્રંથોમાં રહેલા સિદ્ધાંતો દેશ અને સમાજના પતન માટે જવાબદાર છે. બીજું, જો આ પેઢીના હિંદુઓ મારી વાત પર ધ્યાન નહીં આપે તો ભાવિ પેઢી ચોક્કસ તેના પર ધ્યાન આપશે. મને સફળતા વિશે જરા પણ નિરાશા નથી. કારણ કે મને આ આશ્વાસન કવિ ભવભૂતિના કથનમાંથી મળે છે જેમાં તેમણે કહ્યું હતું કે, સમય અનંત છે, પૃથ્વી વિશાળ છે, એક દિવસ એવો માણસ જન્મશે જે મારા કથનના વખાણ કરશે. ગમે તે હોય, આ લખાણ રૂઢિચુસ્તતા માટે એક પડકાર છે.

હિંદુઓનો એક વર્ગ જ આ પુસ્તકનું સ્વાગત કરી શકે છે. આ એવા લોકો છે જેઓ સામાજિક સુધારણાની જરૂરિયાત અને મહત્વ અનુભવે છે. તેમના મતે, આ એક એવી સમસ્યા છે જેને ઉકેલવામાં ઘણો સમય લાગશે. ભવિષ્યની ઘણી પેઢીઓએ આની સાથે સંઘર્ષ કરવો પડી શકે છે, પરંતુ આ સમસ્યાનો અભ્યાસ હળવો કરવા માટે આ કોઈ વાજબી કારણ નથી. એક પ્રખર હિંદુ રાજકારણી પણ, જો તે પ્રામાણિક હોય, તો તે કબૂલ કરશે કે હિંદુઓની સામાજિક સંસ્થાને વારસામાં મળેલી કોમવાદના ઝેરમાંથી સમસ્યાઓ ઊભી થાય છે અને જેના વતી હિંદુ રાજકારણીઓની શાહમૃગની જેમ રેતીમાં ગરદન ચોંટી જાય છે. તે દરેક વળાંક પર આ રાજકારણીઓને ઘેરશે. આ સમસ્યાઓ કોઈ ક્ષણિક કટોકટી નથી, તે આપણા માટે કાયમી સમસ્યા છે, બલ્કે એમ કહી શકાય કે તે દરેક પગલે આપણને ત્રાસ આપી શકશે. હું ખુશ છું કે હિંદુઓમાં આવો વર્ગ અસ્તિત્વ ધરાવે છે, જો કે તે મુઠ્ઠીભર લોકો હોઈ શકે છે જેઓ તેને સમજે છે. એ મારું મુખ્ય ધ્યેય છે અને મારી દલીલો તેમના માટે જ છે.

કોઈ કહે કે હું હિંદુઓના પવિત્ર ગ્રંથોને એટલો આદર અને સન્માન આપતો નથી જે તેમને મળવો જોઈએ. જો આ આરોપ સાચો હોય તો તમે આ વર્તનના સમર્થનમાં બે કારણો આપ્યા છે.

પહેલી વાત એ છે કે મારા સંશોધનમાં મેં સમગ્ર સાહિત્યને અશ્લીલ ગણાવનાર ઈતિહાસકારની શ્રેષ્ઠ પરંપરાઓનું પાલન કર્યું છે - હું આ શબ્દનો મૂળ અર્થમાં જન ભાષામાં ઉપયોગ કરી રહ્યો છું, જેને સ્વીકૃત નિયમોના માપદંડો પર કસોટી કરવી જોઈએ. જેના માટે હું પવિત્ર અને અપવિત્ર વચ્ચે કોઈ તફાવત માનતો નથી. અને જેનો એકમાત્ર હેતુ હતો. જો, આ પરંપરાને અનુસરવાથી, એવું જણાય છે કે મને પવિત્ર ધાર્મિક ગ્રંથો પ્રત્યે આદર નથી, તો એક લેખક તરીકે મારો જવાબ છે કે અન્ય પવિત્ર ગ્રંથો માટે આદર બળપૂર્વક પ્રેરિત કરી શકાય નહીં. તે સામાજિક પરિબળોને કારણે ઉદ્ભવે છે જેના કારણે આવી ભાવનાઓ આપમેળે ઊભી થાય છે અને અન્ય પ્રયત્નો માત્ર કૃત્રિમ છે. બ્રાહ્મણ લેખકોને આ પવિત્ર ગ્રંથો પ્રત્યે અપાર આદર હોય તે સ્વાભાવિક છે. પરંતુ બિન-બ્રાહ્મણના હૃદયમાં આવી લાગણી ઉત્પન્ન થાય તે આશ્રિત છે. કોઈપણ બ્રાહ્મણ લેખક આ પવિત્ર સાહિત્યને સહજતાથી લેશે અને તેની આગળ નમશે પણ જે વ્યક્તિ તેની ઉપર તિરસ્કારપૂર્વક ચર્ચા કરે છે તેને માત્ર બૌદ્ધિક વિદ્વાન ગણશે. તેના માટે પવિત્ર સાહિત્ય શું છે? આ એવું સાહિત્ય છે જે બ્રાહ્મણોએ જ રચ્યું છે. બીજી વાત એ છે કે તેની જ ધરી બિન-બ્રાહ્મણોની સત્તા સ્થાપિત કરવાની છે. શા માટે બ્રાહ્મણો આ સાહિત્યની શ્રેષ્ઠતાનો ઢોલ નહીં પીટે? આ જ કારણસર બ્રાહ્મણો તેને સમર્થન આપશે અને બિનબ્રાહ્મણો તેનો અસ્વીકાર કરશે.

જેને પવિત્ર સાહિત્ય કહેવામાં આવ્યું છે તે લોભથી ભરપૂર સામાજિક ફિલસૂફીનું ખાબોચિયું છે જેમાંથી સામાજિક હીનતા ઊભી થઈ છે એ હકીકતને સ્વીકારીને, બ્રાહ્મણો જેવો અભિગમ અપનાવશે તેવું જ વલણ બિનબ્રાહ્મણો પણ અપનાવશે. ત્યારે આ વાત કોઈને અજુગતી નહિ લાગે, જો કોઈ મનમાં રાખશે કે હું માત્ર બ્રાહ્મણ નથી પણ અસ્પૃશ્ય છું તો મારા મનમાં આ પવિત્ર સાહિત્ય પ્રત્યેનો આદર ક્યાંથી આવશે? સ્વાભાવિક છે કે આ પવિત્ર સાહિત્ય પ્રત્યેનો મારો અણગમો કોઈપણ બિનબ્રાહ્મણો કરતાં ઓછો ન હોઈ શકે. પ્રોફેસર થોર્ન્ડાઇક કહે છે તેમ - વિચારવું એ આપણો જૈવિક સ્વભાવ છે, પરંતુ આપણે જે રીતે વિચારીએ છીએ તે આપણા સામાજિક સ્વભાવથી પ્રભાવિત થાય છે.

હું જાણું છું કે ધાર્મિક ગ્રંથો પ્રત્યે બ્રાહ્મણ અને બિનબ્રાહ્મણ વિદ્વાનોના વલણમાં તફાવત છે. જે હિંદુઓના સામાજિક ઇતિહાસની સમસ્યાઓના અભ્યાસ માટે મુખ્ય સ્રોત છે. પ્રથમ વર્ગ આંધળી ભક્તિથી તેની પ્રશંસા કરશે અને બીજો વર્ગ તેના દરેક પાસાને ધિક્કારશે. ઐતિહાસિક સંશોધન માટે આ નુકસાનકારક બાબત છે.

બ્રાહ્મણ લેખકોએ ઈતિહાસ સાથે જે દુષ્કર્મ અને કાવતરૂં કર્યું તે સ્વાભાવિક છે. આ સાહિત્યની શુદ્ધતા જાળવવામાં તેમની પાસે બેવડી વ્યૂહરચના છે. સૌ પ્રથમ, તેમના પૂર્વજોએ જે લખ્યું છે તેને ન્યાયી ઠેરવવાની તેમની અંતિમ ફરજ હતી, જેના માટે તેઓએ સત્યનું ગળું દબાવવા માટે દોરડું મજબૂત રીતે પકડી રાખ્યું છે. બીજી વાત એ છે કે આનાથી બ્રાહ્મણોને નુકસાન થશે.

શ્રેષ્ઠતા જાળવવી એ તેમની સર્વોચ્ચ ફરજ છે. સિંહાસન કદાચ ખસે નહીં. તે પણ તે વ્યવસ્થા જાળવી રાખવા માંગે છે જેથી તેને હલવો મળતો રહે. આ પરંપરાના પ્રણેતા પણ તેમના પૂર્વજોને ન્યાયી ઠેરવવા માંગે છે, તેથી તેઓ ચૂપચાપ તેમને નિર્દોષ સાબિત કરવાનો પ્રયાસ કરી રહ્યા છે. આ વાત બ્રાહ્મણોના મનમાં ઊંડે સુધી બેસી ગઈ છે. જે તેને સત્ય શોધવા અને તે સત્યનો પ્રચાર કરતા અટકાવે છે. તેથી એવું જોવા મળે છે કે બ્રાહ્મણોએ તારીખો નક્કી કરવા અને કુટુંબના વૃક્ષો તૈયાર કરવા સિવાય ઐતિહાસિક સંશોધનમાં બહુ ઓછા પ્રયત્નો કર્યા છે. બ્રાહ્મણ સિવાયના વિદ્વાનોની સામે આવી કોઈ મર્યાદા નથી, તેથી તેઓ યોગ્ય સંશોધન કરવાનો પૂરો પ્રયાસ કરી રહ્યા છે. બે વર્ગના વિદ્વાનો વચ્ચેનો આ તફાવત કોઈ અણધારી બાબત નથી. આ પુસ્તકમાં શૂદ્રો સામેના ષડયંત્રનું વાસ્તવિક ચરિત્ર પ્રગટ થાય છે. કોઈ બ્રાહ્મણ વિદ્વાન તેને રજૂ કરવાની હિંમત કરી શક્યો નહીં.

એ પણ સાચું છે કે બ્રાહ્મણ વિદ્વાનો કરતાં બિનબ્રાહ્મણ વિદ્વાનોની માનસિકતા બ્રાહ્મણ વિદ્વાનોથી અલગ છે અને તેઓ એટલી હદે જઈ શકે છે કે તેઓ સમગ્ર સાહિત્યને પૌરાણિક અને કાલ્પનિક કહે છે અને

કહે છે કે તેમાં કોઈ ગંભીરતા નથી અને તેથી તેને ડબ્બામાં ફેંકી દેવું જોઈએ. ઈતિહાસકારને આવી લાગણી ન હોવી જોઈએ. એક વિધાન છે - ઈતિહાસકાર સચોટ, પ્રામાણિક, નિષ્પક્ષ, દ્વેષથી મુક્ત, રસ, ભય, ક્રોધ અને પૂર્વગ્રહથી મુક્ત, સત્યવાદી હોવો જોઈએ, જે ઈતિહાસનું મૂળ છે, તે એ મહાન ઘટનાઓનો રક્ષક છે, અવગણનાનો દુશ્મન છે, ભૂતકાળનો સાક્ષી અને એક સ્વપ્નદ્રષ્ટા છે. ટૂંકમાં, તેણે ખુલ્લા મનનું હોવું જોઈએ, પરંતુ ખાલી મનનું ન હોવું જોઈએ અને દરેક પુરાવાની કાળજીપૂર્વક તપાસ કરવી જોઈએ, પછી ભલે તે મિશ્રિત હોય. બિન-બ્રાહ્મણ ઈતિહાસકારોને આ ભૂમિકા ભજવવી મુશ્કેલ લાગી શકે છે. તેઓ સત્યની શોધમાં બિન-બ્રાહ્મણવાદી રાજકારણનો સમાવેશ કરી શકે છે અથવા પ્રાચીન સાહિત્યને ભ્રામક બનાવી શકે છે. આ વાજબી નથી. હું નિશ્ચિતપણે કહી શકું છું કે મેં મારા સંશોધનમાં મારી જાતને પૂર્વગ્રહથી મુક્ત રાખી છે. શૂદ્રો વિશે લખતી વખતે મેં શૂદ્ર ઈતિહાસ સિવાય બીજી કોઈ બાબત પર ધ્યાન આપ્યું નથી. હું સારી રીતે જાણું છું કે આ દેશમાં બ્રાહ્મણ સિવાયનું આંદોલન ચાલી રહ્યું છે જે શૂદ્રોનું પણ રાજકીય આંદોલન છે. હું તેની સાથે જોડાયેલો છું એ પણ સર્વવિદિત છે, પણ મને વિશ્વાસ છે કે વાચકો જાણતા હશે કે મેં આ પુસ્તકમાં બ્રાહ્મણ સિવાયના રાજકારણનું પાત્ર આપ્યું નથી.

મને ડર છે કે આ વિષયની રજૂઆતમાં મેં ઘણી ભૂલો કરી હશે. પુસ્તક અવતરણોથી ભરેલું છે, તેમાંના ઘણા લાંબા છે. આ પુસ્તક કલાનું કામ નથી. શક્ય છે કે વાચકો વાંચતી વખતે કંટાળી જાય. પણ આ દોષ મારા એકલાનો નથી. જો તે મારા હાથમાં હોત, તો મેં તેમને છાંટવાનું ઘણું કામ કર્યું હોત, પરંતુ આ પુસ્તક સરળ અને નિર્દોષ શુદ્રો માટે લખવામાં આવ્યું છે, તેઓ આ સ્થિતિમાં કેવી રીતે આવ્યા અને તેઓ કોણ છે? શું તેઓ નથી જાણતા કે આ પુસ્તક કેટલી સરસ રીતે લખવામાં આવ્યું છે? તેમની પાસેથી અપેક્ષા છે કે તેઓ આ મહેનતનો પૂરો લાભ મેળવે.

દરેક વ્યક્તિ જેને મેં હસ્તપ્રત બતાવી હતી તેઓ અવતરણ જાળવી રાખવાની તરફેણમાં હતા. વાસ્તવમાં, તેમની અપેક્ષાઓ એટલી ઊંચી હતી કે તેમણે પુસ્તકમાંના અવતરણોના અંગ્રેજી અનુવાદો તેમજ પરિશિષ્ટમાં મૂળ સંસ્કૃત અવતરણોની માંગણી કરી. મારે તેમની વિનંતી ભૂલી જવી પડી કારણ કે આ સામગ્રી અત્યારે ઉપલબ્ધ નથી. આપણે યાદ રાખવું પડશે કે શુદ્રોના ખભા પર બંદૂક રાખીને જ આ કુખ્યાત ચાતુર્વર્ણ્યને જીવંત રાખી શકાય છે, જો કે તે તેમના જુલમનો આધાર છે અને તેનો નાશ કરનાર શુદ્રો જ છે. તેથી સરળતાથી સમજી શકાય છે કે મેં શુદ્રોને જાગૃત કરવા અને તેમને આ પવિત્ર કાર્યની જવાબદારી સોંપવી જરૂરી માન્યું. તેથી, અવતરણોની વિપુલતાથી છૂટકારો મેળવવા

અથવા તેને ટૂંકું કરવાનું મેં યોગ્ય માન્યું નથી. હું ત્રણ વ્યક્તિઓનો આભાર વ્યક્ત કરવા માંગુ છું. સૌ પ્રથમ, મહાભારતના શાંતિપર્વના સાંઠમા અધ્યાયના લેખકો, પછી તે વ્યાસ, વૈશમ્પાયન, સુત, લોમહર્ષણ કે ભૃગુ, તેઓ જે પણ હતા, તેમણે પૈજાવનનું સંપૂર્ણ વર્ણન આપીને મોટી સેવા કરી છે. જો તેણે કહ્યું ન હોત કે પૈજાવન શુદ્ર છે તો શુદ્ર કુળ શોધવાનું સંપૂર્ણપણે અશક્ય હતું. ભવિષ્યની પેઢીઓ માટે આટલી મહત્વપૂર્ણ માહિતી સાચવવા બદલ હું લેખકનો આભાર વ્યક્ત કરવા માંગુ છું. જો આવું ન થયું હોત તો આ પુસ્તક લખાયું ન હોત. ફરીથી હું ઇસ્માઇલ કોલેજ, બોમ્બેના પ્રોફેસર કાંગલેનો આભારી છું. પુસ્તકમાં ઉલ્લેખિત સંસ્કૃત શ્લોકોના અનુવાદની તપાસ કરીને તેમણે મારા પર ઉપકાર કર્યો. હું સંસ્કૃતનો વિદ્યાર્થી ન હોવાથી મને વિશ્વાસ હતો કે મેં સંસ્કૃત સામગ્રી સાથે ગંદું કૌભાંડ કર્યું નથી. પણ એનો અર્થ એવો નથી કે મારા વિવેચકોને જે ભૂલો લાગે છે તેના માટે હું તેમને દોષ આપું. હું સિદ્ધાર્થ કોલેજ, બોમ્બેના પ્રોફેસર મનોહર ચિટનીસનો પણ આભાર માનું છું, જેમણે અનુક્રમણિકા તૈયાર કરી છે.

આ પુસ્તકના પરિશિષ્ટ 2, 3 અને 4 માં સમાવિષ્ટ શ્રી મેડિસન ગ્રાન્ટના ‹પાસિંગ ઓફ ધ ગ્રેટ રેસ›ના ત્રણ પુનઃમુદ્રિત કરવા માટે પરવાનગી આપવા બદલ હું મારા પ્રકાશકો, મેસર્સ. ચાર્લ્સ સ્ક્રિબનર્સ સન્સ પબ્લિશર્સ, ન્યુ યોર્કનો પણ ઋણી છું. .

ઓક્ટોબર 10, 1946

રાજગૃહ દાદર, બોમ્બે - 14

બી. આર. આંબેડકર

વિષય સૂચિ

Shudron Ka Itihas (Gujrati)

1.

શુદ્રોની રહસ્યમય સમસ્યા

દરેક વ્યક્તિ જાણે છે કે શુદ્ર એ ભારતીય આર્ય સમાજનો ચોથો વર્ણ છે, પરંતુ શુદ્રો કોણ હતા અને તેઓ ચોથા વર્ણ કેવી રીતે બન્યા તે જાણવાનો થોડા લોકોએ પ્રયાસ કર્યો. આવી મહત્વપૂર્ણ જિજ્ઞાસા અમર્યાદિત છે. આથી એ જાણવું બહુ જરૂરી છે કે શુદ્ર ચોથા વર્ણમાં કેવી રીતે આવ્યા? શું આ સમાજના ક્રમિક વિકાસનું પરિણામ હતું કે પછી પરિભ્રમણને કારણે તેઓ ચોથા વર્ણમાં આવ્યા?

શુદ્રો કોણ હતા અને તેઓ ચોથા વર્ણમાં કેવી રીતે આવ્યા તે જાણવા માટે આપણે સૌ પ્રથમ ભારતીય આર્ય સમુદાયની ચાતુર્વર્ણ્ય પ્રણાલીની ઉત્પત્તિ જાણવાની જરૂર છે. ઋગ્વેદના 10મા મંડલના 19મા મંત્રથી ચાતુર્વર્ણ્ય પદ્ધતિનો અભ્યાસ શરૂ કરવો પડે છે, જેને પુરુષ કહેવાય છે. આ મંત્રમાં કહેવાયું છે:-

સૌ પ્રથમ આપણે વેદના વિચારો જોઈએ:-

1. માણસને હજાર માથા, હજાર આંખો અને હજાર પગ છે. તે દરેક જગ્યાએ સંપૂર્ણ છે. તે વિશાળ છે અને તેણે સમગ્ર બ્રહ્માંડને દસ આંગળીઓની ત્રિજ્યામાં ઘેરી લીધું છે.
2. પુરૂષ પોતે જ સમગ્ર (બ્રહ્માંડ) છે જે વર્તમાન અને ભવિષ્ય બંને છે. તે અમરત્વ છે. તે બીજ (અનાજ) માંથી વિસ્તરે છે.
3. આટલી તેની મહાનતા છે અને માણસ તેના કરતાં પણ શ્રેષ્ઠ છે. આખી સૃષ્ટિ તેનો ચોથો ભાગ છે અને તેના અવિનાશી ભાગનો ત્રણ ચતુર્થાંશ ભાગ અવકાશમાં છે.
4. તેના ત્રણ-ચતુર્થાંશ સાર સાથે માણસ ઉભો થયો અને તેનો એક ચતુર્થાંશ સાર અહીં ફરીથી પ્રગટ થયો, પછી તે દરેક જગ્યાએ ભળી ગયો - તે બધી ખાદ્ય અને અખાદ્ય વસ્તુઓમાં.

5. તેની પાસેથી વિરાજ આવ્યો અને વિરાજમાંથી માણસનો જન્મ થતાં જ તેણે આગળ અને પાછળ બંને બાજુએ સમગ્ર પૃથ્વીને આવરી લીધી.
6. જ્યારે દેવતાઓએ પુરુષની આહૂતિથી યજ્ઞ કર્યો ત્યારે વસંત ઘી બન્યું, ગ્રીષ્મ બળતણ બન્યું અને પાનખર સમિધા બન્યું.
7. તેઓએ પ્રથમ જન્મેલા પુરુષને યજ્ઞમાં અગ્નિમાં અર્પણ કર્યો. તેમની સાથે દેવતાઓ, સાધ્યો અને ઋષિઓએ યજ્ઞ કર્યો.
8. એ સાર્વત્રિક યજ્ઞના હવિમાંથી દહીં અને ઘી ઉપલબ્ધ થયા. આમાંથી પક્ષીઓ, પ્રાણીઓ, જંગલી અને પાલતુ જન્મ્યા.
9. તે વિશ્વવ્યાપી યજ્ઞમાંથી ઋગ્વેદ અને સામવેદના શ્લોકો અને યજુર્વેદના મંત્રો ઉદ્ભવ્યા.
10. તેની પાસેથી ઘોડા આવ્યા અને તેની પાસેથી બે જડબાવાળા બધા પ્રાણીઓ આવ્યા, તેની પાસેથી ગાયો અને તેની પાસેથી ઘેટાં-બકરાં પણ આવ્યાં.
11. જ્યારે દેવતાઓએ માણસને કેટલા ભાગમાં વહેંચ્યો હતો? તેનો ચહેરો કેવો હતો, તેના હાથ કેવા હતા, તેની જાંઘો કેવા હતા અને તેના પગ કેવા હતા?
12. તેના મુખમાંથી બ્રાહ્મણો, તેની ભુજામાંથી રાજાઓ, તેની જાંઘમાંથી વૈશ્ય અને પગમાંથી શુદ્ર ઉત્પન્ન થયા.
13. તેના આત્મા (મન)માંથી ચંદ્ર, તેની આંખોમાંથી સૂર્ય, તેના મુખમાંથી ઇન્દ્ર અને અગ્નિ અને તેના શ્વાસમાંથી વાયુનો જન્મ થયો.
14. તેની નાભિમાંથી વાયુ, તેના માથામાંથી આકાશ, તેના પગમાંથી પૃથ્વી અને તેના કાનમાંથી ચાર દિશાઓ નીકળી. આ રીતે દેવતાઓએ આ સૃષ્ટિની રચના કરી.
15. જ્યારે દેવતાઓએ યજ્ઞ કરતી વખતે એક માણસને બલિદાન તરીકે બાંધ્યો, ત્યારે તેઓએ યજ્ઞની વેદીની આસપાસ સાત લાકડીઓ બાંધી અને સાત લાકડીઓનો અગ્નિ ત્રણ વખત પ્રગટાવ્યો.
16. આ રીતે દેવતાઓએ યજ્ઞમાં પ્રસાદ ચઢાવ્યો. આ પ્રથમ વિધિ હતી. આ શક્તિઓએ આકાશને પૂછ્યું કે સદ્યદેવ પહેલા ક્યાં છે?

પુરુષ સૂક્ત એ વિશ્વની ઉત્પત્તિનો આગમ સિદ્ધાંત છે. બીજા શબ્દોમાં કહીએ તો તે જગતની ઉત્પત્તિનું શાસ્ત્ર છે. કોઈપણ વિકસિત સંસ્કારી દેશમાં, વિશ્વની ઉત્પત્તિનું વર્ણન કોઈને કોઈ સ્વરૂપે જોવા મળે છે. વિશ્વની ઉત્પત્તિ અંગેના ઇજિપ્તીયન ગ્રંથો લગભગ પુરૂષ સુક્ત જેવા જ

છે. તેમના મતે, સર્જક દેવ ખુનુમુએ વિશ્વની રચના એ જ રીતે કરી હતી જે રીતે કુંભાર તેના ચક્ર પર વાસણ બનાવે છે. વિશ્વ અને અસ્તિત્વમાં છે તે બધું બનાવ્યું. તે પિતાના પિતા અને માતાઓના માતા છે. તેણે મનુષ્યો અને દેવતાઓ બનાવ્યા. તે સ્વર્ગ, પૃથ્વી, પાતાળ, પાણી, પર્વતોનો સર્જક છે.

તેમણે નર અને માદાના રૂપમાં તમામ પક્ષીઓ, માછલીઓ, જંગલી પ્રાણીઓ અને અન્ય જંતુઓ બનાવ્યા.

બાઇબલના પ્રથમ અધ્યાયમાં વિશ્વની રચના વિશે લગભગ સમાન સિદ્ધાંતનો ઉલ્લેખ કરવામાં આવ્યો છે.

વિશ્વની ઉત્પત્તિનો વિષય માત્ર શૈક્ષણિક રસના સંદર્ભમાં વિદ્યાર્થીઓની જિજ્ઞાસાને સંતોષવા અને બાળકો માટે મનોરંજનનું સાધન બનવા સિવાય બીજું કશું જ ન હોઈ શકે. આ પુરૂષ સુક્તને લાગુ પડતું નથી પરંતુ તેના કેટલાક ભાગોને ચોક્કસપણે લાગુ પડે છે. તેથી જ પુરૂષ સુક્તના તમામ મંત્રો એકસરખા મહત્વના નથી અને ન તો તેમનું સમાન મહત્વ છે. મંત્ર 11 અને 12 એક જ શ્રેણીના છે અને બાકીના મંત્રો અન્ય શ્રેણીના છે. 11 અને 12 મંત્રો સિવાય બાકીના મંત્રોને શાસ્ત્રીય મહત્વ ગણી શકાય. ન તો કોઈ તેમનામાં વિશ્વાસ કરે છે અને ન તો હિંદુઓ તેમને યાદ કરે છે. પરંતુ મંત્ર 11 અને 12 માં આવું નથી. આ મંત્રો ચાતુર્વર્ણ્ય એટલે કે બ્રાહ્મણ કે પુરોહિત, ક્ષત્રિય કે સૈનિક, વૈશ્ય કે વ્યાપારી અને શૂદ્ર કે નીચ કેવી રીતે સર્જકના શરીરમાંથી ઉત્પન્ન થયા તે સિવાય બીજું કંઈ કહેતા નથી, હકીકત એ છે કે આ મંત્રોનો ઉપયોગ બ્રહ્માંડની અદ્ભુત ઘટનાના વર્ણન તરીકે સમજાતું નથી. ભારતીય સમાજ દ્વારા તેમને સર્જનાત્મક વ્યક્તિની સ્વયંસ્ફુરિત કાવ્યાત્મક કલ્પના તરીકે જ માનવામાં આવે છે તે સ્વીકારવું એક ગંભીર ભૂલ હશે. તેમને સર્જકની સૂચનાઓ તરીકે ગણવામાં આવે છે કે પુરુષ સુક્તમાં વર્ણવેલ ચાતુર્વર્ણ્ય પ્રણાલીને સામાજિક માળખા તરીકે સ્વીકારવામાં આવે. આ પુરૂષનું નિવેદન છે. આ મંત્રોની ભાષા યોગ્ય નથી. પરંતુ એ સાચું છે કે પરંપરા મુજબ મંત્રોનું આ રીતે અર્થઘટન કરવામાં આવે છે. તેમ છતાં, એ કહેવું મુશ્કેલ છે કે પરંપરાગત મંત્રની રચના પુરુષ સૂક્તના સર્જકના ઉદ્દેશ્યને અનુરૂપ નથી. પુરુષ સૂક્તના 11 અને 12 મંત્રો માત્ર વિશ્વની ઉત્પત્તિનું વર્ણન નથી. તેઓ સમાજના વિશેષ બંધારણ (ચાતુર્વર્ણ્ય પ્રણાલી)નો દૈવી હુકમ છે.

પુરૂષ સુક્ત દ્વારા નિર્ધારિત સમાજની રચનાને ચાતુર્વર્ણ્ય પદ્ધતિ કહેવામાં આવે છે. દૈવી હુકમ તરીકે, તે ભારતીય આર્ય સમાજનો આદર્શ બન્યો. ચાતુર્વર્ણ્ય પ્રણાલીનો આ આદર્શ ભારતીય આર્ય સમુદાયના

પ્રારંભિક સમાજના ઘાટમાં ઘડવામાં આવ્યો હતો જેમાં ભારતીય આર્ય સમુદાયનું એક અનોખું અને વિશિષ્ટ સ્વરૂપ રચાયું હતું.

ભારતીય આર્ય સમાજ દ્વારા સ્થાપિત શિરોધ્ય ચાતુર્વર્ણ્યની આદર્શ વ્યવસ્થા તેમના માટે માત્ર અસ્પષ્ટ જ નથી પણ અવર્ણનીય પણ છે. ભારતીય આર્ય સમાજ પર તેની ઊંડી અને અકાટ્ય અસર પડી છે. ભગવાન બુદ્ધ સિવાય, બીજા કોઈએ પણ પુરુષ સૂક્ત દ્વારા પ્રતિપાદિત સામાજિક વ્યવસ્થા પર પ્રશ્નો ઉઠાવ્યા નથી. એ માર્ગ દ્વારા, ભગવાન બુદ્ધ પણ તે પ્રણાલીને હલાવી શક્યા નહીં કારણ કે બુદ્ધના સમયમાં અને બૌદ્ધ ધર્મના પતન પછી, ઘણા સ્મૃતિ લેખકોએ પુરુષ સુક્તના સિદ્ધાંતોનું રક્ષણ કરવાને પોતાનો વ્યવસાય બનાવ્યો એટલું જ નહીં પરંતુ તેઓએ તેનો ભરપૂર પ્રચાર પણ કર્યો.

પુરૂષ સુક્તના સમર્થનમાં આ પ્રકારનું ઉદાહરણ આપસ્તમ્બ ધર્મ સૂત્ર અને વશિષ્ઠ ધર્મ સૂત્રમાં જોવા મળે છે. તે આપસ્તમ્બ ધર્મ સૂત્રમાં કહેવાયું છે

ચાર જાતિઓ છે-

બ્રાહ્મણ, ક્ષત્રિય, વૈશ્ય અને શુદ્ર.

આ ચાર પૈકી, દરેક પ્રથમ જાતિ અનુક્રમે અન્ય તમામ જાતિઓ કરતાં શ્રેષ્ઠ છે.

શુદ્રો અને હલકી કક્ષાનું કામ કરનારાઓ સિવાય દરેક વ્યક્તિને (1) ઉપનયન કરવાનો (2) વેદોનો અભ્યાસ કરવાનો અને (3) યજ્ઞ (બલિદાન) કરવાનો અથવા પવિત્ર દોરો યજ્ઞોપવિતા (જનોઈ) પહેરવાનો અધિકાર છે. વશિષ્ઠ ધર્મ સૂત્રમાં આનો પુનરોચ્ચાર કરતા કહ્યું છે:-

બ્રાહ્મણ, ક્ષત્રિય, વૈશ્ય અને શુદ્ર એ ચાર જાતિઓ (વર્ણો) છે. બ્રાહ્મણ, ક્ષત્રિય અને વૈશ્ય, આ ત્રણ જાતિઓ દ્વિજ એટલે કે બે વાર જન્મેલી છે. તેમનો પ્રથમ જન્મ માતાની યોનિમાંથી અને બીજો જન્મ ઉપનયન એટલે કે યજ્ઞોપવિત ધારણ કરીને થાય છે. આ બીજા જન્મમાં સાવિત્રીને માતા અને ગુરુને પિતા માનવામાં આવે છે.

શિક્ષક (ગુરુ) વેદ શીખવે છે, તેથી તેને પિતા કહેવામાં આવે છે. ચારેય જ્ઞાતિઓ જન્મ અને સંસ્કૃતિથી અલગ છે.

વેદમાં એક વાક્ય પણ છે:- «બ્રાહ્મણો મુખમાંથી, ક્ષત્રિયો બાહુમાંથી, વૈશ્ય જાંઘોથી અને શુદ્રો પગથી જન્મ્યા.» આ વાક્યમાં જાહેર કરવામાં આવ્યું છે કે «શુદ્ર યજ્ઞોપવિત સંસ્કારના અધિકારો પ્રાપ્ત કરશે નહીં.» અન્ય ઘણા શાસ્ત્રકારોએ પણ વારંવાર પુરૂષ સુક્તનું પઠન કર્યું અને તેની પવિત્રતા ચાલુ રાખી. તેનું પુનરાવર્તન બિનજરૂરી છે. જે વિદ્વાનોએ પુરૂષ સુક્તમાં દર્શાવેલ ચાતુર્વર્ણ્ય પ્રણાલીનો વિરોધ કર્યો હતો તેમને

હિન્દુ સમાજના શિલ્પકાર મનુ દ્વારા કાયમ માટે દબાવી દેવામાં આવ્યા હતા. મનુએ બે કામ કર્યા. સૌ પ્રથમ તેમણે પુરૂષ સુક્તના આદર્શને દૈવી આદેશ તરીકે નવેસરથી રજૂ કર્યો. તેમણે કહ્યું કે, વિશ્વની સમૃદ્ધિ માટે ભગવાને પોતાના મુખમાંથી બ્રાહ્મણ, તેના બાહુમાંથી ક્ષત્રિય, તેની જાંઘમાંથી વૈશ્ય અને પગમાંથી શુદ્ર બનાવ્યા છે. આ રીતે બ્રાહ્મણ, ક્ષત્રિય અને વૈશ્ય દ્વિજ વર્ણો છે એટલે કે તેઓ બે વાર જન્મે છે અને શુદ્ર માત્ર એક જ વાર જન્મે છે.

આ રીતે મનુએ તેના પુરોગામી લેખકોને અનુસર્યા. એટલું જ નહીં, તેમણે બીજી વ્યવસ્થા આપી અને કહ્યું- વેદ જ ધર્મનો એકમાત્ર અને અંતિમ આધાર છે.

પુરૂષ સુક્ત વેદનો એક ભાગ છે તે ધ્યાનમાં રાખીને, એ સમજવું મુશ્કેલ નથી કે મનુએ પુરૂષ સુક્તમાં દર્શાવેલ ચાતુર્વર્ણ્યના સામાજિક આદર્શને દૈવી વ્યવસ્થા અને કાયદા અને અસ્પષ્ટતાના દાયરામાં સમાવી લીધા હતા જે અગાઉ ન હતા.

II

પુરુષ સૂક્તનું વિવેચનાત્મક વિશ્લેષણ ખૂબ જ મહત્વપૂર્ણ છે. બધા હિંદુઓ માને છે કે પુરુષ સૂક્ત અનન્ય છે. નિઃશંકપણે આ દાવો ખૂબ જ અતિશયોક્તિપૂર્ણ કરવામાં આવ્યો છે. આ એવા સમયે કરવામાં આવ્યું હશે જ્યારે માનવ મગજ વિકાસના આદિમ તબક્કામાં હતું અને આધુનિક યુગની જેમ તેના પરિણામોને ધ્યાનમાં લેવાની ક્ષમતા ન હતી. પરંતુ આ દાવો સરળતાથી સ્વીકારી શકાય છે જો તે સમજી શકાય કે પુરુષ સુક્ત શા માટે અનન્ય કહેવાય છે.

પુરુષ સુક્તને અદ્વિતીય ગણવાનો મુખ્ય આધાર સામાજિક સંસ્થાનો આદર્શ છે એટલે કે ચાતુર્વર્ણ્યનો આદર્શ અનુપમ છે. શું આ પુરૂષ સુક્તને અનન્ય ગણવા માટે પૂરતો આધાર છે? જો વર્ગવિહીન સમાજ બનાવવાનો કાયદો હોત તો ચોક્કસ પુરૂષ સુક્ત અદ્વિતીય ગણાતું હોત. પુરુષ સુક્તમાં શું છે? તે જાતિ આધારિત સમાજનો ઉપદેશ આપે છે. તેને અનન્ય ગણી શકાય છે? આનો સ્વીકાર્ય જવાબ કોઈ રાષ્ટ્રવાદી અને દેશભક્ત જ આપી શકે. જાતિ વ્યવસ્થાનું અસ્તિત્વ એ દરેક સમાજની સ્થિતિ છે અને તે એક આવશ્યકતા છે જે આદિમ કાળની છે. જ્યાં સમાજ પ્રમાણમાં આધુનિક છે ત્યાં પણ આ સ્થિતિ સમગ્ર વિશ્વમાં ફેલાયેલી છે. આ દૃષ્ટિકોણથી, જ્યારે ભારતીય આર્ય સમાજમાં અસ્તિત્વમાં રહેલા વર્ગ સાથે સંબંધિત હોય ત્યારે પુરુષ સુક્તમાં વિશિષ્ટતા અથવા નવીનતા શું હોઈ શકે? સ્વીકાર સિવાય બીજું કંઈ નહીં.

આમ હોવા છતાં, પુરૂષ સૂક્ત અન્ય કારણોસર અજોડ માનવામાં આવે છે. કમનસીબી એ છે કે ઘણા લોકો સામાન્ય રીતે તેની વિશિષ્ટતાનું વાસ્તવિક કારણ જાણતા નથી. પરંતુ જ્યારે તેની વિશિષ્ટતા પાછળનું સાચું કારણ જાણી શકાય છે, ત્યારે લોકો એ સમજવામાં અચકાશે નહીં કે પુરુષ સૂક્તની વિચિત્રતા અને વિશિષ્ટતા માનવતા અને માનવજાત માટે એક મોટો ખતરો છે.

પુરુષ સુક્તના સામાજિક આદર્શની વિશેષતાઓ શું છે, જે તેની વિશિષ્ટતાનો પુરાવો છે? જો કે જાતિ વ્યવસ્થાનું અસ્તિત્વ દરેક સમાજની આવશ્યક સ્થિતિ છે, તેમ છતાં કોઈપણ સમાજે સમાજના બંધારણ તરીકે તેનું વાસ્તવિક સ્વરૂપ બદલ્યું નથી. પુરુષ સૂક્ત એ એકમાત્ર ઉદાહરણ છે જેમાં જાતિ ભેદભાવને સમાજના આદર્શ તરીકે વર્ણવવામાં આવ્યો છે. આ પુરૂષ સુક્તમાં દર્શાવેલ પ્રથમ અનન્ય યોજના છે. બીજું, સમાજના આદર્શના વ્યવહારિક ભેદભાવને કોઈપણ સમુદાયે કાનૂની સ્વરૂપ આપ્યું નથી. ગ્રીસનું ઉદાહરણ આપણી સામે છે. પ્લેટો જેવા મહાન વિદ્વાનોએ જાતિ વ્યવસ્થાને એક આદર્શ સામાજિક માળખું માન્યું. પરંતુ ત્યાંના લોકો જાતિ પ્રથાને વાસ્તવિક કાનૂની સામાજિક માળખું માનતા ન હતા. પુરૂષ સુક્ત એ એકમાત્ર ઉદાહરણ છે કે જેણે જાતિ વ્યવસ્થાને કાનૂની સ્વરૂપ આપીને વાસ્તવિક બનાવવાનો પ્રયાસ કર્યો અને તેને કુદરતી ગણાવી.

ત્રીજે સ્થાને, કોઈપણ સમાજે વર્ણ પ્રણાલીને સામાજિક કાયદા તરીકે સ્વીકારી નથી, પરંતુ કુદરતી તરીકે જ તેનો વિકાસ ગણવામાં આવે છે. આ ઉપરાંત પુરૂષ સુક્તમાં જાતિ ભેદભાવને માત્ર એક કાયદો અને સમાજનો સ્વાભાવિક હિસ્સો ગણ્યો નથી પરંતુ તેને પવિત્ર અને ઈશ્વરીય હુકમ કહીને તેની સ્થાપના પણ કરી છે. ચોથું, ઈતિહાસ એ હકીકતનો સાક્ષી છે કે કોઈ પણ સમાજમાં લોકોના વર્ગોની સંખ્યા નિશ્ચિત નહોતી. રોમ બે વર્ગોમાં વહેંચાયેલું હતું. ઇજિપ્તમાં ત્રણ જાહેર શ્રેણીઓ હતી. ઈન્ડો-ઈરાનીઓને પણ ત્રણ જાતિઓ (1) અથર્વ (પુરોહિતો), (2) રાથેસ્ટાર (સૈનિકો) અને (3) વસ્ત્રા ફસ્યુત (ખેડૂતો)માં ઘટાડવામાં આવી હતી. પરંતુ પુરૂષ સુક્તે સમાજને ચાર વર્ણમાં વિભાજિત કર્યો, જે ન તો ઘટાડી શકે છે ન તો વધી શકે છે. પાંચમું, દરેક સમાજમાં લોકોનો વર્ગ સમય, સ્થળ અને પરિસ્થિતિ અનુસાર તેના મહત્વના આધારે પોતાનું સ્થાન બનાવે છે. કોઈ પણ સમાજે કોઈ બદલી ન શકાય તેવું ધોરણ અને શ્રેષ્ઠતા અને લઘુતાના બંધનો નક્કી કર્યા નથી. પરંતુ પુરૂષ સુક્ત આ બાબતમાં સૌથી અનોખું છે, કારણ કે તેણે ઊંચ અને નીચના આધારે લોકોની વિવિધ શ્રેણીઓને કાયમ માટે એક જ જગ્યાએ નિશ્ચિત કરી છે.

અસમાનતાના સિદ્ધાંત પર આધારિત ચતુર્વર્ણ્ય વ્યવસ્થામાં બ્રાહ્મણનું સ્થાન સર્વોપરી છે. ક્ષત્રિય બ્રાહ્મણથી નીચે છે પણ વૈશ્ય અને શુદ્રથી ઉપર છે. વૈશ્ય શુદ્રથી ઉપર છે, બ્રાહ્મણ અને ક્ષત્રિયથી નીચે છે. શુદ્ર સૌથી નીચલા સ્તરે છે.

III

આ વાસ્તવિક કારણોસર પુરૂષ સૂક્ત અનન્ય છે. પરંતુ પુરૂષ સૂક્ત માત્ર અનન્ય નથી પણ અસાધારણ પણ છે કારણ કે તે ઊંડા રહસ્યોથી ભરેલું છે. વિશિષ્ટતા અને વિશિષ્ટતાનું જ્ઞાન અમુક જ લોકોને હોય છે. પરંતુ જાણવાનો પ્રયાસ કરશો તો આ રહસ્યમય કોયડાઓનું અસલી સ્વરૂપ અને ભ્રમ બહાર આવશે. પુરૂષ સુક્તમાં દર્શાવેલ વિશ્વની ઉત્પત્તિનો સિદ્ધાંત ઋગ્વેદમાં પણ જોવા મળે છે. ઋગ્વેદના દસમા અધ્યાયના 72મા મંત્રમાં જગતની ઉત્પત્તિનું વર્ણન આ રીતે કરવામાં આવ્યું છે.

1. આવો, આપણે દેવતાઓની ઉત્પત્તિની મોટેથી સ્તુતિ કરીએ. તે ભક્તોના ગુણગાન ગાઈને પ્રસન્ન થઈ જાય છે.
2. બૃહસ્પતિએ લુહારની ધંટડીની જેમ તેના શ્વાસોચ્છવાસથી દેવતાઓને ફૂલાવ્યા. દેવતાઓના પ્રથમ યુગમાં, બ્રહ્માંડ શૂન્યથી બનાવવામાં આવ્યું હતું.
3. દેવતાઓના પ્રથમ યુગમાં, સર્જન શૂન્યમાંથી થયું. આ પછી ક્ષિતિજનો જન્મ થયો અને પછી ઉપરની તરફ ઉગતા વૃક્ષોનો જન્મ થયો.
4. ઉપરની તરફ વધતા વૃક્ષોમાંથી પૃથ્વીનો જન્મ થયો, દિશાઓ પૃથ્વીમાંથી જન્મી. દક્ષનો જન્મ અદિતિથી થયો હતો અને પછી અદિતિનો જન્મ દક્ષથી થયો હતો.
5. હે દક્ષ, પછી તમારી પુત્રી અદિતિનો જન્મ થયો. આ પછી પૂજનીય અને અવિનાશી દેવતાઓનો જન્મ થયો.
6. હે દેવોના ભગવાન, જ્યારે તમે સુવ્યવસ્થિત ઓરડામાં રહેતા હતા, ત્યારે તમારા શરીરમાંથી ધૂળ ઉડી હતી જાણે કે તમે નાચતા હો.
7. હે દેવતાઓ, જ્યારે તમે વિશ્વને વાદળોની જેમ ઢાંકી દીધું, ત્યારે તમે સમુદ્રના ગર્ભમાંથી સૂર્યની રચના કરી.
8. અદિતિના શરીરમાંથી આઠ પુત્રો થયા. તેણે પોતાની જાતને તેના સાત પુત્રો સાથે દેવતાઓ સમક્ષ રજૂ કરી અને માર્તંડ (આઠમા પુત્ર)ને ઉચ્ચ પદ પર બેસાડ્યો.
9. અદિતિ સાત પુત્રો સાથે પ્રથમ પેઢીના દેવતાઓ પાસે ગઈ

પરંતુ તેણે માનવ જન્મ માટે માર્તંડને અપનાવ્યો. વિશ્વની ઉત્પત્તિના બે સિદ્ધાંતો અવકાશ અને મૂળમાં સંપૂર્ણપણે અલગ છે. પ્રથમ સિદ્ધાંત મુજબ, વિશ્વ શૂન્યમાંથી ઉત્પન્ન થયું છે, જ્યારે બીજા સિદ્ધાંત મુજબ, તે પુરુષમાંથી ઉત્પન્ન થયું છે. અહીં પ્રશ્ન એ ઊભો થાય છે કે વિશ્વની ઉત્પત્તિના બે વિરોધાભાસી સિદ્ધાંતો એક જ લખાણમાં શા માટે આપવામાં આવ્યા છે? પુરુષ સૂક્તના રચયિતાએ પુરુષને સર્જનનો આધાર કેમ બનાવ્યો અને કહ્યું કે સમગ્ર સૃષ્ટિ તેમનામાંથી જ ઉત્પન્ન થઈ છે?

પુરૂષ સૂક્તના અભ્યાસ પરથી જાણવા મળે છે કે વિશ્વની શરૂઆત ગધેડો, ઘોડો, બકરી વગેરેની ઉત્પત્તિથી થાય છે, પરંતુ તેમાં મનુષ્યની ઉત્પત્તિનો કોઈ ઉલ્લેખ નથી. જ્યારે માનવ સર્જન વિશે વાત કરવી સ્વાભાવિક લાગે છે, તેનાથી વિપરિત, પુરુષ સુક્તના લેખક ક્રમ તોડીને આર્યોના સમાજમાં વર્ગોની ઉત્પત્તિ વિશે ચર્ચા કરવાનું શરૂ કરે છે.

આનાથી એવી છાપ મળે છે કે પુરુષ સુક્તનો મૂળ હેતુ માત્ર જાતિ વ્યવસ્થાનું વર્ણન કરવાનો છે. આમ કરવાથી પુરૂષ સુક્ત ઋગ્વેદના અન્ય ભાગોથી સંપૂર્ણ વિપરીત દેખાય છે.

કોઈ ધર્મ-જ્ઞાને સમાજમાં વર્ગોની ઉત્પત્તિને સમજાવવાને તેનો હેતુ બનાવ્યો નથી. બાઈબલના ઓલ્ડ ટેસ્ટામેન્ટમાં, જિનેસિસના પ્રથમ અધ્યાયમાં, અર્થ અને ઉદ્દેશ્યની દૃષ્ટિએ, પુરુષ સૂક્ત જેવું જ કંઈક કહેવામાં આવ્યું છે, જેમાં માનવ ઉત્પત્તિનું વર્ણન કરવામાં આવ્યું છે. આનો અર્થ એ નથી કે પ્રાચીન સમયમાં યહૂદીઓમાં કોઈ વર્ગ ન હતો. તમામ સમાજોમાં વર્ગો અસ્તિત્વમાં છે. ભારતીય આર્યો પણ આમાં અપવાદ નથી. તેમ છતાં, કોઈપણ ધાર્મિક ગ્રંથમાં વર્ગોની ઉત્પત્તિ સમજાવવી જરૂરી માનવામાં આવતી નથી, તો પછી શા માટે પુરુષ સુક્તમાં સામાજિક વર્ગોની ઉત્પત્તિ સમજાવવાનું પ્રથમ લક્ષ્ય બનાવવામાં આવ્યું હતું?

ઋગ્વેદમાં પુરૂષ સૂક્ત એ એકમાત્ર સ્થાન નથી જેમાં બ્રહ્માંડની રચનાનો ઉલ્લેખ કરવામાં આવ્યો છે, પરંતુ અન્ય સ્થળોએ પણ સૃષ્ટિનું વર્ણન જોવા મળે છે. આ સંબંધમાં ઋગ્વેદના નીચેના શ્લોકો જોવા મળે છે.

"ઋગ્વેદ, 96.2, 'પ્રથમ નિવિદ' અને 'આયુ' ના જ્ઞાનથી તેણે (અગ્નિ) માનવ વંશને જન્મ આપ્યો. તે અગ્નિએ તેના પ્રકાશથી પૃથ્વી અને સમુદ્રનું સર્જન કર્યું. દેવતાઓએ 'અગ્નિ'ને સંપત્તિ આપનાર તરીકે વર્ણવ્યા છે."

આ મંત્રમાં સમાજમાં અલગ-અલગ વર્ગોની રચનાનો કોઈ ઉલ્લેખ નથી, જો કે તે કોઈ શંકા વિના કહી શકાય કે ભારતીય આર્ય સમુદાયનું

વર્ગીકરણ ઋગ્વેદિક કાળમાં જ કરવામાં આવ્યું હતું, તેમ છતાં ઋગ્વેદનો આ મંત્ર વર્ગ નિર્માણની અવગણના કરે છે અને માત્ર માનવ સર્જનની જ વાત કહે છે. તો પછી ક્યા કારણે પુરુષ સુક્તમાં માનવ ઉત્પત્તિ સિવાય વર્ગ રચનાના વર્ણનને મહત્વ આપ્યું છે? પુરુષ સૂક્ત બીજી રીતે ઋગ્વેદનો વિરોધ કરે છે. ઋગ્વેદ ભારતીય આર્યોની ઉત્પત્તિ અંગે નિષ્પક્ષ દૃષ્ટિકોણ રજૂ કરે છે, જે નીચેના મંત્રોથી સ્પષ્ટ છે:-

1. **ઋગ્વેદ i. 80.16:** એટલે કે પિતા મનુ અને દધ્યાંચે ભેગા મળીને પ્રાર્થના કરી, મંત્રો પાઠવ્યા અને ઉત્સવ કર્યો અને ઈન્દ્રની પૂજા કરી.
2. **ઋગ્વેદ. 114, 2:** હે રુદ્ર, ચાલો આપણે બધા તમારા માર્ગદર્શન હેઠળ યજ્ઞથી મનુને પ્રાપ્ત થયેલી સમૃદ્ધિ અને શક્તિનો આનંદ માણીએ.
3. **ઋગ્વેદ ii. 33.13:** હે મારુત, પિતા મનુ દ્વારા પસંદ કરાયેલ તમારા શુદ્ધ નિદાન માટે હું, જે અત્યંત શુભ, કલ્યાણકારીછે તેમના આશીર્વાદ અને રુદ્રની શક્તિ માટે પ્રાર્થના કરું છું,
4. **ઋગ્વેદ VIII. 52.1:** પ્રાચીન મિત્ર (રુદ્ર) શક્તિશાળી દેવતાઓની શક્તિથી સંપન્ન છે. પિતા મનુએ તેમના માટે દેવતાઓ સુધી પહોંચવાના માધ્યમ તરીકે સ્તોત્રો તૈયાર કર્યા છે.
5. **ઋગ્વેદ III. 3.6:** અગ્નિ દેવતાઓ અને મનુષ્યોના બાળકો એટલે કે તમામ જીવો સાથે વિવિધ પ્રકારના યજ્ઞો કરે છે.
6. **ઋગ્વેદ IV. 37.1:** હે દેવો વ્રજ અને નિભુક્ષણ, કૃપા કરીને અમારા યજ્ઞમાં એ જ આકાશમાર્ગમાં હાજર રહો જેના પર દેવતાઓ પ્રવાસ કરે છે, જેથી શુભ સમયે મનુષ્યો વચ્ચે યજ્ઞ થઈ શકે.
7. **ઋગ્વેદ VI. 14.2:** યજ્ઞમાં મનુષ્યો અગ્નિની સ્તુતિ કરે છે.

ઉપરોક્ત લખાણ પરથી તે નિઃશંકપણે સાબિત થાય છે કે ઋગ્વેદના મંત્રોના સર્જક ઋષિઓએ મનુને ભારતીય આર્યોના પિતા તરીકે વર્ણવ્યા છે. મનુ ભારતીય આર્યોના પિતા હોવાનો આ સિદ્ધાંત એટલો સ્થાપિત થઈ ગયો હતો કે બ્રાહ્મણ ગ્રંથો અને પુરાણોએ પણ તેનું પુનરાવર્તન કરવું જરૂરી માન્યું હતું. ઐતરેય બ્રાહ્મણ, વિષ્ણુ પુરાણ અને મત્સ્ય પુરાણમાં પણ તેનું પ્રતિપાદન કરવામાં આવ્યું છે. એ સાચું છે કે તેઓએ બ્રહ્માને મનુના પિતા માન્યા છે, પરંતુ તેઓએ મનુના પિતા હોવાના ઋગ્વેદમાં દર્શાવેલ સિદ્ધાંતને સ્થિરતા આપી છે. પુરુષ સુક્તમાં મનુનો ઉલ્લેખ કેમ નથી? આ એક વિચિત્ર બાબત છે. કારણ કે પુરુષ સૂક્તના લેખક એ હકીકતમાં અપવાદ કરે છે કે ખુદ્દ મનુ વિરાજ (વીર્ય) છે અને વિરાજ વગેરે પુરુષો છે, કારણ કે તેમણે તેમના સૂક્તના પાંચમા મંત્રમાં પણ

વિરાજનો ઉલ્લેખ આદિ પુરુષ કરે છે.

એક ત્રીજો તર્ક પણ છે જે મુજબ પુરૂષ સૂક્ત ઋગ્વેદ કરતાં આગળ જાય છે. વૈદિક આર્યો સંસ્કૃતિની દ્રષ્ટિએ ખૂબ જ વિકસિત હતા જેના કારણે તેઓએ કામના વિભાજનના સિદ્ધાંતને સ્વીકાર્યો હતો. તેઓએ આજીવિકા માટે જુદા જુદા માધ્યમો અપનાવ્યા. તેમને આનું સંપૂર્ણ જ્ઞાન હતું, જે આ મંત્રમાં પ્રતિબિંબિત થાય છે:-

ઋગ્વેદ. 113.6: કેટલાક લોકો સત્તાની શોધમાં, કેટલાક ખ્યાતિની શોધમાં, કેટલાક સંપત્તિની શોધમાં અને કેટલાક આજીવિકાની શોધમાં જાય છે. ઉષાએ લોકોને તેમની અનન્ય અને વ્યક્તિગત આજીવિકાની શોધમાં જવા માટે જાગૃત કર્યા.

આટલું ઋગ્વેદમાં કહેવાયું છે પણ પુરુષ સુક્ત આગળ જાય છે. તે શ્રમના વિભાજનના સિદ્ધાંતને અનુસરે છે અને શ્રમના વિભાજનની યોજનાને લોકોના વ્યવસાયના વિભાજનની યોજનામાં પરિવર્તિત કરે છે અને તેમને ચોક્કસ અને કાયમી વ્યવસાયિક વર્ગોમાં વિભાજિત કરે છે. પુરુષ સુક્તને આટલું વિકૃત કેમ કર્યું?

ઋગ્વેદમાંથી ‹પુરુષ સૂક્ત› અલગ થવાનું એક કારણ એ છે કે ઋગ્વેદ માત્ર મનુષ્યો વિશે વાતો કરે છે. તે ભારતીય આર્ય જાતિ વિશે પણ વાત કરે છે જે પાંચ જાતિઓના સંકલન દ્વારા રચવામાં આવી હતી જે ભારતીય જાતિ આર્ય લોકોમાં એકીકૃત થઈ અને એક સમાન જાતિ બની. આ પાંચ જનજાતિ કેવી રીતે એક બની તે આ મંત્રો પરથી સ્પષ્ટ થાય છે:-

1. **ઋગ્વેદ VI. 11.4:** પાંચ આદિવાસીઓ મળીને અગ્નિને અર્પણ કરી રહ્યા છે, સ્તુતિ કરી રહ્યા છે અને જાણે અગ્નિ મનુષ્ય હોય તેમ માથું નમાવી રહ્યા છે.
2. **ઋગ્વેદ VII. 15.2:** ઘરનો જ્ઞાની અને યુવાન સ્વામી (અગ્નિ) જે પાંચ જાતિના ઘરોમાં હાજર છે.

આ પાંચ જાતિઓ કઈ છે તે અંગે મતભેદ છે. નિરુક્તમાં યાસ્કે તેમના નામ ગંધર્વ, પિત્ર, દેવ, અસુર અને રાક્ષસ આપ્યા છે. ઉપમન્યુ અનુસાર, આ જાતિઓ ચાર વર્ણ અને નિષાદમાં વહેંચાયેલી છે. આ બંને વિચારો ખોટા લાગે છે. પ્રથમ કારણ કે પાંચેય જાતિઓની એકસાથે સ્તુતિ કરવામાં આવી છે જે નીચેના મંત્રોથી સ્પષ્ટ થાય છે:-

1. **ઋગ્વેદ II. 2.10:** આપણી બહાદુરી પાંચેય જાતિઓમાં સોનાની જેમ ચમકે.
2. **ઋગ્વેદ VI. 46.7:** હે ઇન્દ્ર, નહુષ વંશ અને પાંચ જાતિઓમાં જે શક્તિ અને પુરુષાર્થ છે તે અમને બધાને આપો.

આના પરથી સ્પષ્ટ થાય છે કે જો આ પાંચ જાતિઓમાં શુદ્રોનો

સમાવેશ કરવામાં આવ્યો હોત તો ચોક્કસપણે તેમની એકસાથે પ્રશંસા ન થઈ હોત. પછી ‹વર્ણ› શબ્દનો ઉપયોગ કરવાને બદલે ‹જન› શબ્દનો ઉપયોગ કરવામાં આવ્યો છે અને ‹જન›નો અર્થ ચાર વર્ણો અને નિષાદનો નહીં પણ પાંચ જાતિના સંયુક્ત સ્વરૂપનો પર્યાય છે જે નીચેના શ્લોકમાંથી સ્પષ્ટ થાય છે.

ઋગ્વેદ, I, 108. 8: હે ઇન્દ્ર, હે અગ્નિ, જો તારો વાસ યદુ, તરવાસ, દ્રુહ્યુ, અનુ અને પુરુમાં હોય, તો ચારે બાજુથી આવો, હે બહાદુર, અને સોમરસ પીઓ.

આ પાંચ જાતિઓમાંથી આર્ય જાતિની રચના થઈ. અથર્વવેદ (III, 24.2) ના મંત્રથી આ સ્પષ્ટ છે:-

આ પાંચ પ્રદેશોની, પાંચ જાતિઓની ઉત્પત્તિ મનુમાંથી થઈ છે.

એકતા અને ચેતનાની અનુભૂતિથી જ એ સમજાવી શકાય છે કે ઋગ્વેદના મંત્ર સર્જકો અને ઋષિઓએ શા માટે આ રીતે પાંચ જાતિઓનો ઉલ્લેખ કર્યો છે. પ્રશ્નો ઉભા થાય છે કે, પુરુષ સુક્ત શા માટે પાંચ જાતિઓની એકતાને માન્યતા આપતું નથી? તેના બદલે તે જાતિઓમાં સામાજિક વિભાજનને કેમ દર્શાવે છે? શા માટે પુરુષ સુક્ત વંશીયતા કરતાં કોમવાદને વધુ મહત્વ આપે છે?

ઋગ્વેદ સાથે પુરૂષ સુક્તની સરખામણી કરવાથી પુરૂષ સુક્તના કેટલાક કોયડાઓ સામે આવે છે. પુરૂષ સુક્તના સમાજશાસ્ત્રીય વિશ્લેષણ પર કેટલાક વધુ રહસ્યો બહાર આવે છે.

નિયમોના રૂપમાં આદર્શોનું અસ્તિત્વ જરૂરી છે. કોઈ પણ સમાજ કે વ્યક્તિ નિયમો વિના પ્રગતિ કરી શકતા નથી. સમય અને સંજોગો પ્રમાણે નિયમો બદલાવા જોઈએ. તેથી, કોઈ નિયમ કાયમી ધોરણે નિશ્ચિત નથી. નિયમોના મૂલ્યનું પુનઃમૂલ્યાંકન કરવાનો અવકાશ હોવો જોઈએ. મૂલ્યોનું પુનઃમૂલ્યાંકન ત્યારે જ શક્ય છે જ્યારે તેમને પવિત્રતાનું આવરણ આપવામાં ન આવે. શુદ્ધતાનું આવરણ મૂલ્યોની સમીક્ષાને અવરોધે છે. શુદ્ધતા એકવાર પ્રાપ્ત થઈ જાય તે કાયમી બની જાય છે. તેવી જ રીતે, પુરુષ સૂક્તએ ચાતુર્વર્ણ્યની વ્યવસ્થાને શુદ્ધતા અને નિયમ કહીને સ્થિરતા આપી છે. શા માટે પુરુષ સુક્તને આલોચનાથી પરે અને અપરિવર્તનશીલ બનાવીને આટલું પવિત્ર બનાવીને ચોક્કસ પ્રકારની વ્યવસ્થાને કાયમી બનાવી દીધી? આ પુરુષ સૂક્તનો પહેલો કોયડો છે, જેનો જવાબ સમાજશાસ્ત્રના વિદ્યાર્થીને જોઈએ છે.

પુરૂષ સુક્તે ચાતુર્વર્ણ્યના સિદ્ધાંતને આગળ વધારવા માટે બેવડી યુક્તિનો ઉપયોગ કર્યો છે. શરૂઆતમાં તેઓ ભારતીય આર્ય સમુદાયની જાતિ વ્યવસ્થાના અસ્તિત્વને વાસ્તવિક અને આદર્શ સ્વરૂપમાં રજૂ કરે

છે. આ એક છેતરપિંડી છે, કારણ કે આ આદર્શ વાસ્તવિકતાથી અલગ નથી. વાસ્તવિકતાને આદર્શની કક્ષાએ ઊંચે પહોંચાડ્યા પછી, તે તેને આદર્શ તરીકે રજૂ કરવાનો પ્રયાસ કરે છે. આ ફરીથી એક છેતરપિંડી છે, કારણ કે આદર્શ પહેલેથી જ વાસ્તવિકતામાં અસ્તિત્વમાં છે. પુરુષસૂક્ત દ્વારા વાસ્તવિકતાને આદર્શ તરીકે રજૂ કરવી એ એક રાજકીય યુક્તિ છે. મારું પોતાનું માનવું છે કે આ એક પ્રકારની છેતરપિંડી છે. આવો ખ્યાલ વિશ્વના અન્ય કોઈ ધાર્મિક પુસ્તકમાં જોવા મળતો નથી. આ છેતરપિંડી સિવાય બીજું શું છે? અન્યાય અને અસમાનતાથી ભરેલી વાસ્તવિકતાને આદર્શમાં રૂપાંતરિત કરવી એ સ્વાર્થી અનુસંધાન સિવાય બીજું કંઈ નથી. જ્યારે કોઈ વ્યક્તિ કોઈ વસ્તુમાં લાભ જુએ છે, ત્યારે તે તેને આદર્શ બનાવવાનો પ્રયાસ કરે છે. આ કોઈ ગુનાહિત વૃત્તિથી ઓછું નથી. આ રીતે સ્થાપિત અસમાનતા કાયમી બની શકે છે. આ વિચાર નૈતિકતા વિરુદ્ધ છે. કોઈપણ પ્રબુદ્ધ સમાજે આવા કોઈ વિચારને સ્વીકાર્યો નથી કે માન્ય રાખ્યો નથી. ઊલટું, ઈતિહાસ એ વાતનો સાક્ષી છે કે વ્યક્તિઓ અને વર્ગો વચ્ચેના સંબંધો સુધારવામાં આજ સુધી જે પ્રગતિ થઈ છે તે નૈતિક સિદ્ધાંતની માન્યતાને કારણે થઈ છે કે જે ભૂલથી સ્થપાઈ ગયું હોય તે ક્યારેય સ્થાપિત ન થવું જોઈએ અને તેનું પુનર્ગઠન કરવું જોઈએ. તેથી, આ દૃષ્ટિકોણથી, પુરુષ સૂક્તનો સિદ્ધાંત ઉદ્દેશ્યમાં ગુનાહિત અને પરિણામમાં અસામાજિક છે.

પુરૂષ સૂક્તનો હેતુ અસામાજિક છે, કોઈ ચોક્કસ જાતિને અન્યાયી રીતે ફાયદો પહોંચાડવો અને અન્યાયી રીતે જુલમ કરવો. આ બીજો કોયડો છે. આ તમામ કોયડાઓનું અંતિમ અને સૌથી મોટું રહસ્ય પુરૂષ સૂક્તની સમાજશાસ્ત્રીય સમીક્ષામાંથી બહાર આવે છે, જે શુદ્રોની સ્થિતિના સંબંધમાં છે. પુરૂષ સુક્ત જણાવે છે કે વર્ણની ઉત્પત્તિ એ ભગવાનનું કાર્ય છે અને કોઈ પણ ધાર્મિક ફિલસૂફીએ આવા સિદ્ધાંતને આગળ ધપાવવાનું યોગ્ય માન્યું નથી. પુરુષ સૂક્તનો આ સિદ્ધાંત વિચિત્ર છે. સર્જકના જુદા જુદા ભાગોમાંથી વિવિધ વર્ગોની ઉત્પત્તિ એ પણ વધુ વિચિત્ર છે. આ જાણી જોઈને કરવામાં આવ્યું છે. આ સમીકરણની પૃષ્ઠભૂમિમાં છુપાયેલો મૂળ ઉદ્દેશ્ય બે સમસ્યાઓનો ઉકેલ લાવવાનો છેઃ (1) ચાર વર્ણોના કાર્ય (આજીવિકાના સાધન) નક્કી કરવા અને (2) પ્રથમ નિશ્ચિત યોજના હેઠળ ચાર વર્ણોનું વર્ગીકરણ કરવું. સર્જકના જુદા જુદા ભાગોમાંથી વિવિધ વર્ગોની ઉત્પત્તિની સમાનતા કરતા, વ્યક્તિને આ સૂત્રનો લાભ મળે છે. શરીરનો ચોક્કસ ભાગ વર્ણની શ્રેણી અને તેનું કાર્ય નક્કી કરે છે. બ્રાહ્મણની ઉત્પત્તિ સર્જકના મુખમાંથી હોવાનું કહેવાય છે. મુખ શરીરનું શ્રેષ્ઠ અંગ હોવાથી ચાર વર્ગોમાં બ્રાહ્મણ શ્રેષ્ઠ વર્ણ બન્યો છે.

તેના આધારે તેને શ્રેષ્ઠ કામ સોંપવામાં આવ્યું છે. તેમને ક્ષમતા અને જ્ઞાન (વાંચન)ના રખેવાળનું પદ સોંપવામાં આવ્યું છે. ક્ષત્રિયનો જન્મ સર્જકના હાથમાંથી થયો હોવાનું કહેવાય છે. શસ્ત્રો શરીરમાંથી નીચે આવે છે અને તેથી બુદ્ધિ પછી ક્ષત્રિયને યુદ્ધ સોંપવામાં આવ્યું છે. વૈશ્ય બ્રાહ્મણ અને ક્ષત્રિય કરતાં નીચ છે કારણ કે તે જાંઘમાંથી જન્મે છે. તેથી, તે ખેતી અને વ્યવસાયમાં કાર્યરત છે. શૂદ્રની ઉત્પત્તિ સર્જકના ચરણોમાંથી થઈ છે. તે શરીરનો સૌથી નીચો ભાગ છે. તેથી ચાર વર્ગોમાં શુદ્રનું સ્થાન સૌથી નીચું છે અને તેનું કામ સેવક તરીકે નક્કી કરવામાં આવ્યું છે.

પુરૂષ સુક્તે ચાર વર્ગોના મૂળને ગોઠવવાની આવી પદ્ધતિ શા માટે પસંદ કરી? તેણે શુદ્રને પગ તરીકે શા માટે વર્ણવ્યો? તેણે ચાર વર્ગની ઉત્પત્તિનું બીજું કોઈ ઉદાહરણ કેમ ન આપ્યું? ઉત્પત્તિના હેતુ માટે, માણસ માત્ર ઉપમા નથી. છાંદોગ્ય ઉપનિષદમાં વેદની ઉત્પત્તિના વર્ણનની તુલના કરો. તેમાં કહેવાયું છેઃ-

પ્રજાપતિએ બ્રહ્માંડને ગરમ કર્યું અને તેમાંથી ચાર તત્વો એટલે કે પૃથ્વીમાંથી અગ્નિ, વાયુ કાઢ્યા. તેમાંથી હવા અને આકાશમાંથી સૂર્ય કાઢ્યો. તે પ્રજાપતિએ ત્રણ દેવતાઓને ગરમ કર્યા, જેમના સારથી અગ્નિમાંથી ઋગ્વેદના સ્તોત્રો, વાયુમાંથી યજુર્વેદના મંત્રો અને સૂર્યમાંથી સામવેદના સ્તોત્રોની રચના થઈ. તેમણે આ ત્રણેય વેદોને ગરમ કર્યા અને ગરમ કરેલા વેદમાંથી ઉત્પન્ન થયેલા તત્વોમાંથી તેમણે ભૂવ શબ્દો, ઋગ્વેદના સ્તોત્રોમાંથી યર્જુવેદના મંત્રો અને સામવેદના સ્વરોની રચના કરી.

આમ, વિવિધ વેદોની ઉત્પત્તિ વિવિધ પૂજાપાત્ર દેવતાઓમાંથી હોવાનું કહેવાય છે. જ્યાં સુધી ભારતીય આર્યોનો સંબંધ છે, દેવી-દેવતાઓની સંખ્યા તેમના કરતાં કોઈ રીતે ઓછી નહોતી. ત્રીસ કરોડ દેવતાઓ હતા. ચાર દેવતાઓમાંથી ચાર વર્ણોની ઉત્પત્તિના આધારે તેમને જન્મથી સમાનતા અને સન્માન મળવું જોઈએ. પરંતુ પુરુષ સુક્તમાં આ પ્રકારનો ખુલાસો શા માટે આપવામાં આવ્યો નથી?

તો શું પુરૂષ સુક્તના લેખક માટે પુરૂષના જુદા જુદા મુખમાંથી વિવિધ વર્ગોની ઉત્પત્તિનું વર્ણન કરવું શક્ય ન હતું? આવો ખ્યાલ અઘરો ન હતો કારણ કે પુરૂષ સુક્તમાં હજારો મસ્તક હોવાથી દરેક વર્ણની ઉત્પત્તિ તેના દરેક મુખમાંથી વધુ સરળતાથી બતાવી શકાય છે. પુરૂષ સુક્તના લેખક જિનેસિસના અર્થઘટનની આ રીતથી અજાણ ન હતા. તેનું કારણ એ છે કે વિષ્ણુ પુરાણમાં વેદોની ઉત્પત્તિ સમજાવવાની આ પદ્ધતિનો ઉપયોગ કરવામાં આવ્યો છે. જુઓઃ-

બ્રહ્મા, ગાયત્રીના પૂર્વ દિશાના મુખમાંથી ઋગ્વેદના શ્લોકો, ત્રિવૃત્ત

સામવેદ દત્તના રથંતર અને યજ્ઞ માટે અગ્નિસ્તોમાસ નીકળ્યા, દક્ષિણ દિશાના મુખમાંથી યજુર્વેદના મંત્રો, ત્રિસ્તુભ શ્લોકો, પંચદશ સ્તોમ, બૃહત્તમ અને અકથ્ય, પશ્ચિમ દિશાના મુખમાંથી સામવેદ મંત્રો, જગતિ શ્લોકો, સપ્તદશ સ્તોમ, વૈરૂપ અને અતિરાત્ર અને ઉત્તર દિશાના મુખમાંથી એકવીસ અથર્વન, અનુષ્ટુપ અને વિરાજ શ્લોકો નીકળ્યા.

હરિવંશ પુરાણમાં વેદોની રચનાનું અલગ વર્ણન છે: ભગવાને તેની આંખમાંથી ઋગ્વેદ અને યજુર્વેદ, તેની જીભમાંથી સામવેદ અને કપાળમાંથી અથર્વવેદની રચના કરી.

જો આપણે એમ માની લઈએ કે કોઈ કારણસર પુરૂષ સુક્તના રચયિતા માટે સર્જકના જુદા જુદા ભાગોમાંથી વિવિધ વર્ણોની ઉત્પત્તિ દર્શાવવી જરૂરી હતી, તો પ્રશ્ન થાય છે કે પુરુષ સુક્તનું મૂળ શું છે? તેણે વિવિધ અંગો સાથે વિવિધ વર્ગોની સમાનતા પોતાની ઈચ્છા મુજબ શા માટે સ્થાપિત કરી?

આ પ્રશ્નનું મહત્વ ત્યારે વધી જાય છે જ્યારે જાણ થાય છે કે સર્જકના જુદાં જુદાં અંગોમાંથી જુદાં જુદાં વર્ગોની ઉત્પત્તિ સ્થાપિત કરવાનું પુરુષ સૂક્ત એકમાત્ર ઉદાહરણ નથી. વૈશમ્પાયન મુનિએ શરીરના જુદા જુદા ભાગોમાંથી યજ્ઞ કરતા પૂજારીઓના વિવિધ વર્ગોની ઉત્પત્તિનું વર્ણન કર્યું છે. પણ બંને વચ્ચે કેટલો તફાવત છે? વૈશમ્પાયને હરિવંશ પુરાણમાં આ ખુલાસો આ રીતે રજૂ કર્યો છે-

આ રીતે, તેજસ્વી ભગવાન નારાયણ હરિએ સાત મહાસાગરોને પોતાની શક્તિશાળી ભુજામાં લીધા અને રજોના વિશાળ વિસ્તારની વચ્ચે ભૂતકાળ અને વર્તમાનને અલગ કર્યા જે એક મહાન સમુદ્ર સમાન બની ગયા

અને ત્રણેય કાળથી શોભતો ભાવિ કલંકથી મુક્ત થઈ સૂઈ ગયો. બ્રાહ્મણો તેમની અમરતા જાણે છે. પુરૂષોત્તમ (વિષ્ણુ), તે જે પણ હોય તે સર્વોપરી છે. બધા યજ્ઞો પુરુષના નામે ઓળખાય છે. યજ્ઞ કરવા માટે તેમના શરીરના અંગોમાંથી ઋત્વિજ બ્રાહ્મણોનો જન્મ થયો હતો. ભગવાને બ્રાહ્મણની રચના કરી, જે મુખ્ય પુરોહિત છે, તેના મુખમાંથી અને સામવેદના મંત્રો ઉચ્ચાર્યા, અને તેના હાથમાંથી, તેણે હોતા અને અધ્વર્યુની રચના કરી. ત્યારબાદ તેણે પોતાના પેટમાંથી પ્રસ્ત્રોત્રી, મૈત્રકરુણ, પ્રતિષ્ઠાત્રી, પ્રતિહા, પોત્રી, તેની જાંઘમાંથી અક્ષવાક અને નેસ્ત્રી, તેના હાથમાંથી અગ્નિધ્ર અને હોત્રિય બ્રાહ્મણ, તેના હાથમાંથી પ્રવણ અને અનેત્રીની રચના કરી. આ રીતે ભગવાને સોળ નિષ્ણાત ઋત્વિજનું સર્જન કર્યું જેઓ બધા બલિના મંત્રોનો પાઠ કરતા હતા. એટલે યજ્ઞની રચના કરનાર પુરુષને વેદ કહેવામાં આવે છે. તમામ

વેદ, વેદાંગ, ઉપનિષદ અને ધાર્મિક આચરણ પદ્ધતિઓ તેના સારમાંથી બનાવવામાં આવી છે.

યજ્ઞ માટે કુલ 17 શ્રેણીના પુરોહિતો હતા. જો કોઈ સર્જકે નિર્માતાના જુદા જુદા ભાગમાંથી પુરોહિતની ઉત્પત્તિને સમજાવવાનો પ્રયાસ કર્યો હોત, તો તેના માટે કોઈ પુરોહિતની ઉત્પત્તિને માણસના પગ સાથે જોડવી શક્ય ન હોત કારણ કે પૂજારીના વર્ગોની સંખ્યા માણસના અંગો કરતાં પણ વધુ છે. પુરોહિતના અનેક વર્ણોની ઉત્પત્તિ સર્જકના એક જ અંશમાંથી બતાવવામાં તેમને કોઈ વાંધો નહોતો. કોઈપણ પાદરીના મૂળને પુરુષ સાથે જોડવાનો પ્રશ્ન તેમણે ચતુરાઈપૂર્વક ટાળ્યો છે.

હરિવંશ પુરાણમાં બ્રાહ્મણોને આપવામાં આવેલા આદર સાથે પુરુષ સૂક્તમાં શૂદ્રો પ્રત્યે દર્શાવવામાં આવેલી તિરસ્કારની લાગણીની તુલના કરીએ તો સ્પષ્ટ થાય છે કે પુરુષ સૂક્તમાં શુદ્રો વિરુદ્ધ કેટલું ષડયંત્ર રચવામાં આવ્યું છે. શુદ્રોની ઉત્પત્તિ તેમના ચરણોથી સંભળાવીને શુદ્રોને બદનામ કરવા માટે પુરૂષ સુક્તને કોઈ સુનિયોજિત યોજના સોંપવામાં આવી હતી? શું તેણે પોતાની ફરજ બજાવી નથી? તો હવે જોવાનું એ રહે છે કે આ નફરતનું કારણ શું હતું?

સમાજશાસ્ત્રીય દૃષ્ટિકોણથી પુરૂષ સુક્તનું પૃથ્થકરણ કરવાથી શુદ્રોના સંબંધમાં ઉપરોક્ત કોયડાઓનું મહત્વ સમજી શકાય છે. શૂદ્રોના દરજ્જાને લઈને બીજી કેટલીક વિચિત્ર કલ્પનાઓ છે જે ચતુર્વર્ણ્યના આદર્શના પરિણામે ઊભી થઈ છે. આ પરિણામો માટે, સૌ પ્રથમ ચાતુર્વર્ણ્યમાં અનુગામી ફેરફારોનું જ્ઞાન મેળવવું જરૂરી છે. ચાતુર્વર્ણ્ય પછીના ફેરફારો મુખ્યત્વે બે છે. પ્રથમ, શુદ્રોની નીચે બીજા વર્ણનું સર્જન કરવું અને બીજું, શૂદ્રો બીજા ત્રણ વર્ણોથી અલગ થયા. આ ફેરફારો પુરૂષ સુક્તની મૂળભૂત યોજના સાથે એટલા સંકલિત હતા કે તેણે કેટલાક વિશિષ્ટ શબ્દો અને અભિવ્યક્તિઓને જન્મ આપ્યો. આ અભિવ્યક્તિઓ છે – સુવર્ણ, અવર્ણ, દ્વિજ, અદ્વિજ અને ત્રિવર્ણિક. આ શબ્દો મૂળભૂત ચાતુર્વર્ણ્યના પેટાવિભાગો અને તેમની વિવિધતા દર્શાવે છે. આ વર્ગોના સાપેક્ષિત સંબંધો વિશે જાણવું મહત્વપૂર્ણ છે, કારણ કે આ એક નવું રહસ્ય દર્શાવે છે. જો વિદ્વાનો આ રહસ્યને સમજી શક્યા ન હોય તો તેના બે કારણો હોઈ શકે છે - પ્રથમ, વિદ્વાનોએ એ હકીકત પર ધ્યાન આપ્યું નથી કે વર્ણોના આ નામ માત્ર નામો નથી પરંતુ

આ વાસ્તવિક અધિકારો અને વિશેષાધિકારોનું પ્રતિનિધિત્વ કરે છે. બીજું, નામની આડમાં વિશેષાધિકારો ખાતર કરવામાં આવેલું આ વર્ગીકરણ વાજબી અને તાર્કિક છે કે નહીં તે જાણવાનો પણ વિદ્વાનોએ પ્રયાસ કર્યો નથી.

હવે આપણે જાણવું છે કે આ શબ્દોનો કાનૂની અર્થ શું છે? સવર્ણ શબ્દ સામાન્ય રીતે અવર્ણનો વિરોધી શબ્દ છે. ઉચ્ચ જાતિનો અર્થ એવો થાય છે કે જે ચાર વર્ગોમાંથી કોઈપણનો હોય. અવર્ણ એ છે જેને ચાર વર્ણો સાથે કોઈ સંબંધ નથી. બ્રાહ્મણ, ક્ષત્રિય, વૈશ્ય અને શુદ્ર ઉચ્ચ જાતિ છે. અસ્પૃશ્ય અથવા અતિ શુદ્ર કહેવામાં આવે છે એટલે કે જેમની પાસે કોઈ વર્ણ નથી.

તે તાર્કિક છે કે બ્રાહ્મણો, ક્ષત્રિયો, વૈશ્ય અને શુદ્રો ચાતુર્વર્ણ્ય હેઠળ આવે છે. અસ્પૃશ્ય અને અતિશુદ્રો ચાતુર્વર્ણ્યની બહાર છે. એ જ રીતે, દ્વિજ અને અદ્વિજ શબ્દોના વિરોધાભાસી અર્થો છે. દ્વિજ એટલે બે વાર જન્મેલો અને અદ્વિજ એટલે એક જ વાર જન્મેલો. આ તફાવત ઉપનયનની સત્તા પર આધારિત છે. ઉપનયન સંસ્કારને બીજો જન્મ માનવામાં આવે છે. જે જનોઈ કે યજ્ઞોપવિત પહેરે છે તેમને દ્વિજ કહેવામાં આવે છે. જેમને આ અધિકાર નથી તે અદ્વિજ કહેવાય છે. તેથી જ બ્રાહ્મણો, ક્ષત્રિયો અને વૈશ્યોને આ અધિકાર છે, તેથી તેઓ દ્વિજ છે. શુદ્રો અને અતિશુદ્રો જનોઈ પહેરવાના અધિકારથી વંચિત છે. આથી તેઓ અદ્વિજ છે. એ જ રીતે ‹ત્રૈવર્ણિક› શબ્દ પણ ‹શૂદ્ર›નો વિરોધી શબ્દ છે. પરંતુ આ વિવિધતામાં કોઈ ખાસ ભેદભાવ નથી. આમાં તેટલો જ ભેદભાવ છે, જેટલો દ્વિજ અને અદ્વિજ વચ્ચે છે. સિવાય કે આ તફાવત માત્ર શુદ્રો પૂરતો મર્યાદિત છે અને અતિ શુદ્ર વર્ણ વ્યવસ્થાની બહાર છે. કદાચ આ અભિવ્યક્તિ અતિશુદ્રો એક અલગ વર્ણ તરીકે અસ્તિત્વમાં આવ્યા તે પહેલાં જ અસ્તિત્વમાં આવી હતી.

શુદ્રો અને અતિ શુદ્રો બંને અદ્વિજ છે એ હકીકતને ધ્યાનમાં રાખીએ તો પછી શુદ્રો ઉચ્ચ જાતિના છે અને અતિ શુદ્રો શા માટે અવર્ણ છે? શૂદ્રને ચાતુર્વર્ણ્ય પ્રણાલીમાં અને અતિશુદ્રને તેની બહાર શા માટે સમાવિષ્ટ કરવામાં આવે છે? બ્રાહ્મણ, ક્ષત્રિય, વૈશ્ય અને શુદ્ર ઉચ્ચ જાતિના હોવાને કારણે ચાતુર્વર્ણ્ય વ્યવસ્થાના ચાર સ્તંભો ગણાય છે. તે બધા ઉચ્ચ જાતિના છે તો શુદ્રો ત્રિવર્ણિકોને મળતા અધિકારોથી કેમ વંચિત છે. શુદ્રોના આ કોયડાથી મોટો કોઈ કોયડો હોઈ શકે? શુદ્રો કોણ હતા અને તેઓ આર્ય સમાજમાં ચોથા વર્ણ કેવી રીતે બન્યા તેની તપાસ અને સમીક્ષા કરવાની જરૂર છે?

■

2.

શુદ્રોની ઉત્પત્તિનો બ્રાહ્મણીય સિદ્ધાંત

શું બ્રાહ્મણ સાહિત્યમાં શુદ્રોની ઉત્પત્તિ વિશે કોઈ વિગતો છે? બ્રાહ્મણ સાહિત્યમાં સંસારની ઉત્પત્તિ અને જાતિ ઉત્પત્તિની શોધ વિશે કોઈ સામગ્રી હોય કે ન હોય પરંતુ એમાં કોઈ શંકા નથી કે શૂદ્રોની શોધની વાર્તા પૂર્ણ કરવા માટે શૂદ્રોની સમસ્યાઓનું વર્ણન પુસ્તકમાં કરવું જોઈએ. આ માટે આપણે બ્રાહ્મણોના સાહિત્યનો અલગથી અભ્યાસ કરવો પડશે અને જોવું પડશે કે તેઓ આ શોધમાં કેટલી હદે મદદરૂપ થાય છે.

I

આપણે વેદથી શરૂઆત કરીએ છીએ. ઉત્પત્તિનું વર્ણન ઋગ્વેદના પુરુષ સૂક્તમાં કરવામાં આવ્યું છે. તેથી આપણે અન્ય વેદોની કથાઓનો અભ્યાસ કરવો પડશે.

યજુર્વેદના બે સંસ્કરણો શુક્લ યજુર્વેદ અને કૃષ્ણ યજુર્વેદ. પહેલા આપણે શુક્લ યજુર્વેદને જ લઈએ. શુક્લ યજુર્વેદની વાજસનેયી સંહિતામાં બે સિદ્ધાંતો ઉપલબ્ધ છે. પ્રથમ માત્ર પુરૂષ સુક્તનું પુનરોચ્ચાર છે. ફરક માત્ર એટલો છે કે તેમાં પુરુષ સૂક્તના 22 મંત્રો આપવામાં આવ્યા છે જ્યારે ઋગ્વેદના મૂળ પુરુષ સૂક્તમાં માત્ર 16 મંત્રો છે. શુક્લ યજુર્વેદ ઉપરાંત છ મંત્રો નીચે મુજબ છેઃ-

17. શરૂઆતમાં વિશ્વકર્માએ તેમને પાણી અને પૃથ્વીના સારમાંથી બનાવ્યા. ઇચ્છાએ તેને એક પુરુષનું રૂપ આપ્યું કારણ કે શરૂઆતમાં ફક્ત પુરુષો જ વિશ્વમાં હાજર હતા.
18. હું અંધકારના વર્તુળની બહાર સૂર્ય-ગુણવાળા મહાપુરુષને ઓળખું છું. તેને જાણવા અને ઓળખવાથી જ મૃત્યુના બંધનમાંથી મુક્તિ મળે છે. બીજો કોઈ રસ્તો નથી.

19. અજન્મા સર્જક વિવિધ સ્વરૂપોમાં દેખાય છે. વિદ્વાનો તેનું માધ્યમ જાણે છે અને મારીચીના સ્થાને તેને ઈચ્છે છે.
20. બ્રહ્માના તે તેજસ્વી વંશને નમસ્કાર જે દેવતાઓને પ્રકાશ આપે છે, જે દેવતાઓના પૂજારી છે અને જે દેવતાઓ પહેલાં જન્મ્યા હતા.
21. બ્રહ્માના બાળકોને ઉછેરતી વખતે, દેવતાઓએ શરૂઆતમાં જ એક જોગવાઈ આપી હતી - બ્રાહ્મણ તે છે જે જાણે છે કે દેવતાઓ તેમના હેઠળ રહેશે.
22. જેની પત્ની તરીકે 'શ્રી' અને 'લક્ષ્મી' છે, 'દિવસ' અને 'રાત્ર' તેમના શરીરના રક્ષક છે, 'તારાગણ' તેમના આભૂષણો છે અને જેનો ચહેરો અશ્વિની જેવો તેજસ્વી છે, તે મારી બધી મનોકામનાઓ પૂર્ણ કરે. મને બધા પદાર્થ પૂરા પાડે.

વાજસનેયી સંહિતામાં આપેલ બીજો સિદ્ધાંત પુરૂષ સૂક્તથી સાવ અલગ છે. તે આમ છે:-

વા. સં. XIV-28:- તેણે એકની સ્તુતિ કરી. બ્રાહ્મણની રચના એક જીવંત પ્રાણી તરીકે અગ્નિથી વખાણવામાં આવી અને બ્રાહ્મણસ્પતિ શાસક બન્યા. તેણે પાંચ સાથે સ્તુતિ કરી. હાલના પદાર્થો ઉત્પન્ન થયા. ભૂતનામપતિ શાસક બન્યા. તેણે સાત સાથે સ્તુતિ કરી. સપ્તર્ષિઓનો જન્મ થયો, ધાત્રી શાસક થયા. તેણે નવ સાથે સ્તુતિ કરી. પિતાનો જન્મ થયો. અદિતિ શાસક બની. તેણે અગિયાર સાથે સ્તુતિ કરી, જન્મ થયો, આર્તવ શાસક બન્યો. તેણે તેર સાથે સ્તુતિ કરી. માસનો જન્મ થયો અને વર્ષ રાજા બન્યો. તેણે પંદર સાથે સ્તુતિ કરી. ક્ષત્રિય જન્મેલો, ઇન્દ્ર રાજા બન્યો. તેણે સત્તર સાથે સ્તુતિ કરી. ગુરુ પ્રાણીઓમાંથી જન્મ્યો હતો અને રાજા બન્યો હતો. તેમણે ઓગણીસ સાથે સ્તુતિ કરી. શુદ્રો અને આર્યો (વૈશ્યો) જન્મ્યા અને દિવસ અને રાતના રાજા બન્યા. તેણે એકવીસ સાથે સ્તુતિ કરી. અવિભાજિત પંપાળેલા પ્રાણીઓનો જન્મ થયો. પુષણ રાજા બન્યો. તેણે તેત્રીસ સાથે સ્તુતિ કરી. અનેક પ્રાણીઓનો જન્મ થયો, પુષણ રાજા બન્યો અને તેણે પચીસ સાથે સ્તુતિ કરી. જંગલી જીવો જન્મ્યા અને હવા રાજા બની. (ઋગ્વેદ 10.90.8) તેમણે સત્તાવીસ સાથે સ્તુતિ કરી. પૃથ્વી અને સ્વર્ગ અલગ થયા. વસુ, રુદ્ર અને આદિત્ય તેનાથી અલગ થઈ ગયા, તેઓ રાજા બન્યા. તેણે ઓગણત્રીસ સાથે સ્તુતિ કરી. પ્રાણીઓનો જન્મ થયો. મહિનાના કૃષ્ણ અને શુક્લ પક્ષની રચના થઈ. તેણે એકત્રીસ સાથે સ્તુતિ કરી. વર્તમાન પદાર્થો શાંત થયા, પ્રજાપતિ પરમેષ્ઠી રાજા થયા.

હવે આપણે કૃષ્ણ યજુર્વેદ પર આવીએ છીએ. કૃષ્ણ યજુર્વેદની તૈત્તિરીય સંહિતામાં પાંચ અર્થઘટન છે. શ્લોકનું અર્થઘટન (IV 3, 10)

ઉપર દર્શાવેલ શુક્લ યજુર્વેદના વાજસનેયી સંહિતાના શ્લોક (xiv, 28) ના અર્થઘટન જેવું જ છે. બાકીના જેમાં શુદ્રોની ઉત્પત્તિનો ઉલ્લેખ કરવામાં આવ્યો છે તે નીચે મુજબ છે:-

1. **તૈત્તિરીય સંહિતા** (ii-4-13-1) "દેવતાઓ રાજન્યથી ડરતા હતા, જ્યારે તે ગર્ભમાં હતો ત્યારે તેઓએ તેને પેટમાં બાંધી દીધો હતો. પરિણામે, તે રાજન્ય સાથે બંધાયેલો જન્મ્યો હતો. જો તે અજન્માનો બંધન મુક્ત જન્મ થયો હોત, તો તે તેના દુશ્મનોને મારી નાખત.

રાજન્ય એવું ઇચ્છે કે જો તે બંધન મુક્ત જન્મે છે અને તેના શત્રુઓને મારવાનું ચાલુ રાખે છે, તો તેણે તેને ઐન્દ્ર બ્રાહ્મણસ્પતિ આહુતિઓ આપે. રાજન્ય ઈન્દ્ર સમાન છે અને બ્રાહ્મણ ગુરુ છે. બ્રાહ્મણ દ્વારા જ રાજન્યને મુક્ત કરી શકાય છે. સુવર્ણ બંધનની ભેટ સ્પષ્ટપણે આવા બંધનમાંથી વ્યક્તિને મુક્ત કરે છે.

2. **તૈત્તિરીય સંહિતા** (VII-1-14) પ્રજાપતિએ સર્જનની ઈચ્છા વ્યક્ત કરી. તેમણે તેમના મુખ દ્વારા ત્રિવૃત્ત સ્તોમની રચના કરી હતી. આ પછી અગ્નિદેવ, ગાયત્રી છંદ, સામ, રથાન્તર, મનુષ્યોમાં બ્રાહ્મણ અને પ્રાણીઓમાં બકરીની રચના થઈ. તેઓ મુખમાંથી ઉદ્ભવ્યા છે, અસ્તુ મુખ્ય છે. તેણે પોતાની છાતી અને હાથમાંથી પંચદની રચના કરી. આ પછી તેણે દેવતાઓમાં ઈન્દ્ર, શ્લોકોમાં ત્રિસ્થમ, સામમાં બૃહત, મનુષ્યોમાં રાજન્મ અને પ્રાણીઓમાં મેષની રચના કરી. તે શક્તિશાળી છે કારણ કે તે શક્તિશાળી અંગો સાથે જન્મે છે. તેમણે પોતાની વચ્ચેથી સપ્તદશાની રચના કરી. આ પછી તેણે દેવતાઓમાં વિશ્વદેવ, શ્લોકોમાં જગતિ, મનુષ્યોમાં સામ, વૈશ્ય અને પશુઓમાં ગાયને જન્મ આપ્યો. તે પાત્ર છે કારણ કે તે પેટમાંથી ઉદ્ભવે છે. તેમની બહુમતી હોવાને કારણે, તેઓએ સપ્તદશા પછી ઘણા વેદોને જન્મ આપ્યો. ત્યારપછી તેણે પોતાના પગ વડે એકવીસની રચના કરી જેમાંથી અનુષ્ટુભ છંદ, સમા, વૈરાજ, મનુષ્યોમાં શુદ્ર અને પ્રાણીઓમાં અશ્વનો જન્મ થયો. તેથી, શુદ્રો અને ઘોડાઓ જીવોના વાહક છે. 21 પછી કોઈ ઉપાસક બનાવવામાં આવ્યો નથી. આથી શુદ્ર યજ્ઞ કરવાના અધિકારથી વંચિત છે. અસ્તુ, બંનેનું જીવન પણ ચરણોમાં (દસ્તા) વિત્યું છે. તો પણ શુદ્ર યજ્ઞનેપાત્ર નથી. કારણ કે એકવિંશ પછી કોઈનો જન્મ થયો નથી. તેમનું સ્થાન પગમાં છે કારણ કે ઉદ્ગમ જ ચરણોમાંથી છે.

અથર્વવેદમાં પુરુષ સૂક્ત જેવા ચાર અર્થઘટન છે. પહેલું ઋગ્વેદ (XIX-6) ના પુરુષ સૂક્ત જેવું જ છે. બીજું નીચે મુજબ છે:-

1. અથર્વવેદ (IV-6-1) બ્રહ્મા પ્રથમ જન્મ્યા હતા. તેના દસ માથા અને દસ ચહેરા હતા. પહેલા તેણે સોમનો રસ પીધો અને ઝેરને શક્તિહીન બનાવી દીધું.

2. અથર્વવેદ (XV-8-1) કામ બ્રત્યમાં ઉદ્ભવ્યું અને રાજન્યનો જન્મ થયો.
3. અર્થવેદ (XV-9-1) બ્રત્યના જાણીતા રાજાના ઘરે મહેમાન તરીકે આવ્યા અને તે રાજાને તેમના બ્રાત્યનો આદર કરવા કહ્યું. તે બ્રહ્માએ તેને (રાજાને) કારણ સમજાવ્યું. જ્યારે રાજા દ્વારા તેનું સન્માન કરવામાં આવ્યું ત્યારે તેણે (સેવકે) તેને નુકસાન કર્યું ન હતું. તેમાંથી બ્રાહ્મણો અને ક્ષત્રિયોનો જન્મ થયો. તેથી વધુ તેણે કહ્યું, હવે આપણે તેમાં પ્રવેશ કરીશું. હવે ચાલો બ્રાહ્મણ ગ્રંથોનો વિચાર કરીએ.

II

શતપથ બ્રાહ્મણમાં છ સ્પષ્ટીકરણો જોવા મળે છે. આમાંથી બે વર્ષ મૂળ વિશે છે. આમાંના એકમાં શુદ્રોની ઉત્પત્તિનો ઉકેલ આ પ્રમાણે છેઃ-

શતપથ બ્રાહ્મણ (XIV-4-2-23) «બ્રહ્મા (ભાષ્યકારના મતે, તેઓ અગ્નિનું રૂપ ધરાવતા હતા અને બ્રાહ્મણ હતા) પ્રથમ બ્રહ્માંડ હતા, એકમાત્ર. એક માત્ર હોવાને કારણે, તેમણે વિસ્તરણ કર્યું ન હતું. તેમણે એક પરાક્રમી ક્ષત્રિયનું સર્જન કર્યું છે. આ ક્ષત્રિયનું મૂળ છે, જો કે, તે બ્રાહ્મણને શરણે જાય છે જે તેના મૂળને નુકસાન પહોંચાડે છે, કારણ કે તેણે શૂદ્રની રચના કરી છે તેણે બધાનું પાલન-પોષણ કર્યું. તે શાસક (ક્ષત્રિય), એટલે કે ન્યાય છે. આમ ન્યાયથી શ્રેષ્ઠ બીજું કંઈ નથી. તેથી નિર્બળો પોતાના તારણ માટે બળવાન પાસેથી ન્યાય માંગે છે, જેમ કે રાજા પાસેથી. આ ન્યાય યોગ્ય છે. પરિણામે, તેઓ એવી વ્યક્તિ વિશે કહે છે જે સાચું બોલે છે અને ન્યાય કરે છે કારણ કે તેનામાં બંને ગુણો છે. આ બ્રહ્મા, ક્ષત્રિય, વૈશ્ય અને શુદ્ર છે. અગ્નિ દ્વારા તે દેવતાઓમાં બ્રહ્મા, મનુષ્યોમાં બ્રહ્મ (દૈવી), ક્ષત્રિય (માનવ) દ્વારા ક્ષત્રિય બન્યા. (દૈવી) વૈશ્યમાંથી મનુષ્ય (વૈશ્ય) આવ્યો, શુદ્ર થકી મનુષ્ય શુદ્ર બન્યો. તેથી તે દેવતાઓમાં અગ્નિ છે, મનુષ્યોમાં બ્રાહ્મણ છે.»

તૈત્તિરીય બ્રાહ્મણમાં નીચેની સમજૂતી આપવામાં આવી છેઃ-

1. તૈ. બ્રા. (1-2-6-7) - બ્રાહ્મણ જાતિ દેવતાઓમાંથી પ્રગટ થઈ; રાક્ષસોથી શુદ્ર.
2. તૈ. બ્રા. (III-2-3-9) - શુદ્રનો જન્મ શુન્યથી થયો છે.

III

ઉપરોક્ત અવતરણોમાં ચાર વર્ણો અને શુદ્રોની ઉત્પત્તિ સંબંધિત વાર્તાઓ અથવા પૂર્વધારણાઓનો સારાંશ છે. પ્રાચીન સમયમાં, બ્રાહ્મણો સારી રીતે જાણતા હતા કે ચાતુર્વર્ણ્ય પ્રણાલી માત્ર એક અકુદરતી અને અસામાન્ય સામાજિક વ્યવસ્થા નથી, તેમાં શુદ્રોનું સ્થાન તેનાથી પણ વધુ અકુદરતી અને કૃત્રિમ છે. આ કુટિલ પ્રણાલીને તાર્કિક સાબિત કરવા

માટે, વિવિધ વ્યાખ્યાનોની જરૂર હતી, અન્યથા ચાતુર્વર્ણ્ય પ્રણાલી અને શુદ્રોની ઉત્પત્તિ વિશે આટલું સમર્થન દર્શાવતું વર્ણન શોધવું અશક્ય હતું.

આ નિવેદનો વિશે શું કહેવું જોઈએ? બધી વાર્તાઓ ભ્રામક છે.

ચાતુર્વર્ણ્યની ઉત્પત્તિ

જ્યારે તે પુરૂષમાંથી હોવાનું કહેવાય છે, કેટલાક બ્રહ્માથી કહે છે, કેટલાક પ્રજાપતિને સર્જક તરીકે જાહેર કરે છે અને કેટલાક બ્રત્યને જાહેર કરે છે, એટલું જ નહીં, એક જ સ્ત્રોત હેઠળ આપવામાં આવેલી સ્પષ્ટતાઓ પણ અલગ છે, જેમ કે શુક્લ યજુર્વેદના બે સ્પષ્ટીકરણો - એક સ્ત્રોતમાંથી છે. પુરુષની ઉત્પત્તિ એક ભગવાનમાંથી અને બીજી પ્રજાપતિમાંથી. કૃષ્ણ યજુર્વેદમાં ત્રણ વર્ણનો છે, જેમાંથી બેમાં પ્રજાપતિને સર્જક માનવામાં આવે છે, અને એકમાં સર્જક બ્રાહ્મણ છે. અર્થવવેદમાં ચાર કથાઓ છે. એકમાં પુરૂષ, બીજામાં બ્રાહ્મણ, ત્રીજામાં બ્રત્યને ઉત્પત્તિના સ્ત્રોત કહેવામાં આવ્યા છે. ચોથો ખુલાસો આ ત્રણેયથી અલગ છે. તેના સિદ્ધાંત સમાન હોવા છતાં, વિગતો અલગ છે. બ્રહ્મા અને પ્રજાપતિના સ્વરૂપ દ્વારા આપવામાં આવેલ ખુલાસો સંપૂર્ણપણે કાલ્પનિક છે. મનુ અથવા કશ્યપ દ્વારા આપવામાં આવેલા ખુલાસાઓ માનવ સ્વભાવના છે.

આમાં બનાવેલી પૂર્વધારણાઓ માત્ર ભ્રષ્ટ નથી, તેનું ન તો કોઈ ઐતિહાસિક મહત્વ છે કે ન તો કોઈ પદાર્થ. પ્રોફેસર ‹મેક્સ મુલર›, તેમની કૃતિ પ્રાચીન સંસ્કૃત સાહિત્યના પૃષ્ઠ 200 પર બ્રાહ્મણ ગ્રંથોની ચર્ચા કરતી વખતે, કહ્યું છેઃ-

“ભારતીય સમાજમાં આ એક નોંધપાત્ર સમયગાળો રહ્યો છે જેમાં બ્રાહ્મણોએ એક મહત્વપૂર્ણ સ્થાન ધારણ કર્યું છે, પરંતુ તેઓએ તેમના વિષય પર જે સાહિત્યનું નિર્માણ કર્યું છે તે નિઃશંકપણે ખૂબ અનિચ્છનીય છે કે કોઈ આદિમ સમાજમાં માત્ર ઇતિહાસના તે સમયગાળામાં કલ્પના કરી શકે છે એવું સાહિત્ય રચી શકાય છે જે ખૂબ જ વિદ્વાન અને કાલાતીત હોય, તે હાસ્યાસ્પદ વિચારોથી ભરેલું હોય અને વિકૃત સર્જનનો એક ભાગ હોય એવું લાગે છે કે આ ક્ષુદ્ર સાહિત્ય સામાન્ય રીતે આડંબર, ઘમંડ અને પાંડિત્યથી ભરેલું છે. ઈતિહાસકારો માટે એ જાણવું ખૂબ જ જરૂરી છે કે આવો આડંબર રાષ્ટ્રના સ્વસ્થ વિકાસ માટેનો આધાર છે અને આપણા માટે એ જાણવું જરૂરી છે કે શું કોઈ દેશ પ્રારંભિક સમયગાળામાં આવી માનસિક રીતે બીમારની સ્થિતિ તરીકે મહામારીનો ભોગ બની શકે છે?

ચાર વર્ણો, ખાસ કરીને શૂદ્ર વર્ણની ઉત્પત્તિ સંબંધી બ્રાહ્મણ ગ્રંથોના વિશ્લેષણ પર આપણને અચાનક ‹મેક્સ મુલર›ના આ શબ્દો યાદ આવે છે. આ પૂર્વધારણાઓ વાસ્તવમાં ‹મૃતકોનો ઘોંઘાટ› અથવા ‹પાગલના ઉન્માદ› જેવી છે અને ઇતિહાસના વિદ્યાર્થી માટે જે માનવ સમસ્યાઓ વિશે કુદરતી ફિલસૂફી શોધે છે, તે મુજબ આ સાહિત્ય ખરેખર નકામું છે.

■

3.

શુદ્રોની સ્થિતિ અંગે બ્રાહ્મણવાદી સિદ્ધાંત

શુદ્રોની ઉત્પત્તિ અંગે બ્રાહ્મણોના દૃષ્ટિકોણનું વિશ્લેષણ કરવામાં આવ્યું છે. જ્યારે આપણે શૂદ્રોના નાગરિક દરજ્જા અંગે બ્રાહ્મણોના દૃષ્ટિકોણને જોઈએ છીએ, ત્યારે આપણે શોધીએ છીએ કે તેમના કાયદામાં શૂદ્રો માટે અયોગ્તાઓની ખૂબ લાંબી સૂચિ છે અને કઠોર શિક્ષા અને સજાની જોગવાઈ છે.

સંહિતા અને બ્રાહ્મણ ગ્રંથોમાં શુદ્રોની વિકલાંગતા અને તેમના માટે દંડની જોગવાઈઓનાં નીચેના ઉદાહરણો જોવા મળે છે:-

1. કથન સંહિતા (31.2) અને મૈત્રયાણી સંહિતા (4.1.3) અને (1.8.3) અનુસાર, જે ગાયનું દૂધ અગ્નિહોત્ર માટે વપરાય છે તેને શૂદ્રને દૂધ આપવાની મંજૂરી આપવી જોઈએ નહીં.
2. શતપથ બ્રાહ્મણ (3.1.1.1), મૈત્રાયણી સંહિતા (10.1.1.6) અને પંચવિંશ બ્રાહ્મણ (6.1.11) અનુસાર, યજ્ઞ કરતી વખતે શૂદ્ર સાથે વાત ન કરવી જોઈએ અને યજ્ઞ સમયે શૂદ્ર હાજર ન હોવા જોઈએ.
3. શતપથ બ્રાહ્મણ (14.1.3) અને કથક સંહિતા (11.10) માં વધુમાં કહેવામાં આવ્યું છે: શૂદ્રને સોમરસ પીવાની મંજૂરી ન હોવી જોઈએ.
4. ઐતરેય બ્રાહ્મણ (6.29.4) અને પંચવિંશ બ્રાહ્મણ (6.1.11) એ સૌથી નીચા સ્તરે પહોંચ્યા પછી આ કહ્યું છે કે શુદ્ર બીજાનો સેવક છે. (બીજું કંઈ નહીં).

શૂદ્રો સામેનું એક નાનકડું વાદળ પાછળથી તોફાનમાં ફેરવાઈ ગયું અને શૂદ્રો પર વરસાદ વરસાવ્યો કારણ કે આપસ્તમ્બ, બોડ્યાયન વગેરે

લેખકો અને મનુ વગેરે જેવા સ્મૃતિ લેખકોએ બનાવેલા કાયદાઓએ શૂદ્રો પર એટલા બધા નિયંત્રણો લાદ્યા છે જે અકલ્પનીય છે. આ વિકલાંગતાઓ એટલી ભયાનક છે કે જ્યાં સુધી તેઓ લખવામાં ન આવે ત્યાં સુધી તેમના પર વિશ્વાસ કરવામાં આવશે નહીં. તેમની સંખ્યા એટલી મોટી છે કે તેમની સંપૂર્ણ વિગતો અહીં આપવી અશક્ય છે. જેઓ તેમના શાસ્ત્રોમાં પથરાયેલા આ મંત્રોથી વાકેફ નથી તેમના માટે અમે સ્મૃતિઓ અને સૂત્રોમાંથી કેટલાક અવતરણો આપીશું.

II(i)

(a) **આપસ્તમ્બ ધર્મ સૂત્રમાં કહેવાયું છે**: ચાર વર્ણો છે: બ્રાહ્મણ, ક્ષત્રિય, વૈશ્ય અને શુદ્ર. આમાં, દરેક વર્ણ જન્મથી આગળના વર્ણ કરતા ચડિયાતા હોય છે. આમાં, શુદ્રો સિવાય દરેકને અને જેમણે પાપી પ્રવૃત્તિઓ કરી હોય તેમને (1) ઉપનયન (જનોઈ પહેરવાનો), (2) વેદોનો અભ્યાસ અને (3) યજ્ઞ કરવાનો અધિકાર છે.

(b) **વશિષ્ઠ ધર્મ સૂત્રમાં જે કહેવામાં આવ્યું છે તે નીચે મુજબ છે**: બ્રાહ્મણ, ક્ષત્રિય, વૈશ્ય અને શુદ્ર એ ચાર વર્ણો છે. આ પૈકી બ્રાહ્મણો, ક્ષત્રિયો અને વૈશ્યોને દ્વિજ કહેવામાં આવે છે. તેમનો પ્રથમ જન્મ માતાના ગર્ભમાંથી થાય છે. બીજું, યજ્ઞોપવિત સંસ્કારથી. બીજા જન્મમાં સાવિત્રી માતા છે અને ગુરુ પિતા છે. ગુરુને પિતા માનવામાં આવે છે કારણ કે તેમણે વેદોનું જ્ઞાન આપ્યું હતું. મૂળ વર્ણમાં સંસ્કાર અને જન્મને કારણે ચાર વર્ણો અલગ-અલગ છે. વેદના શ્લોકોમાં એમ પણ કહેવાયું છે કે તેના મુખમાંથી બ્રાહ્મણો, તેના હાથમાંથી ક્ષત્રિયો, તેની જાંઘમાંથી વૈશ્ય અને પગમાંથી શૂદ્રનો જન્મ થયો. વેદોમાં પણ કહેવાયું છે કે શૂદ્રને યજ્ઞોપવિત કરવાનો અધિકાર નથી. તેમણે ગાયત્રી શ્લોકમાંથી બ્રાહ્મણ, ત્રિષ્ટુભમાંથી ક્ષત્રિય બનાવ્યા છે.

(c) **આ વિષય પર નીચેનું વિધાન મનુસ્મૃતિમાં રજૂ કરવામાં આવ્યું છે**: વિશ્વની સમૃદ્ધિ માટે સર્જનહારે મુખ, હાથ, જાંઘ અને પગમાંથી અનુક્રમે બ્રાહ્મણો, ક્ષત્રિયો, વૈશ્ય અને શુદ્રોની રચના કરી. બ્રાહ્મણો, ક્ષત્રિયો અને વૈશ્યોને દ્વિજ કહેવામાં આવે છે જ્યારે ચોથી જાતિના શુદ્ર માત્ર એક જ વાર જન્મે છે.

(ii)

(a) **આપસ્તમ્બ ધર્મ સૂત્ર જણાવે છે**: વર્ણત્રયો સ્મશાનમાં અથવા તેની નજીક વેદનો પાઠ કરવો જોઈએ નહીં. જો કોઈ ગામ સ્મશાનભૂમિ પર વસ્યું હોય અથવા તે જગ્યા ખેતી માટે યોગ્ય બનાવી દેવામાં આવી હોય તો ત્યાં વેદનો પાઠ કરવો પ્રતિબંધિત નથી. પરંતુ જો તે જગ્યા હજુ પણ સ્મશાન તરીકે જાણીતી છે, તો ત્યાં વેદનો પાઠ કરવો પ્રતિબંધિત છે.

શુદ્રો અને જાતિથી બહિષ્કૃત એ સ્મશાન સમાન છે અને સૂત્ર નંબર 6 તેમને લાગુ પડે છે. કેટલાક લોકો કહે છે કે જે ઘરમાં શુદ્રો અને જાતિથી બહિષ્કૃત રહે છે ત્યાં વિદ્યાનો અભ્યાસ ન કરવો જોઈએ. જો વિદ્યાર્થી અને શુદ્ર સ્ત્રી એકબીજાને જુએ તો વેદના પાઠમાં અવરોધ હોવો જોઈએ.

જો બ્રાહ્મણ અથવા અન્ય ઉચ્ચ જાતિની વ્યક્તિ અશુદ્ધતા દરમિયાન કોઈપણ ખાદ્ય પદાર્થને સ્પર્શ કરે છે, તો તે અશુદ્ધ બને છે પરંતુ અખાદ્ય નથી.

પણ જો અશુદ્ધ શુદ્ર લાવ્યો હોય તો તે ખાવા યોગ્ય નથી. જો જમતી વખતે શુદ્ર વ્યક્તિને સ્પર્શ કરે તો ખાનાર વ્યક્તિએ ભોજન છોડી દેવું જોઈએ.

(b) **વિષ્ણુ સ્મૃતિનો નિયમ છે** કે દ્વિજના મૃતદેહને કોઈપણ શુદ્ર દ્વારા લઈ જવો જોઈએ નહીં, પછી ભલે તે મૃતકનો સંબંધી હોય. કોઈ દ્વિજે શૂદ્રના મૃતદેહને લઈ જવું જોઈએ નહીં. માતા અને પિતાના મૃતદેહો તેમના પુત્ર દ્વારા લઈ જવા જોઈએ જે તેના માતાપિતા જેવી જ જાતિનો હોય. શુદ્રએ ક્યારેય દ્વિજનું મૃત શરીર ન લેવું જોઈએ, પછી ભલે તે મૃતક તેનો પિતા હોય.

(c) **વશિષ્ઠ ધર્મ સૂત્રમાં કહેવાયું છે** કે હવે આપણે ખાદ્ય અને અખાદ્ય સમજાવીએ: - ડૉક્ટર, શિકારી, વ્યભિચારી સ્ત્રી, ગદા ધારણ કરનાર, ચોર, શાપિત, નપુંસક અથવા બહિષ્કૃત વ્યક્તિ દ્વારા આપવામાં આવેલ ખોરાક ન ખાવો જોઈએ. કંગાળ, શ્રાદ્ધ કરનાર વ્યક્તિ, કેદી, રોગી, મીઠાઈ વેચનાર, સુથાર, ધોબી, દારૂ વેચનાર, જાસૂસ, શાહુકાર કે ચમાર કે શુદ્ર દ્વારા આપવામાં આવેલ ભોજન ન ખાવું જોઈએ. કેટલાક લોકો શુદ્ર જાતિને સ્મશાન કહે છે. તેથી શુદ્રોની હાજરીમાં વેદનો પાઠ ન કરવો જોઈએ. તેમણે યમ દ્વારા ઉચ્ચારવામાં આવેલા નીચેના મંત્રનો ઉલ્લેખ કર્યો છે:-

"દુષ્ટ શુદ્ર જાતિ સ્પષ્ટપણે સ્મશાન સમાન છે, તેથી તેમની સામે વેદનો પાઠ કરવો જોઈએ નહીં."

કેટલાક લોકો પવિત્ર વેદોના અભ્યાસથી અને કેટલાક આત્મસંયમ દ્વારા આદરને પાત્ર બને છે, પરંતુ જે બ્રાહ્મણ શૂદ્ર દ્વારા આપવામાં આવેલ ભોજન ન ખાય તે શ્રેષ્ઠ આદરને પાત્ર છે. જો શૂદ્ર દ્વારા આપવામાં આવેલ ખોરાક બ્રાહ્મણના પેટમાં હોય અને તે મૃત્યુ પામે છે, તો પછીના જન્મમાં તે ગામડાના ડુક્કરનો જન્મ લે છે અને તે જ શુદ્રના ઘરે જન્મ લે છે, બ્રાહ્મણ શૂદ્ર દ્વારા આપવામાં આવેલ ખોરાક દ્વારા દરરોજ પોતાનું શરીર પોષતો હોય પછી ભલે તે વેદનો પાઠ કરે, અગ્નિદાહ કરે અથવા જપ કરે, તે ક્યારેય ઉચ્ચ પદ પ્રાપ્ત કરી શકતો નથી. જો કોઈ શૂદ્રને

આપવામાં આવેલ ખોરાક ખાધા પછી તે પોતાની જાતિની પત્ની સાથે સંભોગ કરે છે અને સંતાન ઉત્પન્ન કરે છે, તો તે બાળક પણ તે જ જાતિનું હશે જે શુદ્રનું ભોજન ખાય છે અને સ્વર્ગના દરવાજા તેમના માટે બંધ થઈ જશે.

(d) **મનુસ્મૃતિમાં એક સમજૂતી છે:** બ્રાહ્મણોએ શૂદ્ર રાજ્યમાં કે એવી જગ્યાએ ન રહેવું જોઈએ કે જે દુષ્ટ આત્માઓની વસાહતોથી ઘેરાયેલું હોય અથવા નાસ્તિક વેદથી પ્રભાવિત હોય અથવા જ્યાં ચાંડાલ વગેરે જેવી નીચી જાતિઓ રહેતી હોય.

શૂદ્રના સ્થાને યજ્ઞ કરનાર બ્રાહ્મણને શ્રાદ્ધ વિધિ દરમિયાન અન્ય બ્રાહ્મણો સાથે ભોજન કરવાની છૂટ છે.

આમ કરવા માટે આમંત્રણ ન આપવું જોઈએ. યજમાનને તેના સ્પર્શથી ભોજન પીરસવાનો પૂરો લાભ મળતો નથી. મૃત શુદ્રને શહેરના દક્ષિણ દરવાજા પાસે, વૈશ્યને પશ્ચિમમાં, ક્ષત્રિયને ઉત્તરમાં અને બ્રાહ્મણને પૂર્વના દ્વારે લઈ જાઓ.

(iii)

(a) **આપસ્તંબ ધર્મ સૂત્રમાં એક સમજૂતી છે,** "બ્રાહ્મણોએ તેમનો જમણો હાથ કાનની ઊંચાઈ સુધી ઊંચો કરવો જોઈએ, ક્ષત્રિયોનો છાતીના સ્તર સુધી પહોંચવો જોઈએ, વૈશ્યોનો કમરના સ્તર સુધી પહોંચવો જોઈએ અને શુદ્રોએ પ્રથમ નમસ્કાર બંને હાથ નીચેની તરફ જોડીને કરવા જોઈએ." જવાબમાં, પ્રથમ (ત્રણ) વર્ગની વ્યક્તિએ હાથની ત્રણ આંગળીઓ નીચે ઊંચો કરીને છેલ્લા શબ્દને અભિવાદન કરવું જોઈએ. જો કોઈ શુદ્ર કોઈ બ્રાહ્મણના ઘરે મહેમાન બનીને આવે તો બ્રાહ્મણે તેને કોઈ કામ કરાવવું જોઈએ અને પછી તેને ભોજન આપવું જોઈએ, નહીં તો તે આદરણીય ગણાશે. અથવા બ્રાહ્મણના સેવકે સરકારી ભંડારમાંથી ચોખા લાવીને શુદ્રને આપીને ઉપકાર કરવો જોઈએ.

(b) **વિષ્ણુ સ્મૃતિ અનુસાર,** વેદયજ્ઞ અથવા શ્રાદ્ધમાં અતિથિનું મનોરંજન કરવા અથવા તેને (શુદ્ર) ખવડાવવાનો દંડ એકસો પાંચ મુદ્રા છે.

(c) **મનુમતિ આદેશ** દસ વર્ષનો બ્રાહ્મણ સો વર્ષના ક્ષત્રિય માટે પિતા સમાન છે. ધન, ભાઈચારો, પદ, કામ અને જ્ઞાન એ પાંચ આદર સ્થાન છે. છેલ્લું જ્ઞાન આદરની ખૂબ જ મહત્વપૂર્ણ નિશાની છે. ત્રણ ઉચ્ચ જ્ઞાતિઓમાં ઉપરોક્ત પાંચ ગુણોમાં તેઓ જેટલા ગુણો ધરાવે છે, તેટલા વધુ માન્ય છે. પરંતુ શુદ્ર ગમે તેટલો જ્ઞાની કે ધનવાન હોય, તે ૭૦ વર્ષની ઉંમર પછી જ આદરણીય બને છે. આ પહેલા નહીં.

મોટા થવાથી, વધુ ધનવાન બનવાથી અથવા વધુ પરિવારો

ઉછેરવાથી કોઈ પણ વ્યક્તિ મહાન બની શકતું નથી. ઋષિઓએ એવી ગોઠવણ કરી છે કે વેદ અને વેદાંતનું જ્ઞાન ધરાવનાર જ મહાન છે.

બ્રાહ્મણોને જ્ઞાન દ્વારા, ક્ષત્રિયોને શક્તિથી, વૈશ્યોને સંપત્તિથી અને શુદ્રોને વય દ્વારા શ્રેષ્ઠતા છે. માથા પરના વાળ સફેદ થઈ જવાથી કોઈ વૃદ્ધ થતું નથી. પરંતુ દેવતાઓ કહે છે કે જે યુવાન હોવા છતાં વેદ જાણતો હોય તે વૃદ્ધ માણસ જેવો હોય છે.

બ્રાહ્મણના ઘરે આવનાર ક્ષત્રિયો, વૈશ્ય, મિત્રો, સંબંધીઓ અને ગુરુઓને મહેમાન કહેવાતા નથી. જો કોઈ ક્ષત્રિય અતિથિ તરીકે આવે તો બ્રાહ્મણે તેને પ્રથમ ભોજન કર્યા પછી જ ભોજન આપવું જોઈએ. જો કોઈ વૈશ્ય કે શુદ્ર બ્રાહ્મણના મહેમાન તરીકે આવે તો તેની સાથે નોકર પણ હોવા જોઈએ. દયા બતાવતી વખતે ખોરાક આપો.

(iv)

(a) **આપસ્તમ્બ ધર્મસૂત્ર મુજબ**, ક્ષત્રિયના ખૂનીએ એક હજાર ગાયોનું દાન કરીને પ્રાયશ્ચિત કરવું પડશે, વૈશ્યના ખૂનીએ સો ગાયોનું દાન કરવું પડશે અને શૂદ્રના ખૂનીએ દસ ગાયનું બ્રાહ્મણને દાન કરવું પડશે.

(b) **ગોતમ ધર્મ સૂત્ર મુજબ**, જો કોઈ ક્ષત્રિય બ્રાહ્મણની સાથે દુર્વ્યવહાર કરે છે, તો તેને 100 કાંસાના પણ (ચલણ)નો દંડ છે અને તેને મારવા માટે બમણો દંડ છે. બ્રાહ્મણ સાથે દુર્વ્યવહાર કરવા બદલ વૈશ્યને ક્ષત્રિય કરતાં દોઢ ગણી સજા ભોગવવી પડશે. ઊલટું, જો કોઈ બ્રાહ્મણ કોઈ ક્ષત્રિયને ગાળો આપે તો તે અડધો એટલે કે પચાસ કાંસાના પણ (ચલણ અથવા મુદ્રા) ચૂકવે. તેવી જ રીતે, વૈશ્યનો દુરુપયોગ કરવાના કિસ્સામાં, બ્રાહ્મણ ક્ષત્રિયના કેસની તુલનામાં તાંબાના પચીસ ટુકડા ચૂકવશે. પરંતુ જો કોઈ શુદ્ર સાથે દુર્વ્યવહાર કરવામાં આવે તો તે તેને કોઈપણ રીતે સજા નહીં થાય.

(c) **બૃહસ્પતિના ધર્મસૂત્ર મુજબ**, બ્રાહ્મણ દ્વારા ક્ષત્રિય સાથે દુર્વ્યવહાર કરવા પર પચાસ પણ(ચલણ)નો દંડ થશે, વૈશ્ય દુર્વ્યવહાર કરે તો તેણે પચીસ પણ ચૂકવવા પડશે અને શૂદ્ર દુર્વ્યવહાર કરે તો સાડા બાર પણ ચૂકવવા પડશે. આ શિક્ષા ફક્ત સદાચારી અથવા ધાર્મિક શુદ્રનો દુરુપયોગ કરવા પર લાદવામાં આવે છે, એટલે કે જેણે પોતાનો શુદ્ર દરજ્જો સ્વીકાર્યો છે અને સ્વેચ્છાએ સેવા કરી રહ્યો છે અને તે નિર્દોષ છે. તેનાથી વિપરિત, બ્રાહ્મણ અનીતિહીન શુદ્રનો દુરુપયોગ કરે તેને કોઈ સજા નથી.

જો કોઈ વૈશ્ય કોઈ ક્ષત્રિય સાથે દુર્વ્યવહાર કરે તો તેને 100 પૈસાની સજા થશે. પરંતુ જો કોઈ ક્ષત્રિય વૈશ્યનું અપમાન કરે તો તેને અડધી સજા આપવામાં આવશે. જો કોઈ ક્ષત્રિય શૂદ્રનું અપમાન કરે તો તેને

માત્ર વીસ પણની સજા થશે. પરંતુ જો કોઈ વૈશ્ય શૂદ્રનું અપમાન કરે તો તેને બમણી સજા આપવામાં આવશે. તેનાથી વિપરિત, જો કોઈ શૂદ્ર કોઈ વૈશ્યનું અપમાન કરે છે, તો તેને પ્રથમ ઉલ્લેખિત સજા આપવામાં આવશે. જો તમે કોઈ ક્ષત્રિય સાથે દુર્વ્યવહાર કરશો તો તમને મધ્યવર્તી સજા મળશે અને જો તમે બ્રાહ્મણ સાથે દુર્વ્યવહાર કરશો તો તમને સૌથી સખત સજા મળશે.

(d) **મનુસ્મૃતિ મુજબ**, જો કોઈ ક્ષત્રિય બ્રાહ્મણને કઠોર શબ્દો બોલે તો તેને સો પણની સજા થશે, જો વૈશ્ય બ્રાહ્મણને અપમાનજનક કહે તો તેને એકસો પચાસ પણ અથવા બસો પણની સજા થશે પરંતુ શૂદ્રને તો મૃત્યુદંડની સજા થશે. તેનાથી વિપરિત, જો કોઈ બ્રાહ્મણ કોઈ ક્ષત્રિયનું અપમાન કરે તો તેણે પચાસ પણ ચૂકવવા પડશે, જો તે વૈશ્યનું અપમાન કરે તો તેણે પચીસ પણ ચૂકવવા પડશે, પરંતુ જો તે શૂદ્રનું અપમાન કરશે તો તેણે માત્ર સાડા બાર પણ જ ચૂકવવા પડશે.

ક્ષત્રિયની હત્યા માટે બ્રાહ્મણને હત્યાની સજાના ચોથા ભાગનું પ્રાયશ્ચિત કરવું પડશે, પોતાની ફરજમાં રોકાયેલા વૈશ્યને મારવા બદલ આઠમા ભાગનું પ્રાયશ્ચિત કરવું પડશે અને શૂદ્રને મારવા બદલ સોળમા ભાગ જેટલું પ્રાયશ્ચિત કરવું પડશે. જો કોઈ ક્ષત્રિય બ્રાહ્મણ દ્વારા આકસ્મિક રીતે મૃત્યુ પામે છે, તો તેણે બ્રાહ્મણને એક બળદ અને એક હજાર ગાયનું દાન કરવું જોઈએ અથવા તેના વાળ ઉગાડીને ત્રણ વર્ષ સુધી ગામની બહાર એક ઝાડ નીચે રહીને પ્રાયશ્ચિત કરવું જોઈએ. પોતાના વ્યવસાયમાં રોકાયેલા વૈશ્યની અજાણતા હત્યાના કિસ્સામાં, બ્રાહ્મણે એક વર્ષ માટે પ્રાયશ્ચિત કરવું જોઈએ અને બ્રાહ્મણોને એકસો અને એક ગાયનું દાન કરવું જોઈએ, પરંતુ કોઈ શૂદ્રની અજાણતા હત્યાના કિસ્સામાં, તેણે 6 મહિના માટે પ્રાયશ્ચિત કરવું જોઈએ અથવા એક બળદનું દાન કરવું જોઈએ. અને પુરોહિતને દસ સફેદ ગાયો દાન કરવી જોઈએ.

(e) **વિષ્ણુ સ્મૃતિ અનુસાર**, જો નીચલી જાતિની વ્યક્તિ ઉચ્ચ જાતિના કોઈનું અપમાન કરે છે અથવા હુમલો કરે છે, તો રાજાએ તેના શરીરના અંગને કાપી નાખવું જોઈએ. જો તે પોતાના કરતા ઉંચી જાતિની વ્યક્તિના આસન પર બેસે તો રાજાએ તેના નિતંબ પર ડાઘ લગાવવો જોઈએ અને તેને દેશમાંથી હાંકી કાઢવો જોઈએ. જો તે થૂંકે તો તેના બંને હોઠ કાપી નાખવા જોઈએ. જો તે હવા છોડે તો તેનો પાછળનો ભાગ કાપી નાખવો જોઈએ. જો તે અપમાન કરે છે, તો તેની જીભ કાપી નાખો. તેવી જ રીતે, નીચલી જાતિમાં જન્મેલો કોઈ માણસ અહંકારથી ઉચ્ચ જાતિને તેની ફરજ બજાવવા અંગે કોઈ સલાહ આપે, તો રાજાએ તેના ચહેરા પર ગરમ તેલ રેડવું જોઈએ. જો કોઈ શૂદ્ર ઉચ્ચ જાતિના

વ્યક્તિને અપમાનજનક નામથી બોલાવે છે, તો તેની જીભમાં અગ્નિથી લાલ થઈ ગયેલા દસ આંગળીના ખીલા ચોંટાડવા જોઈએ.

(V)

(a) **બૃહસ્પતિ સ્મૃતિ અનુસાર**:- "જો કોઈ શુદ્ર ઉપદેશ આપે, વેદ પાઠ કરે અથવા બ્રાહ્મણનું અપમાન કરે તો તેની જીભ કાપી નાખવી જોઈએ."

(b) **ગૌતમ ધર્મ સૂત્ર મુજબ**, "હવે જો તે જાણીજોઈને વેદ સાંભળે, તો તેના કાનમાં પીગળેલું સીસું અથવા લાળ નાખવી જોઈએ. જો તે વેદનો પાઠ કરે છે, તો તેની જીભ કાપી નાખવી જોઈએ; જો તે વેદનો પાઠ કરે છે, તો પછી તેના ટુકડા કરવા જોઈએ"

(c) **મનુસ્મૃતિ અનુસાર**:- એક શુદ્ર જે પગાર માટે શીખવે છે અથવા જે પગાર ચૂકવ્યા પછી અભ્યાસ કરે છે, એક શુદ્ર જે શુદ્ર પાસેથી અભ્યાસ કરે છે અથવા શૂદ્ર શીખવે છે તે વ્યક્તિ બંને દેવતાઓ અને પૂર્વજોની વિધિઓમાં બલિદાન છે.

શુદ્રને સલાહ ન આપવી, ઉચ્ચ સ્થાન અને હવિ શેષાંશ ન આપવી. તેને ધર્મ અને ઉપવાસની સીધી સલાહ પણ ન આપવી. જે વ્યક્તિ ધર્મનો ઉપદેશ આપે છે અને ઉપવાસનો આદેશ આપે છે તે શૂદ્રો સાથે અસાવૃત નામના અંધકાર નરકમાં જાય છે. શુદ્રની સામે વેદનો પાઠ ન કરવો. જે બ્રાહ્મણ રાતના છેલ્લા પહોરમાં વેદ વાંચીને થાકી ગયો હોય તેણે સૂવું ન જોઈએ.

(vi)

મનુસ્મૃતિ ઉપદેશ આપે છેઃ - બ્રાહ્મણ શૂદ્રની સંપત્તિ કોઈપણ પ્રતિબંધ વિના લઈ શકે છે, કારણ કે શુદ્ર પાસે પોતાનું કંઈ નથી, બધી સંપત્તિ તેના માલિકની છે. વાસ્તવમાં, જે શૂદ્ર ધન સંચય કરવામાં સક્ષમ હોય તેણે સંપત્તિ ભેગી કરવી જોઈએ નહીં કારણ કે સંપત્તિ પ્રાપ્ત કરીને તે બ્રાહ્મણોને પરેશાન કરે છે.

(vii)

રાજાને મનુસ્મૃતિની સલાહઃ જન્મથી બ્રાહ્મણ કે પોતાને બ્રાહ્મણ ગણાવનાર રાજાને ધર્મ કે રાજકારણ શીખવી શકે છે, શુદ્ર નહીં. જે રાજાનો ન્યાયાધીશ શૂદ્ર હોય તેનું રાજ્ય કાદવમાં ફસાયેલી ગાયની જેમ જમીન પર ડૂબી જાય છે. જે દેશમાં શુદ્રો, નાસ્તિકોની સંખ્યા વધુ હોય અને દ્વિજ ન હોય તે દેશ દુકાળ અને રોગથી પીડાય છે અને નાશ પામે છે.

(viii)

(a) **આપસ્તમ્બ ધર્મ સૂત્ર કહે છે:** તપસ્વી અને બ્રાહ્મણ જે ધર્મનું પાલન કરે છે, તેમના પગ ધોયા પછી પાણી પીવે છે તેવા શુદ્રો, અંધ, મૂંગા, બહેરા અને માંદા લોકો (જ્યાં સુધી તેઓ અશક્ત રહે છે) તેમને કરમુક્ત રાખવા જોઈએ.

શુદ્રનું કર્તવ્ય ત્રણેય વર્ણોની સેવા કરવાનું છે. તે જેટલી ઉચ્ચ જાતિની સેવા કરશે તેટલો તે વધુ ગુણવાન બનશે.

(b) **મનુસ્મૃતિ કહે છે:** મહા તેજસ્વી (બ્રહ્મા) એ વિશ્વના રક્ષણ માટે મોં, હાથ, જાંઘ અને પગથી જન્મેલા જીવો માટે વિવિધ ક્રિયાઓ સૂચવી છે. બ્રાહ્મણ માટે અભ્યાસ અને અધ્યાપન, યજ્ઞ કરવા, દાન આપવા અને લેવા જેવી ફરજો નિર્ધારિત કરવામાં આવી છે. ક્ષત્રિય માટે નિર્ધારિત ફરજો એ છે કે રક્ષણ કરવું, દાન કરવું, યજ્ઞ કરવો, અભ્યાસ કરવો, અને વિષયાસક્ત સુખો સાથે જોડાયેલા ન રહેવું. વાંચન, પશુપાલન, યજ્ઞ, વેપાર, ખેતી અને વ્યાજ પર ધન આપવું એ વૈશ્યોનું કર્તવ્ય છે. શુદ્ર માટે નિર્ધારિત એકમાત્ર ફરજ એ છે કે ઉપરોક્ત ત્રણ વર્ગોની ભક્તિભાવથી સેવા કરવી.

(ix)

(a) **આપસ્તમ્બ ધર્મ સૂત્ર કહે છે:** "જો બ્રાહ્મણ જાતિનો કોઈ પુરુષ શુદ્ર સ્ત્રી સાથે વ્યભિચાર કરે છે તો તેને દેશનિકાલ કરવો જોઈએ. તેનાથી વિપરીત, જો કોઈ શુદ્ર દ્વિજ સ્ત્રી સાથે વ્યભિચાર કરે છે, તો તેને મૃત્યુદંડનો સામનો કરવો પડશે."

(b) ગૌતમ ધર્મસૂત્ર કહે છે:- "જો શૂદ્ર આર્ય સ્ત્રી સાથે સંભોગ કરે તો તેનું શિશ્ન કાપી નાખવું જોઈએ અને તેની બધી સંપત્તિ છીનવી લેવી જોઈએ, પરંતુ જો તે સ્ત્રીનો વાલી હોય તો શુદ્રનું શિશ્ન કાપી નાખવું જોઈએ અને તેને મૃત્યુદંડ મળવો જોઈએ."

(c) **મનુસ્મૃતિ આદેશ આપે છે:** "એક શુદ્ર જે ઉચ્ચ જાતિની છોકરી સાથે સંભોગ કરે છે તે મૃત્યુને લાયક છે."

જે જ્ઞાતિની સ્ત્રી સાથે શારીરિક સંબંધ બાંધે છે તે છોકરીના પિતાને પૈસાથી સંતુષ્ટ કરી શકે છે અને લગ્ન કરી શકે છે.

જો કોઈ શૂદ્ર વાલી વિનાની દ્વિજ સ્ત્રી સાથે વ્યભિચાર કરે તો રાજાએ તેનું શિશ્ન કાપી નાખવું જોઈએ અને બધું જ ધન લઈ લેવું જોઈએ, પરંતુ જો તે વાલી દ્વારા સુરક્ષિત સ્ત્રી સાથે વ્યભિચાર કરે છે, તો મૃત્યુદંડની સાથે તેનું સર્વસ્વ છીનવી લેવું જોઈએ.

દ્વિજ જ્ઞાતિઓએ પોતાની જ્ઞાતિની છોકરી સાથે લગ્ન કરવું શ્રેષ્ઠ છે.

શૂદ્ર પુરુષો જ શુદ્રો સાથે લગ્ન કરી શકે છે, વૈશ્ય પુરુષો વૈશ્ય અને શુદ્ર સાથે લગ્ન કરી શકે છે, ક્ષત્રિય પુરુષો ક્ષત્રિય, વૈશ્ય અને શુદ્ર કન્યાઓ સાથે લગ્ન કરી શકે છે. પરંતુ બ્રાહ્મણોને ચારેય જાતિની છોકરીઓ સાથે લગ્ન કરવાનો અધિકાર છે. જો બ્રાહ્મણ કે ક્ષત્રિય ઉચ્ચ જાતિની સ્ત્રી ઉપલબ્ધ ન હોય તો પણ કોઈ પણ ઈતિહાસમાં શુદ્રને પત્ની બનાવવાનો કોઈ આદેશ નથી. જે દ્વિજ આસક્તિથી શૂદ્ર કન્યાઓ સાથે લગ્ન કરે છે, તેઓ ટૂંક સમયમાં તેમના સંતાનો સહિત તેમના વંશજોને શુદ્ર બનાવી દે છે.

બ્રાહ્મણ શુદ્ર સ્ત્રી સાથે સંભોગ કરીને નરકમાં જાય છે. અને તેની પાસેથી પુત્રને જન્મ આપીને તે બ્રાહ્મણના દરજ્જામાંથી મુક્ત થઈ જાય છે. વિવાહિત શુદ્રો તેમની પત્નીઓ દ્વારા દેવતાઓ, પૂર્વજો અને મહેમાનોને આપેલા પ્રસાદને સ્વીકારતા નથી અને શુદ્ર આવા આતિથ્ય સાથે સ્વર્ગમાં જવા માટે સક્ષમ નથી. દ્વિજ શુદ્ર સ્ત્રી જે પોતાનું અડધું દૂધ પીવે છે અને તેના શ્વાસ વડે તેની મહત્વપૂર્ણ હવાને પ્રદૂષિત કરે છે અને તેમાંથી બાળકને જન્મ આપે છે તેના મોક્ષનો કોઈ રસ્તો નથી.

(x)

(a) **વશિષ્ઠ ધર્મસૂત્ર કહે છે**: "દુઃખ, ઈર્ષ્યા, ખોટી વાણી, બ્રાહ્મણોની નિંદા, અપશબ્દો અને નિર્દયતા એ મૃત શરીરના લક્ષણો છે."

(b) **વિષ્ણુ સ્મૃતિ કહે છે**: "બ્રાહ્મણનું નામ શુભ હોવું જોઈએ, ક્ષત્રિયનું નામ શક્તિશાળી હોવું જોઈએ, વૈશ્યનું નામ શાલીન અને સંપત્તિથી સમૃદ્ધ હોવું જોઈએ, અને શુદ્રનું નામ દ્વેષપૂર્ણ હોવું જોઈએ."

(c) **ગૌતમ ધર્મ સૂત્ર કહે છે**: "શુદ્ર ચોથા વર્ણનો છે અને તેનો એક જ જન્મ છે. તેનો ધર્મ ત્રણ ઉપરી અધિકારીઓની સેવા કરવાનો છે. તે તેમની સેવા કરીને પોતાનું જીવન કમાય છે. તે તેમના પગરખાં પહેરે છે અને ખોરાક ખાય છે. જો કોઈ શુદ્ર દુર્વ્યવહાર કરે છે. અથવા દ્વિજને મુક્કો મારશે, જો તે બેઠેલી, સૂતી વખતે અથવા રસ્તા પર ચાલતી વખતે દ્વિજ સાથે સરખાવે તો તેને સજા થવી જોઈએ.

(d) **મનુસ્મૃતિ પણ તેનું અનુસરણ કરે છે**: "પરંતુ જો કોઈ બ્રાહ્મણ, લોભ કે વર્ચસ્વથી, તેમની ઈચ્છા વિરુદ્ધ ઉપનયનદ દ્વિજાતીઓ પાસેથી ગુલામનું કામ લે, તો રાજાએ તેને છસો પણની સજા કરવી જોઈએ. શુદ્ર હોય કે કેમ. બ્રાહ્મણે ખરીદ્યો હોય કે ન ખરીદ્યો હોય, તેની પાસેથી નોકરનું કામ લો, કારણ કે બ્રહ્માએ તેને માત્ર બ્રાહ્મણની સેવા કરવા માટે બનાવ્યો છે, માલિક દ્વારા મુક્ત થયા પછી પણ શુદ્ર તેના ગુલામ સ્વભાવમાંથી મુક્ત થઈ શકતો નથી કારણ કે તે ગુલામી તેનું ભાગ્ય છે. અને કોઈ તેને દૂર કરી શકતું નથી.

માત્ર બ્રાહ્મણો અને સમૃદ્ધ ગૃહસ્થોની સેવા કરવી એ અંતિમ ધર્મ છે જે શૂદ્રને સ્વર્ગ આપે છે. જે શુદ્ર પોતાના પ્રયત્નો અને વાણીમાં શુદ્ધ રહે છે, શ્રેષ્ઠ જાતિઓની સેવા કરે છે, મીઠી વાત કરે છે, અહંકારથી મુક્ત છે અને તેમના પર નિર્ભર રહે છે, તે ઉત્તમ જાતિ (તેના બીજા જન્મમાં) પ્રાપ્ત કરે છે.

જો શુદ્ર બ્રાહ્મણની સેવા કરીને પોતાનું જીવન ટકાવી ન શકે તો તેણે ક્ષત્રિયની સેવા કરવી જોઈએ અને જો આ પણ પૂરતું ન હોય તો તેણે વૈશ્યની સેવા કરવી જોઈએ. તેણે સ્વર્ગ પ્રાપ્ત કરવા અથવા બંને (સ્વાર્થ અને પરોપકાર) માટે બ્રાહ્મણોની સેવા કરવી જોઈએ.

બ્રાહ્મણની સેવા કરવી એ શુદ્રની કીર્તિ માટે પ્રસન્નતાકારી છે. બ્રાહ્મણની સેવા કરવી એ શુદ્રનું વિશેષ કર્તવ્ય કહેવાય છે. આ કામ સિવાય તે જે પણ કામ કરે છે. તે તેના માટે બિનઅસરકારક છે.

શૂદ્રની સેવા શક્તિ, કાર્યમાં કાર્યક્ષમતા અને સેવકોના પરિગ્રહ (કુટુંબના ભરણપોષણ માટેનો ખર્ચ) જોઈને બ્રાહ્મણોએ પોતાના કુટુંબ પ્રત્યે સાચા પ્રયત્નો કરવા જોઈએ. તે શુદ્રને વાસી અનાજ, જૂના વસ્ત્રો અને ચીંથરેહાલ વસ્ત્રો અને પથારી આપવી જોઈએ.

બ્રાહ્મણનું નામ શુભસૂચક, ક્ષત્રિયનું સામર્થ્યસૂચક, વૈશ્યનું નામ ધનસૂચક અને શુદ્રનું નિંદા દર્શક હોવું જોઈએ.

બ્રાહ્મણનું નામ શર્માન્ત, ક્ષત્રિયનું નામ સભાથી યુક્ત, વૈશ્યનું નામ પુષ્ટિ યુક્ત અને શુદ્રનું નામ દાસ યુક્ત રાખવું જોઈએ.

જો કોઈ શૂદ્ર દ્વિજને કઠોર શબ્દો કહે છે, તો તેની જીભ છેદવી જોઈએ કારણ કે તેનું મૂળ પાપ સ્થાનથી છે.

જો કોઈ શુદ્ર હોવા છતાં, દ્વિજજાતિના નામ અથવા જાતિ વિશે ખરાબ બોલે છે, તો તેના મોંમાં દસ આંગળી લાંબી સળગતી લોખંડની પટ્ટી મૂકવી જોઈએ. જો તે અહંકારથી બ્રાહ્મણને ધર્મનો ઉપદેશ આપે છે, તો રાજાએ તેના મોં અને કાનમાં ઉકળતું તેલ રેડવું જોઈએ.

જે ભાગથી અંત્યજ દ્વિજ પર હુમલો કરે છે તે ભાગ કાપી નાખવો જોઈએ. આ મનુનો આદેશ છે.

જો તે દ્વિજને મારવા માટે હાથ ઊંચો કરે કે લાકડી મારે તો તેનો હાથ કાપી નાખવો જોઈએ અને જો તે ક્રોધથી બ્રાહ્મણને લાત મારે તો તેનો પગ કાપી નાખવો જોઈએ.

જો કોઈ નીચી જાતિનો વ્યક્તિ બ્રાહ્મણ વગેરે સાથે આસન પર બેસવાની હિંમત કરે તો રાજા તેની કમર દાબી નાખશે અને તેને દેશમાંથી હાંકી કાઢશે અથવા તેના નિતંબનું માંસ કાપી નાખશે.

રાજાએ બ્રાહ્મણ પર અહંકારથી થૂંકનાર શૂદ્રના બંને હોઠ, પેશાબ

કરનારનું શિશ્ન અને અપાન વાયુ છોડનારની ગુદા કાપી નાખવી જોઈએ. જો શૂદ્ર બેદરકારીપૂર્વક બ્રાહ્મણના વાળ, પગ, દાઢી, ગરદન કે અંડકોષ પકડી લે તો રાજાએ કોઈપણ સંકોચ વિના તેના બંને હાથ કાપી નાખવા જોઈએ.

જો કોઈ પોતાની જ્ઞાતિમાંથી કોઈની ચામડી કાપીને લોહી ખેંચે તો તેને સો પૈસાની સજા થવી જોઈએ. માંસ કાપનારાઓને સખત સજા કરો અને હાડકાં તોડનારાઓને દેશમાંથી હાંકી કાઢો.

(e) નારદ સ્મૃતિ કહે છેઃ-

જો કોઈ શુદ્ર દ્વિજ પર ખોટો આરોપ મૂકે, તો રાજાના અધિકારીઓએ તેને બાળી નાખવો, તેના ટુકડા કરી નાખવા અને તેને ફાંસી આપી દેવી.

જો એક જન્મની વ્યક્તિ એટલે કે શુદ્ર દ્વિજનું અપમાન કરે છે તો તેની જીભ કાપી નાખવી જોઈએ કારણ કે તે નીચલી જાતિમાં જન્મ્યો હતો. જો કોઈનું નામ નફરતથી લેવામાં આવે તો દસ આંગળીની પટ્ટી ગરમ કરીને તેની જીભમાં કાણું પાડવું જોઈએ.

જો તે બ્રાહ્મણને અવિચારી રીતે ઉપદેશ આપે છે, તો રાજાએ તેના મોં અને કાનમાં ગરમ તેલ રેડવું જોઈએ. જો શૂદ્રના કોઈ અંગથી બ્રાહ્મણને દુઃખ થાય તો તે ભાગ કાપી નાખવો જોઈએ. જો કોઈ નીચલી જાતિનો માણસ ઉચ્ચ જાતિના માણસની સમકક્ષ બેઠક લે છે, તો તેની કમર દાબીને તેને હાંકી કાઢવો જોઈએ અથવા (રાજાએ) તેના નિતંબને ઊંડે સુધી કાપવા જોઈએ. જો તે તેના કરતાં ઉચ્ચ જાતિના કોઈ વ્યક્તિ પર ઉદ્ધતાઈપૂર્વક થૂંકશે, તો રાજા તેના બંને હોઠ પર પેશાબ કરશે, જો તે પોતાનો અપાન વાયુ છોડશે, તો તેનું શિશ્ન અથવા તેના નિતંબ કાપી નાખવામાં આવશે.

III

બ્રાહ્મણોએ શુદ્ર વિરુદ્ધ બનાવેલા કાયદાઓનું સંક્ષિપ્ત વર્ણન નીચે મુજબ છેઃ-

1. સામાજિક જાતિ વ્યવસ્થામાં શુદ્રોને છેલ્લા સ્થાને રાખવામાં આવ્યા હતા.
2. શૂદ્ર અશુદ્ધ છે, તેથી કોઈ પણ પવિત્ર વિધિ એવી જગ્યાએ ન કરવી જોઈએ જ્યાં તે વિધિ જોઈ શકે અથવા સાંભળી શકે.
3. શુદ્રને અન્ય વર્ણોની જેમ માન આપવું જોઈએ નહીં.
4. શુદ્રનું જીવન અર્થહીન છે. કોઈપણ તેને કોઈપણ સજા વિના મારી શકે છે અને જો કંઈક આપવું હોય તો પણ તે બ્રાહ્મણ, ક્ષત્રિય અને વૈશ્ય કરતાં ઘણું ઓછું છે.
5. શુદ્રને જ્ઞાન પ્રાપ્ત ન કરવું જોઈએ. આ એક પાપ છે અને તેની જાણકારી આપવી એ સજાપાત્ર ગુનો છે.

6. શુદ્ર પાસે કોઈ મિલકત હોવી જોઈએ નહીં. બ્રાહ્મણ જ્યારે ઇચ્છે ત્યારે તેની મિલકત છીનવી શકે છે.
7. શુદ્રને રાજ્યમાં કોઈ પદ આપી શકાય નહીં.
8. શુદ્રનું કર્તવ્ય ઉચ્ચ જાતિની સેવા કરવાનું છે. આ તેને સ્વતંત્રતા આપશે.
9. ઉચ્ચ જાતિની વ્યક્તિ શુદ્ર સાથે વૈવાહિક સંબંધો સ્થાપિત કરી શકતી નથી. તેઓ શૂદ્ર સ્ત્રીઓને સંભોગ માટે રાખી શકે છે, પરંતુ જો કોઈ શુદ્ર ઉચ્ચ જાતિની સ્ત્રીને અડકે તો તેને સખત સજા થવી જોઈએ.
10. શુદ્ર જન્મથી ગુલામ છે અને તેને કાયમ ગુલામ રાખવો જોઈએ.

ઉપરના સંક્ષિપ્ત વર્ણનમાંથી બે હકીકતો બહાર આવે છે. બ્રાહ્મણવાદી ધારાસભ્યોના સ્વ-લેખિત કાયદાનો માત્ર શુદ્રોને જ શિકાર બનાવવામાં આવ્યા છે. એ જાણીને વધુ આશ્ચર્ય થશે કે ઈન્ડો-આર્યન સમુદાયના પ્રાચીન બ્રાહ્મણ સાહિત્ય મુજબ, વૈશ્ય શૂદ્ર નહીં પણ દલિત હતા. આ અંગેની વિગતો ઐતરેય બ્રાહ્મણમાં જોવા મળે છે. આમાં રાજા વિશ્વામિત્ર અને શ્યાપર્ણ બ્રાહ્મણની વાર્તા છે જેમાં કહેવામાં આવ્યું છે કે પવિત્ર સોમરસ મેળવવા માટે તમામ જાતિઓ હકદાર છે. વૈશ્ય વિશે કહેવામાં આવ્યું છે.

હવે જો (પુરોહિત) દહીં લાવે, તો વૈશ્ય પાસે એક ચુસ્કી (દારૂની ચુસ્કી) છે, તેનાથી વૈશ્યને સંતુષ્ટ કરો. તમારી શ્રેણીમાં વૈશ્ય જેવો એક જન્મશે, જે અન્યને કર ચૂકવે છે અથવા જે અન્ય લોકો દ્વારા ઉપયોગમાં લેવાયેલું (ખાય છે) અને જે જ્યારે ઇચ્છે ત્યારે ત્રાસ આપી શકે છે.

પ્રશ્ન એ છે કે વૈશ્યો કેમ બચી ગયા અને બધો માર માત્ર શુદ્રો પર જ કેમ પડ્યો?

બ્રાહ્મણોને આપવામાં આવેલા વિશેષાધિકારોએ શૂદ્રની સૌથી નજીકના વૈશ્ય વર્ણને પણ અસર કરી હતી. શુદ્ર ત્રણેય વર્ગોથી નીચે છે અને બાકાત છે. એક સપાટી પર લાગે છે કે ત્રણેય વર્ણને શૂદ્રોનું શોષણ કરવાનો અધિકાર છે. પણ હકીકત શું છે? વાસ્તવિકતા એ છે કે ક્ષત્રિય અને વૈશ્યને શુદ્ર સામે અવાજ ઉઠાવવાનો અધિકાર પણ નથી. ત્રણેય વર્ગોની સરખામણીમાં બ્રાહ્મણોને વિશેષાધિકાર છે. ઉદાહરણ તરીકે, જો કોઈ શૂદ્ર ગુનો કરે છે, તો બ્રાહ્મણને ક્ષત્રિય અને વૈશ્ય કરતાં શૂદ્રને વધુ સજા કરવાનો અધિકાર વધુ છે. બ્રાહ્મણ શૂદ્રની મિલકત તેની જરૂરિયાત મુજબ કોઈપણ દોષ વિના લઈ શકે છે. શુદ્ર પાસે મિલકત ન હોવી જોઈએ કારણ કે તે બ્રાહ્મણને નુકસાન પહોંચાડે છે. શુદ્ર રાજાના રાજ્યમાં બ્રાહ્મણે ન રહેવું જોઈએ. આવું કેમ છે? શુદ્રો પ્રત્યે બ્રાહ્મણો તિરસ્કારથી વર્તે છે તેનું કારણ શું છે?

આ સિવાય અન્ય એક મહત્વના પ્રશ્ન પર વિચાર કરવો જરૂરી છે. શુદ્રોના નિષેધ વિશે સામાન્ય બ્રાહ્મણ વિચારે છે? દરેક વ્યક્તિ સ્વીકારશે કે તેના મંતવ્યો અસાધારણ અને કુદરતી રીતે નિંદાપાત્ર છે. શું બ્રાહ્મણો પણ આ વાત સ્વીકારશે? જો પ્રતિભાઓની સૂચિ તેના પર કોઈ અસર ન કરે તો તે અસામાન્ય નથી. પહેલી વાત એ છે કે શાશ્વત સ્વભાવ અને માનસિકતાએ તેમને એટલા નિરાશ કર્યા છે કે બ્રાહ્મણોએ શૂદ્રો પર લાદવામાં આવેલા પ્રતિબંધોના કારણો અને ઉકેલો વિશે વિચારવાની જરૂર જણાઈ નથી. બીજું, તેમની વચ્ચે વિચારશીલ લોકો પણ આ દસ મુદ્દાઓને એમ કહીને ટાળે છે કે અન્ય દેશોમાં પણ સમાન પ્રતિબંધો છે. તેથી, ત્યાં કોઈ અસામાન્ય અથવા શરમજનક પરિસ્થિતિ નથી. આ અન્ય પ્રકારના વિચારોની ચર્ચા કરવી જરૂરી છે.

બીજો વિચાર સરળ અને સ્વીકાર્ય છે અને પ્રતિષ્ઠા અપાવવામાં અને રૂઢિવાદી માન્યતાઓને સુધારવામાં મદદ કરે છે, તેમ છતાં કંઈપણ જેમ છે તેમ છોડવું યોગ્ય નથી. તે સ્પષ્ટ કરવું જરૂરી છે કે આ પ્રતિબંધ સમગ્ર વિશ્વમાં અનન્ય છે. બ્રાહ્મણવાદી કાયદાને વિશ્વના કોઈપણ કાયદા સાથે સરખાવવું અશક્ય છે. આને રોમન કાયદા સાથે સરખાવો.

IV

જો આપણે અહીંની સામાજિક વ્યવસ્થાને રોમન સામ્રાજ્યની વ્યવસ્થા અને ત્યાંના શોષિત સમાજ સાથે સરખાવીએ તો સારું રહેશે. રોમન બંધારણમાં સમાજની પાંચ શ્રેણીઓ હતી. (1) ઉમદા અને સામાન્ય (2) મુક્ત માણસો અને ગુલામો (3) નાગરિકો અને વિદેશીઓ (4) સ્વતંત્ર અને આશ્રિત (5) ખ્રિસ્તીઓ અને મૂર્તિપૂજકો

રોમન બંધારણ મુજબ, ત્યાં (1) કુલીન (2) મુક્ત માણસો (3) નાગરિકો (4) મુક્ત માણસો અને (5) ખ્રિસ્તીઓ હતા. આ ઉપરાંત, શોષિત વર્ગમાં (1) સામાન્ય લોકો (2) ગુલામો (3) વિદેશીઓ (4) તાબેદાર અને (5) અધાર્મિકોનો સમાવેશ થાય છે.

રોમનોના મતે, મુક્ત લોકોને નાગરિક અધિકારો તેમજ રાજકીય અધિકારો હતા. નાગરિક અધિકારોમાં વૈધાનિક વૈવાહિક (કેનબિયમ) અને સંપન્ન વ્યાપારી (કોમર્સિયમ) અધિકારો હતા. આમાંના પ્રથમ મુજબ, વ્યક્તિ કાયદેસર રીતે લગ્નને પૂર્ણ કરીને નાગરિક અધિકારો પ્રાપ્ત કરી શકે છે. આ એક ખાસ પૈતૃક અધિકાર હતો, જે મુજબ કોઈ વ્યક્તિ ઈચ્છા વિના પણ પૈતૃક સંપત્તિ પર અધિકાર મેળવી શકે છે. તેથી તેની ખૂબ જ જરૂર હતી. ચોક્કસ રોમન કાયદા અનુસાર, કોઈપણ મિલકત ખરીદવા અને વેચવાનો અધિકાર એસ્ટેટ અથવા કોમર્સિયમ અનુસાર મેળવવામાં આવ્યો હતો. રાજકીય અધિકારો અનુસાર, વ્યક્તિને

જનપ્રતિનિધિઓ પસંદ કરવા અને કોઈપણ પદ પર નિમણૂક મેળવવા માટે મત આપવાનો અધિકાર મળ્યો, જેને રોમન સામ્રાજ્યમાં ‹જુસ સફ્રાગી› અને ‹જુસ ઓનોરમ› કહેવામાં આવતું હતું. ફ્રીમેન અને ગુલામ વચ્ચેનો તફાવત એટલો જ હતો કે ગુલામોને કોઈ નાગરિક અધિકાર નથી. તેમના અધિકારો તેમના માલિકની ઇચ્છા પર આધારિત હતા.

વિદેશીઓ, જેમને ‹પેરેગ્રીન› કહેવામાં આવતા હતા, તેઓને કોઈ નાગરિક અથવા રાજકીય અધિકારો નહોતા અને જ્યાં સુધી તેઓ નાગરિક દ્વારા સુરક્ષિત ન હોય ત્યાં સુધી તેમને સુરક્ષાનો અધિકાર પણ ન હતો.

સ્વતંત્ર અને આશ્રિત વચ્ચેનો તફાવત એ હતો કે ભૂતપૂર્વને સત્તા માટે અન્ય કોઈ વ્યક્તિ પર આધાર રાખવો પડતો ન હતો જ્યારે બાદમાં આ સંદર્ભે તે અજાણ્યાઓ તરફ જોતો હતો. (1) પોટેસ્ટાસ, (2) માનુસ, (3) મેન્સિપિયમ તમામની સમાન અસર હોવા છતાં, રોમન કાયદા અનુસાર પોટેસ્ટાસમાં બે વર્ગો હતા. પોટેસ્ટાસમાં (1) ગુલામો (2) બાળકો (3) પાલી માનુસ (4) લોન લેવા માટે શાહુકારની નિમણૂક કરતી અદાલત (5) ભાડે રાખેલા તલવારબાજોનો સમાવેશ થાય છે. પોટેસ્ટાસ ગુલામની જેમ જીવતા હતા. પોતાના અધિકારોનો ઉપયોગ કરવાને બદલે તેણે બીજાની સુરક્ષા લેવી પડી.

પોટેસ્ટાસના કારણે વિષયને નીચેના પ્રતિબંધો ભોગવવા પડ્યા. અને (1) તેઓ

તેઓ મુક્ત ન હતા, (2) તેઓ મિલકત હસ્તગત કરી શક્યા ન હતા (3) જ્યારે તેઓ માર્યા ગયા કે ઘાયલ થયા ત્યારે તેઓ પોતાનો વિરોધ કરી શકતા ન હતા.

ખ્રિસ્તી ધર્મના પ્રસાર સાથે, ભીંગડા પર પ્રતિબંધો લાદવામાં આવ્યા હતા. શરૂઆતમાં, જ્યારે રોમના તમામ રહેવાસીઓ એક જ રીતે પૂજા કરતા હતા, ત્યારે તેમના નાગરિક અધિકારોમાં ધર્મની કોઈ દખલ નહોતી. ખ્રિસ્તી સમ્રાટોના સામ્રાજ્યમાં, નાસ્તિકો, ધર્માંતરિત અને વિધર્મીઓ (મૂર્તિપૂજકો) અને યહૂદીઓ બધાને વિવિધ રીતે પ્રતિબંધિત કરવામાં આવ્યા હતા, ખાસ કરીને મિલકત હસ્તગત કરવા અને કોર્ટમાં જુબાની આપવાના કિસ્સામાં. માત્ર રૂઢિચુસ્ત ખ્રિસ્તીઓ, ચાર સભ્યોની કાઉન્સિલ દ્વારા માન્યતા પ્રાપ્ત, નાગરિક અધિકારોનો આનંદ માણી શકે છે.

રોમન કાયદામાંના નિયંત્રણોની વિગતોનો હિંદુઓ જાણી જોઈને ઉપયોગ કરી શકે છે તે દર્શાવવા માટે કે તે માત્ર બ્રાહ્મણવાદી કાયદો જ નથી જે અમુક વર્ગના લોકો પર નિયંત્રણો લાદે છે, પરંતુ રોમન કાયદો

બ્રાહ્મણ કાયદા જેટલો ક્રૂર ન હતો. રોમન અને બ્રાહ્મણીય કાયદાઓની તુલના કરીને અને પ્રતિબંધોને સમજાવીને, બ્રાહ્મણીય કાયદાના આધારે સત્ય પ્રગટ થાય છે.

રોમન કાયદામાં પ્રતિબંધ અને સત્તાનો આધાર શું હતો? રોમન કાયદાનો એક સામાન્ય વિદ્યાર્થી પણ જાણે છે કે રોમન કાયદાનો આધાર કાપૂત અને ‹એક્ઝિસ્ટીમાસિયો› હતો.

કાપૂત એટલે વ્યક્તિની નાગરિક સ્થિતિ. આ પરિસ્થિતિમાં મુખ્યત્વે ત્રણ બાબતો સામેલ હતી. - (1) સ્વતંત્રતા, (2) નાગરિકતા અને (3) કુટુંબ. તેઓ સ્વતંત્રતા અધિકારો ધરાવતા મુક્ત વ્યક્તિઓ તરીકે ઓળખાતા હતા. ગુલામોને આ અધિકારો મળ્યા નથી. જો કોઈ મુક્ત વ્યક્તિ રોમનો નાગરિક હતો, તો તેને આપોઆપ નાગરિક અધિકારો મળી ગયા. તેમને માત્ર રાજકીય અધિકારો જ મળ્યા નથી પરંતુ તેમને નાગરિક વિભાગનો અધિકાર પણ મળ્યો હતો. આખરે તેને કૌટુંબિક કાયદા હેઠળ તમામ સુવિધાઓ મળશે.

જ્યારે પણ હાલની સ્થિતિ નાબૂદ કરવામાં આવશે અથવા તેમાં ફેરફાર કરવામાં આવશે, ત્યારે વ્યક્તિ કેપિટિસ ડિમિનુસિયોની સ્થિતિમાં આવશે, જેનો અર્થ છે કે તેની અગાઉની માન્ય સ્થિતિ સંપૂર્ણપણે નાબૂદ અથવા અમુક અંશે ઘટાડવામાં આવશે. આ પરિસ્થિતિમાં ત્રણ પ્રકારના ફેરફારો હતા જેને સૌથી વધુ, મધ્યમ અને લઘુત્તમ કહેવાય છે. મોટા ભાગના કિસ્સાઓમાં, સ્વતંત્રતા, નાગરિકતા અને વૈવાહિક અધિકારો ખોવાઈ ગયા હતા. આ એવી પરિસ્થિતિમાં બન્યું જ્યારે રોમન નાગરિક યુદ્ધ કેદી બન્યો અથવા ફોજદારી કેસમાં તેને ગુલામ બનાવવામાં આવ્યો, પરંતુ દુશ્મનથી મુક્ત થયા પછી, તેણે તમામ નાગરિક અધિકારો પાછા મેળવ્યા.

દરજ્જામાં ફેરફારની બીજી રીત વ્યક્તિગત સ્વતંત્રતાના સંપાદન ઉપરાંત નાગરિક અને પારિવારિક અધિકારોની ખોટ હતી. પરંતુ આ ત્યારે કરવામાં આવ્યું જ્યારે કોઈ નાગરિકે અન્ય પ્રાંતની નાગરિકતા મેળવી. આવી સ્થિતિમાં તેણે અગ્નિ અને પાણીનો ઉપયોગ કરવો જોઈએ.

તેને રોમન સામ્રાજ્યનો પ્રદેશ છોડતા અટકાવવામાં આવ્યો હતો અથવા તેને સામ્રાજ્યના બીજા પ્રાંતમાં જવાની સજા આપવામાં આવી હતી.

જ્યારે કોઈ વ્યક્તિ તેની સ્વતંત્રતા અને નાગરિકતાથી વંચિત થયા વિના કોઈ ચોક્કસ પરિવારના સભ્ય બનવાનું બંધ કરે છે, ત્યારે તેને ઓછામાં ઓછું પ્રાંત છોડવાનું કહેવામાં આવ્યું હતું, ઉદાહરણ તરીકે જ્યારે સ્વતંત્ર નાગરિકને બળજબરીથી બીજાના અધિકાર હેઠળ

લાવવામાં આવ્યો હતો. એક છોકરો જે ગુલામ બન્યો હતો, તેના પિતા તેને કાયદેસર રીતે મુક્ત કરવામાં સક્ષમ હતા.

નાગરિકતા મૂળભૂત રીતે જન્મ દ્વારા પ્રાપ્ત કરવામાં આવી હતી. કાયદેસર રીતે, લગ્નથી જન્મેલું બાળક પિતાનો દરજ્જો પ્રાપ્ત કરીને નાગરિક બને છે, જો બાળકના જન્મ સમયે પિતા પણ કાયદેસર હોય. જો નાગરિકત્વ પ્રાપ્ત ન થયું હોય, તો બાળકને માતાનો દરજ્જો વારસામાં મળશે. આવી સ્થિતિમાં જન્મ લે તો ગુલામ પણ નાગરિકતા મેળવે. આ નિયમો વિદ્વાનો ‹ઇલિયાસેન્ટિયા› અને ‹જુનિયા નોર્બના› દ્વારા સંશોધિત કરવામાં આવ્યા હતા. આ મુજબ, મુક્ત વ્યક્તિ માત્ર અમુક કિસ્સાઓમાં જ વિદેશીનો દરજ્જો મેળવી શકે છે. જેમ જેમ અન્ય સુધારાઓ અમલમાં આવ્યા તેમ, દરેક ગુલામને મત આપવાનો અને નાગરિક બનવાનો અધિકાર ચાલુ રહ્યો. નાગરિકતાના અધિકારો સમગ્ર જાતિને અથવા કોઈ ચોક્કસ વ્યક્તિને જાહેર અથવા સંસદ દ્વારા વાર્ષિક સમારોહમાં અથવા રાજ્યાભિષેક પ્રસંગે સમ્રાટ દ્વારા આયોજિત સમારંભમાં આપવામાં આવ્યા હતા. આ બધું એવું હતું કે જેને આજકાલ નેચરલાઈઝેશન કહેવાય છે.

રોમન કાયદા હેઠળ, વ્યક્તિની સ્થિતિ એવી હોઈ શકે કે ન પણ હોઈ શકે, જેનો અર્થ એવો થાય છે કે નાગરિકતાના અધિકારની સાથે, રાજકીય અધિકારો, એટલે કે મત આપવાનો અને વહીવટી હોદ્દા રાખવાનો અધિકાર, રાજકીય અધિકારોનું આદર કરવામાં આવે છે તેના પર આધાર રાખે છે. કાયદો રોમન નાગરિકનો પુત્ર અથવા ઉશ્કેરાટ બંને પ્રકારના હોઈ શકે છે. બીજી તરફ, રોમનો રહેવાસી નાગરિકત્વના અધિકારોથી વંચિત રહીને રાજકીય અધિકારોથી વંચિત રહી શકે છે. રાજકીય અધિકારો મેળવવા માટે કાયદાની નજરમાં આદરણીય વ્યક્તિ બનવું જરૂરી હતું. માત્ર નાગરિકત્વ ધરાવનાર વ્યક્તિ રાજકીય અધિકારો મેળવી શકતી નથી.

રાજકીય અધિકારો બે પરિસ્થિતિઓમાં ગુમાવી શકાય છે. સ્વતંત્રતા ગુમાવવા પર અથવા દોષિત સાબિત થયા પછી સજાનો સામનો કરવા પર. સ્વતંત્રતાના અંતે, રાજકીય અધિકારો સંપૂર્ણપણે નાબૂદ કરવામાં આવ્યા હતા. ગુનાની ગંભીરતા અનુસાર રાજકીય સત્તા બદલાતી હતી. જ્યારે ગુનો ગંભીર હતો, ત્યારે રાજકીય અધિકારો ગુમાવવાને ‹ઇન્ફેમિયા› કહેવામાં આવતું હતું. સામાન્ય ગુનાઓને ‹તુરાપટ્ટડો› કહેવામાં આવતું હતું. ગંભીર ગુનાઓ માટે રાજકીય અધિકારો છીનવી લેવામાં આવ્યા હતા. રોમન કાયદા હેઠળ, પ્રતિવાદીને ગંભીર ગુનેગાર તરીકે વર્ગીકૃત કરવામાં આવ્યો હતો. ચોરી, લૂંટ,

છેતરપિંડી વગેરે ગંભીર ગુનાઓ ગણવામાં આવતા હતા. આ ગુનાઓમાં મુખ્ય આરોપીના સાથીદારને પણ આ જ સજા આપવામાં

આવી હતી. જાહેરમાં સ્ટેજ પર અભિનય કરવો અથવા તલવાર ચલાવવાનું કૌશલ્ય પ્રદર્શિત કરવું, બદનામી, વેશ્યાવૃત્તિ અને સમાજમાં નિંદા થાય તેવી અન્ય નિમ્ન કક્ષાની પ્રવૃત્તિઓને કારણે સૈન્યમાંથી હાંકી કાઢવા વગેરે ગંભીર ગુનાઓ ગણવામાં આવતા હતા.

બદનામીનું પરિણામ રાજકીય અધિકારોનું નાબૂદ થવું, ચૂંટણીમાં મત આપવાના અધિકાર પર પ્રતિબંધ અને વહીવટી હોદ્દા પરથી દૂર કરવાનું હતું.

રોમન બંધારણમાં અધિકારો અને પ્રતિબંધોનું કાળજીપૂર્વક વિશ્લેષણ એ સ્પષ્ટ કરે છે કે આ દરેક માટે સમાન હતા. આ પૈકી, જાતિ ભેદભાવ, અધિકારો અને પ્રતિબંધો સામાન્ય રીતે રોમન બંધારણ દ્વારા સંચાલિત હતા. નાગરિક અને રાજકીય અધિકારોનો ઉપયોગ કોઈપણ દ્વારા કરી શકાય છે અને આ અધિકારો સમાપ્ત થયા પછી દરેકને સમાન પ્રતિબંધો ભોગવવા પડ્યા હતા. બ્રાહ્મણવાદી કાયદાનું ચરિત્ર શું છે?

તે નિર્વિવાદ છે કે અધિકારો અને પ્રતિબંધો દરેકને સમાનરૂપે લાગુ કરવામાં આવ્યાં નથી. દરેક વસ્તુનો આધાર વર્ણ હતો. બ્રાહ્મણવાદી કાયદાનો સૈદ્ધાંતિક આધાર એ હતો કે તમામ અધિકારો પ્રથમ ત્રણ વર્ગો માટે હતા અને તમામ પ્રતિબંધો શુદ્રો માટે હતા. બ્રાહ્મણવાદી બંધારણના ટોચના સમર્થકો કહી શકે છે કે રોમન બંધારણ પણ આપણા બંધારણની જેમ વર્ગ પર આધારિત હતું. એવું ગણી શકાય કે જ્યાં સુધી ભદ્ર વર્ગ અને સામાન્ય લોકોનો સંબંધ હતો ત્યાં સુધી અધિકારો અને પ્રતિબંધોનું વર્ગવિભાજન હતું. આ સંદર્ભે નીચેની વિગતો ધ્યાનમાં લેવા જેવી છે.

સૌ પ્રથમ, તે નોંધનીય છે કે સામાન્ય લોકો નીચલા વર્ગના માનવામાં આવે છે. તેઓ ગુલામ ન હતા, તેઓ આઝાદ હતા અને તેમની પાસે જુસ કામીના અધિકારો હતા જેના અનુસાર તેઓ તેમની મિલકત ખરીદી અને વેચી શકતા હતા. તેઓ માત્ર રાજકીય અને સામાજિક અધિકારોમાં જ મર્યાદિત હતા. બીજી વાત એ છે કે તેમના પર લાદવામાં આવેલા આ નિયંત્રણો કાયમી નહોતા. તેમને બે પ્રકારના સામાજિક બંધનોનો સામનો કરવો પડ્યો. એક તો તેમની અને ચુનંદા વર્ગ વચ્ચેના આંતર-જ્ઞાતિય લગ્ન હતા. આ પ્રતિબંધ ઘણા સમય પહેલા લાગુ હતો અને તેને બાર જજો દ્વારા કાયદેસર કરવામાં આવ્યો હતો. ઈ.સ. પૂર્વ 445 માં, કેનેલિયન કાયદા દ્વારા બે વર્ગો વચ્ચેના આંતર-જ્ઞાતિ વૈવાહિક સંબંધો પરનો પ્રતિબંધ નાબૂદ કરવામાં આવ્યો હતો. અન્ય પ્રતિબંધને કારણે, નીચલા વર્ગના સામાન્ય લોકો રોમના મંદિરોમાં ‹પોન્ટિફ› અને ‹ઉગુરુષા›ના હોદ્દા રાખી શકતા ન હતા. આ સંદર્ભમાં, આ પ્રતિબંધ પણ ઈ.સ. પૂર્વ 300 પહેલા ‹ઓગુનિયન› કાયદાના અમલીકરણ સાથે સમાપ્ત થયો.

જ્યાં સુધી એસેમ્બલી માટે મત આપવાના અધિકારની વાત છે, રોમના છઠ્ઠા સમ્રાટના શાસન દરમિયાન સર્વિયસ તુલિયસ બંધારણ લાગુ કરવામાં આવ્યું ત્યારે તેમને પણ આ અધિકાર મળ્યો હતો. રાજકીય પ્રતિબંધો અનુસાર, તેઓ વહીવટી અથવા જાહેર હોદ્દાઓ પર નિયુક્ત થઈ શકતા નથી. ઇ.સ. પૂર્વે 509 માં પ્રજાસત્તાકની સ્થાપના સાથે, આ પ્રતિબંધ હવે અસ્તિત્વમાં નથી. આ સંદર્ભે ‹પ્લેબિયસ ટ્રિબ્યુન›ની નિમણૂક ઇ.સ. પૂર્વે 494માં કરવામાં આવી હતી અને ઔપચારિક રીતે તેમને ઇ.સ. પૂર્વે 412માં ખજાનચીનું પદ મળવાનું શરૂ થયું હતું. ઇ.સ. પૂર્વે 367માં શાબ્દિક રીતે કોન્સલશિપ મેજિસ્ટ્રેટની પોસ્ટ, ઇ.સ. પૂર્વે 366 માં ‹પ્રી-ક્યુર્યુલેડિશિપ›, ઇ.સ. પૂર્વે 356માં સરમુખત્યારશાહી, ઇ.સ. પૂર્વે 251માં સેન્સરશિપ (વિવેચક) અને ઇ.સ. પૂર્વે 336માં પ્રેટરશિપ (મેજિસ્ટ્રેટ), ઇ.સ. પૂર્વે 351માં હોટેશિયન એસેમ્બલીની શરૂઆત થઈ. સામાન્ય લોકો માટે એક મહત્વપૂર્ણ જીત હતી. આ કાયદો અમલમાં આવતાની સાથે જ રોમના તમામ રહેવાસીઓને લાગુ પડતા કાયદાઓમાં એકરૂપતા આવી અને ઉચ્ચ નીચ વચ્ચેનો ભેદભાવ લગભગ સમાપ્ત થઈ ગયો. આ રીતે સામાન્ય અને ભદ્ર વર્ગ એક જ વર્ગમાં આવ્યા અને રાજકીય અધિકારો સમાન રીતે ભોગવવા લાગ્યા.

સામાન્ય માણસને માત્ર સામાજિક દરજ્જા અને રાજનૈતિક અધિકારોમાં ઉમરાવોની સમાનતા જ મળી નથી, પરંતુ ખાનદાની તરફ આગળ વધવાની તક પણ મળી છે. રોમન સમાજમાં, વ્યક્તિગત પ્રતિષ્ઠા અને પદની પ્રાપ્તિમાં જન્મ અને નસીબ મુખ્ય ભૂમિકા ભજવે છે. આ ઉપરાંત મેજિસ્ટ્રેટની પોસ્ટ પણ સમાજમાં પ્રતિષ્ઠા લાવે છે.

જો જન્મથી દરેક નાગરિક, પછી ભલે તે સામાન્ય માણસ હોય કે ઉમરાવો, મેજિસ્ટ્રેટની બેઠક પર કબજો કરી શકે અથવા તેનાથી પણ ઉચ્ચ હોદ્દા પર પહોંચી શકે, તો તે વ્યક્તિગત પ્રતિષ્ઠા અને સન્માનનો હકદાર બનશે. તે વારસદારો માટે સન્માનનું સ્થાન પણ બની શકે છે અને આમ ઉચ્ચ ભદ્ર સમુદાય તરીકે ઓળખાતા વર્ગમાંથી વર્ગવિભાજન બનાવી શકે છે. આ રીતે, જ્યારે સામાન્ય લોકો પરથી પ્રતિબંધો હટાવવામાં આવ્યા હતા, ત્યારે તેઓ પણ ઉચ્ચ વર્ગમાં તેમના કરતા આગળ ઉચ્ચ સ્થાને પહોંચ્યા હતા.

રોમન કાયદામાં, સાંપ્રદાયિક ધોરણે અધિકારો અને વિશેષાધિકારોમાં તફાવત હતો, પરંતુ હકીકત એ છે કે સામાન્ય લોકોને લાગુ પડતા વિશેષાધિકારો કાયમી ન હતા. આ પ્રતિબંધો અસ્તિત્વમાં હતા, પરંતુ થોડા સમય પછી તે દૂર કરવામાં આવ્યા હતા. બ્રાહ્મણવાદી બંધારણના સમર્થકોને એ જોઈને આશ્ચર્ય ન થવું જોઈએ કે તેમના બંધારણની જેમ,

રોમન બંધારણમાં પણ ઉંચ-નીચની સમાન સમજ હતી. તેઓએ જવાબ આપવો પડશે કે રોમન કાયદાએ જે રીતે ઉતરતા અને ઉચ્ચ વર્ગ વચ્ચેનો તફાવત દૂર કર્યો. એ જ રીતે, આ બ્રાહ્મણવાદી કાયદાઓના સમર્થકોએ ત્રણ વર્ગો અને શુદ્રો વચ્ચેનો તફાવત કેમ નાબૂદ કર્યો? આમ એમ પણ કહી શકાય કે રોમન કાયદાના અધિકારો અને પ્રતિબંધો સાંપ્રદાયિક ન હતા જ્યારે બ્રાહ્મણ કાયદામાં તેઓ જાતિવાદી હતા.

રોમન કાયદા અને બ્રાહ્મણીય કાયદા વચ્ચે આ એક માત્ર તફાવત નથી, પરંતુ આ સિવાય બે વધુ તફાવતો છે. એક તો એ કે રોમન કાયદામાં નાગરિક અને રાજકીય અધિકારોની સમાનતા ન હતી, પરંતુ ફોજદારી કાયદામાં દંડાત્મક કાયદામાં નાગરિકો વચ્ચે કોઈ ભેદ ન હતો. પ્લેબિયન અથવા પેટ્રિશિયન્સમાં પણ સમાન ગુના માટે સમાન સજા હતી, પછી ભલે તે આરોપી અથવા વાદી ગમે તે હોય. અપરાધ સિદ્ધ થાય તો સમાન સજા આપવામાં આવતી હતી. પરંતુ ધાર્મિક સૂત્રો અને સ્મૃતિઓ શું કહે છે? તે ચોક્કસ વિરોધી સિદ્ધાંતનો પ્રસ્તાવ મૂકે છે. વાદી અને પ્રતિવાદીની જાતિ પ્રમાણે સમાન પ્રકારના ગુનાની સજા અલગ-અલગ હોય છે. જો આરોપ લગાવનાર શુદ્ર હોય અને આરોપી ત્રણ ઉચ્ચ જાતિમાંથી કોઈ હોય તો સજા અનુક્રમે ઓછી છે. તેનાથી વિપરિત, જો આરોપી ત્રણમાંથી એક ઉચ્ચ વર્ગનો હોય તો સજાની જોગવાઈ ખૂબ જ આકરી છે. આ બર્બરતાનો બીજો પ્રકાર છે જે રોમન કાયદા અને બ્રાહ્મણીય કાયદા વચ્ચેનો તફાવત દર્શાવે છે.

બ્રાહ્મણવાદી કાયદાથી રોમન કાયદાના તફાવતની બીજી નોંધપાત્ર હકીકત છે. તે પ્રતિબંધની પ્રકૃતિ સાથે સંબંધિત છે. બે હકીકતો ધ્યાનમાં લેવા જેવી છે. સૌ પ્રથમ, રોમન સમાજમાં જ્યારે પણ કોઈ પરિસ્થિતિ અસ્તિત્વમાં આવી ત્યારે પ્રતિબંધો લાદવામાં આવ્યા હતા, પ્રતિબંધ પ્રણાલી લાગુ કરવામાં આવી હતી. પરિસ્થિતિ બદલાતાની સાથે જ તે વ્યવસ્થા નાબૂદ કરવામાં આવી અને પરિસ્થિતિમાં સમાનતા લાવવામાં આવી. રોમન કાયદા વિશે બીજી નોંધપાત્ર બાબત એ હતી કે તેણે કોઈની સમાન સ્થિતિ કાયમ માટે ચાલુ રાખવાનો કોઈ પ્રયાસ કર્યો નથી. તેમાં સતત ફેરફારો થતા રહ્યા. બીજી બાજુ, રોમન કાયદાએ પણ સંજોગોને બદલવાનો પ્રયાસ કર્યો હતો જેના કારણે કેટલાક પ્રતિબંધો અમલમાં હતા, તે પ્લેબિયન, ગુલામો, વિદેશીઓ અને મૂર્તિપૂજકોના ઉદાહરણો પરથી સ્પષ્ટ થાય છે.

જો રોમન કાયદા હેઠળના પ્રતિબંધો અંગે ઉપર આપેલ બંને હકીકતો ધ્યાનમાં લેવામાં આવે તો સ્પષ્ટ થાય છે કે ધાર્મિક સ્ત્રોતો અને સ્મૃતિઓએ કેટલી છેતરપિંડી કરી છે. જો પ્રતિબંધો સંજોગો પર આધારિત હોત અને

શુદ્રોને તેમાંથી મુક્ત થવાનો પ્રયાસ કરવાની સ્વતંત્રતા હોત, તો શુદ્રો પર પ્રતિબંધો લાદવામાં આવ્યાં તે આટલા અસંસ્કારી સાબિત થયા ન હોત. બ્રાહ્મણવાદી કાયદા મુજબના પ્રતિબંધોનો અમલ કરવામાં આવ્યો ન હતો. બલ્કે, ક્રૂર કાયદાઓ બનાવીને તેમને શાશ્વત બનાવી દેવાયા અને તેમાંથી છુટકારો મેળવવાનો પ્રયાસ પણ સજાપાત્ર ગુનો બનાવાયો. જે મુજબ આકરી સજા કરવાની જોગવાઈ કરવામાં આવી હતી.

આ રીતે, બ્રાહ્મણવાદી કાયદો માત્ર પ્રતિબંધોને જ લાગુ કરતો નથી, પણ તેમને સ્થિરતા પણ આપે છે. એક ઉદાહરણ છે.

શૂદ્ર વૈદિક યજ્ઞ કરી શકતો નથી કારણ કે તે વૈદિક મંત્રોના પાઠ કરવા લાયક નથી. આ પ્રતિબંધનો કોઈ ભંગ કરી શકે નહીં. ધાર્મિક સૂત્રો અહીં અટકતા નથી, તેઓ આગળ વધે છે અને આદેશ આપે છે કે શુદ્ર માટે વેદ વાંચવા કે સાંભળવા એ ગુનો છે. જો તે આમ કરે તો તેની જીભ કાપી નાખવી જોઈએ અને પીગળેલું સીસું તેના કાનમાં નાખવું જોઈએ. કોઈ વ્યક્તિને ધાર્મિક વિધિઓથી વંચિત રાખવાનું આનાથી વધુ ક્રૂર ઉદાહરણ બીજું શું છે?

આ પ્રતિબંધો વિશે સમજૂતી શું છે? બ્રાહ્મણવાદી કાયદા ઘડનારાઓએ શુદ્રો પ્રત્યે આટલું કઠોર વર્તન કેમ કર્યું? તેમની યાદો માત્ર અન્યાયનું વર્ણન કરે છે.

તેમાં લખ્યું છે કે શુદ્ર ઉપનયનનો હકદાર નથી. તે મિલકતની માલિકીનો હકદાર નથી પણ તે શા માટે સમજાવતો નથી? બધી વસ્તુઓ અતાર્કિક છે. શુદ્રોનો નિષેધ તેમના વ્યક્તિગત ચારિત્ર્યને કારણે નથી. આ કોઈપણ પ્રકારના દ્વેષનું પરિણામ નથી. શુદ્રને સજા થવી જોઈએ કારણ કે તે શુદ્ર છે. આ એક રહસ્ય છે જેને ઉકેલવાની જરૂર છે. બ્રાહ્મણ ગ્રંથોથી સમસ્યાનો ઉકેલ આવતો નથી. તેથી, આપણે આ સમજાવવા માટે વધુ સંશોધન કરવું પડશે.

■

4.

શુદ્ર વિરુદ્ધ આર્ય

I

પ્રથમ વર્ણન પરથી સ્પષ્ટ થાય છે કે બ્રાહ્મણ લેખકોની કૃતિઓ શુદ્રો કોણ હતા અને તેઓ આર્યોના ચોથા વર્ણ કેવી રીતે બન્યા તે દર્શાવતી નથી. તેથી, શૂદ્રોની ઉત્પત્તિ અંગે પશ્ચિમી વિદ્વાનોએ વ્યક્ત કરેલા વિચારોનું અવલોકન કરવું જરૂરી છે. શૂદ્રોની ઉત્પત્તિ વિશે પશ્ચિમી વિદ્વાનોનો ચોક્કસ ખ્યાલ છે. જો કે તમામ વિદ્વાનો એકમત નથી, તેમ છતાં નીચેના મુદ્દાઓ પર બધા એકમત છે

1. વૈદિક સાહિત્ય આર્યો દ્વારા રચવામાં આવ્યું હતું.
2. આર્યો બહારથી ભારતમાં આવ્યા અને ભારત પર હુમલો કર્યો.
3. ભારતના મૂળ રહેવાસીઓ દાસ અને દસ્યુ હતા, જેઓ આર્ય જાતિથી અલગ જાતિના હતા.
4. આર્યો ગોરા રંગના હતા અને દાસ અને દસ્યુ શ્યામ રંગના હતા.
5. આર્યોએ દાસો અને દસ્યુઓ પર વિજય મેળવ્યો.
6. દાસો અને દસ્યુઓને હરાવીને દાસ બનાવ્યા પછી જ તેઓ શુદ્ર કહેવાયા.
7. આર્યો, જેઓ ભૌતિક રંગ પ્રત્યે પૂર્વગ્રહ ધરાવતા હતા, તેમણે ચાતુર્વર્ણ્ય પ્રણાલીને જન્મ આપ્યો અને ગોરી ચામડીવાળી અને કાળી ચામડીવાળી જાતિઓને કાયમ માટે અલગ કરી દીધી.

ભારતીય આર્ય સમુદાયમાં શુદ્રોની ઉત્પત્તિ અંગે પશ્ચિમી વિદ્વાનોનો અભિપ્રાય કેટલો વાજબી છે તે અલગ બાબત છે. પરંતુ એમાં કોઈ શંકા વિના કહી શકાય કે બ્રાહ્મણવાદી સિદ્ધાંતોની સામાન્ય સ્થિતિ પર દૈવી આદેશ દ્વારા લાદવામાં આવેલા જટિલ અને રહસ્યમય ખુલાસાઓનો અભ્યાસ કર્યા પછી, એક સિદ્ધાંતની જરૂર પડશે જે આ વિષય પર

તાર્કિક અને કુદરતી સમજૂતી રજૂ કરી શકે. બ્રાહ્મણના સિદ્ધાંતો સંકુચિત, અતાર્કિક અને અર્થહીન હોવા સિવાય બીજું કંઈ નથી. નહિંતર તેઓએ સમસ્યાઓને જેમ હતી તેમ છોડી ન હોત. કમસેકમ પશ્ચિમી વિદ્વાનોના મંતવ્યો આના જેવા નથી.

કોઈપણ સિદ્ધાંતનું સત્ય તેના તાર્કિક પુરાવા દ્વારા સ્થાપિત થાય છે. પશ્ચિમી વિદ્વાનોના સિદ્ધાંતોનો મુખ્ય આધાર આર્ય નામની જાતિ છે. તેથી દરેક વ્યક્તિ આને જ લે છે.

આર્યો કોણ હતા? આ પહેલા આર્ય શબ્દનો અર્થ જાણવો જરૂરી છે, નહીં તો પ્રચાર (જાતિ) અંગે ભૂલ થઈ શકે છે. આ બાબતમાં શ્રેષ્ઠ ઉદાહરણ યહુદીઓનું છે. એક સપાટી પર તેઓ જુદી જુદી પ્રજાતિઓ લાગે છે, પરંતુ નિષ્ણાતો શું કહે છે? યહૂદીઓ અંગે પ્રોફેસર રિપ્લીનો મત છે:- જ્યારે આપણો અંતિમ નિષ્કર્ષ છે: તે વિરોધાભાસ છે, પરંતુ તે સાચું છે. અમે સ્વીકારીએ છીએ કે યહૂદીઓ કોઈ જાતિ નથી, તેઓ એક સમુદાય છે. તેમના ચહેરા પરથી આ વાતની પુષ્ટિ થાય છે, પરંતુ જ્યાં સુધી અન્ય લાક્ષણિકતાઓનો સંબંધ છે, અમે માનીએ છીએ કે તેમના શરીરના અંગોની રચના નિઃશંકપણે તેમની વંશપરંપરાગત વિશેષતા છે કારણ કે તેમની શૂદ્ર રક્તરેખાની અનન્ય શરીરરચના છે.

પ્રજાતિઓ શું છે? જાતિને તેના લોકોની વંશપરંપરાગત વિશિષ્ટ શારીરિક રચના દ્વારા વ્યાખ્યાયિત કરવામાં આવે છે. એક સમયે એવું માનવામાં આવતું હતું કે જાતિઓ નીચેની લાક્ષણિકતાઓ દ્વારા નક્કી કરવામાં આવે છે:

(1) માથાનો આકાર, (2) વાળ અને આંખોનો રંગ, (3) ચામડીનો રંગ અને (4) આકાર (શરીરની રચના). આજના માપદંડ રંજકતા અને આકારની લાક્ષણિકતાઓ પર આધારિત છે. જે આબોહવા અને રહેઠાણ પ્રમાણે બદલાય છે. તેથી આમાંથી પ્રજાતિઓ નક્કી કરી શકાતી નથી. એકમાત્ર વિશ્વસનીય લાક્ષણિકતા એ માથાનો આકાર છે, જેનો અર્થ થાય છે લંબાઈ, પહોળાઈ અને ઊંચાઈના સામાન્ય પ્રમાણ. આ કારણોસર, નૃવંશશાસ્ત્રીઓ અને પ્રજાતિ વૈજ્ઞાનિકો પ્રજાતિઓ નક્કી કરવા માટે શ્રેષ્ઠ પદ્ધતિ ગણે છે. જાતિના નિર્ધારણ માટે માનવશાસ્ત્રીઓ દ્વારા નિર્ધારિત માથાની રચનાનો સિદ્ધાંત ચોક્કસ વિજ્ઞાન છે. આને માનવશાસ્ત્ર કહેવાય છે. આ પદ્ધતિ અનુસાર (1) માથાનો આકાર અને (2) ચહેરાનો આકાર માપવા માટે બે પરિમાણો રાખવામાં આવ્યા છે. આ જાતિ નક્કી કરે છે.

ટોચની સ્થિતિ કાનની ઉપર મૂકવામાં આવે છે. અને તે કપાળથી ગરદન સુધી માપવામાં આવે છે. આ મુજબ, ચાલો ધારીએ કે લંબાઈ 100 હોવા છતાં, પહોળાઈ તેના અપૂર્ણાંક તરીકે ગણવામાં આવે છે. જો

માથું પ્રમાણસર પહોળું હોય અને ટોચ પર સંપૂર્ણપણે ગોળાકાર હોય, તો આ પરાકાષ્ઠામાં વધારો કરે છે. જ્યારે તે 80 થી ઉપર હોય ત્યારે તે ખોપરી લઘુ શિરસ્ક કહેવાય છે, જ્યારે તે 75 થી ઓછી હોય ત્યારે તેને દીર્ઘ શિરસ્કકહેવાય છે. જેનું કદ 75 થી 80 ની વચ્ચે હોય તેને મધ્યમ શિરસ્ક કહેવામાં આવે છે. આ એક ટેકનિકલ શબ્દ છે. સાહિત્યમાં જાતિના પ્રશ્ને આ વાત પ્રચલિત બની છે. જો કોઈ આ વિશે અજાણ રહે છે, તો પરિસ્થિતિ અસ્પષ્ટ બની જાય છે. જો આપણે તેમના લોકપ્રિય નામો ન આપીએ તો તે એક ભૂલ હશે.

મિડલ હેડ માટેનો સમાંતર શબ્દ એન્ટારિટા છે. ખોપરીની પહોળાઈ કપાળના ત્રણ-ચતુર્થાંશથી ચાર-પંચમાશ ભાગની હોવી જોઈએ. લાંબુ માથું એટલે લાંબી ખોપડીની પહોળાઈ લંબાઈના ચાર-પંચમાશ ભાગની હોવી જોઈએ.

ચહેરાની સ્થિતિ માથાના પ્રમાણ સાથે સંબંધિત છે. સામાન્ય રીતે એવું જોવા મળે છે કે પ્રમાણમાં મોટી ખોપરી ધરાવતા લોકોનો ચહેરો હડપચીથી કપાળની ઊંચાઈને અનુરૂપ ગાલના હાડકાં સાથે ગોળાકાર હોય છે. માપ લેવામાં એકરૂપતાના અભાવને કારણે, સાચી સરખામણી શક્ય નથી. તેમ છતાં આ નિયમ સલામત છે, એટલે કે લાંબી ખોપરી, અંડાકાર ચહેરો, ટૂંકી ખોપરી અને ગોળ ચહેરો. માનવશાસ્ત્રના આ પરિમાણોને અપનાવીને, પ્રજાતિઓ અંગેના ઉત્તમ વિદ્વાનો એવા નિષ્કર્ષ પર આવ્યા છે કે યુરોપના લોકોને ખોપરી અને ચહેરાના લક્ષણોની દ્રષ્ટિએ ત્રણ ભાગોમાં વહેંચી શકાય છે, જે એક અલગ કોષ્ટકમાં આપવામાં આવ્યા છે.

યુરોપીયન પ્રજાતિઓ

	માથુ	ચહેરો	વાળ	આંખો	કદ	નાક
1. ટ્યુટોનિક	લાંબુ	લાંબો	બહુ પાતળા	નીલી	લાંબુ	પાતળું ઊંચું
2. એલ્પાઇન સૈલ્ટિક	ગોક્ષ	પહોળો	આછા ભૂરા	ભૂરી	મધ્યમ	વિવિધ પણ ભારે
3. મેડિટેરેનિયન	લાંબુ	લાંબો	લાહોરી કે કાળા	કાળી	મધ્યમ	પહોળું

શું ભૌતિક દ્રષ્ટિકોણથી કોઈપણ આર્ય જાતિ આ શ્રેણીમાં આવે છે? આ વિષય પર બે મંતવ્યો છે. એક વિચાર આર્ય જાતિના અસ્તિત્વ વિશે છે.

એ પ્રમાણે:- “આર્ય જાતિની ખોપરી પ્રમાણમાં લાંબી હોય છે. તેનું નાક સીધું હોય છે, ચહેરો લાંબો હોય છે. ચહેરાના હાડકાં ઊંચા હોય છે. લંબાઈ પૂરતી હોય છે. સામાન્ય રીતે સારી રીતે બાંધેલું મજબૂત શરીર હોય છે.”

બીજો વિચાર પ્રોફેસર મેક્સ મુલરનો છે. તેમના મતે, આ શબ્દ ત્રણ અર્થમાં મુખ્ય બન્યો છે. તેથી તેમણે તેમના લેક્ચર સાયન્સ ઑફ લેંગ્વેજમાં કહ્યું છેઃ-

'અર' અથવા 'આરા' પ્રાચીન શબ્દો છે, જેનો અર્થ થાય છે ખેડાણવાળી જમીન. આ શબ્દો સંસ્કૃત ભાષામાંથી અદૃશ્ય થઈ ગયા પરંતુ હજુ પણ ગ્રીક ભાષામાં એરાના રૂપમાં સચવાયેલા છે. તેથી, આર્યનો વાસ્તવિક અર્થ ઘરનો ખેડૂત હોઈ શકે છે. વૈશ્ય શબ્દની ઉત્પત્તિ વિષમાંથી છે, જે ગૃહસ્થનો પર્યાય છે. મનુપુત્રી ઇડાનો અર્થ ખેડાણ કરેલી અથવા ખોદેલી જમીન પણ થાય છે અને કદાચ તે આરાનું બદલાયેલું સ્વરૂપ છે.

બીજા શબ્દોમાં એવું લાગે છે કે તે જમીન ખેડશે. આ સંદર્ભે મેક્સ મુલરનો મત છેઃ- «આર્ય એટલે જમીન ખેડનાર. એવું લાગે છે કે આર્યોએ પોતે આ નામ પસંદ કરેલ હોવું જોઈએ. તુરાની, એક વિચરતી જાતિ જે ઘોડાની જેમ ઝડપથી ચાલે છે, તે તેનું સ્પષ્ટ ઉદાહરણ છે.

ત્રીજો આર્ય અર્થ સામાન્ય રીતે વૈશ્ય (ખેડૂત) જાતિ માટે વપરાય છે.

આ બાબતમાં મેક્સ મુલર પાણિની પર નિર્ભર છે. આર્ય શબ્દનો ચોથો અર્થ પણ ઉમદા પરિવારમાં જન્મ લેવો. મેક્સ મુલરનો મત છેઃ-

"આર્ય એ જાતિ નથી પરંતુ એક ભાષા છે. તેનો અર્થ ભાષા સિવાય બીજું કંઈક નથી. જે વ્યક્તિ આ બોલે છે તે આર્ય છે."

મેં વારંવાર કહ્યું છે કે આર્ય શબ્દનો સંબંધ ન તો લોહી સાથે છે, ન શારીરિક રચના સાથે, ન વાળ સાથે કે ન ખોપરી સાથે. મારો કહેવાનો અર્થ એ છે કે જેઓ આર્ય ભાષા બોલે છે તેઓ જ આર્ય છે. આ જ હિંદુઓ, ગ્રીક, રોમન, જર્મન અને સ્લેવને લાગુ પડે છે. જ્યારે હું તેમનો ઉલ્લેખ કરું છું ત્યારે મારો મતલબ તેમની કોઈ વિશિષ્ટ શારીરિક લાક્ષણિકતા નથી. વાદળી આંખોવાળા, જાડા વાળવાળા સ્કેન્ડિનેવિયનો વિજયી થયા કે પરાજિત થયા, પછી ભલે તેઓએ તેમના કાળા માસ્ટરની ભાષા અપનાવી હોય અથવા તેનાથી વિપરીત, જ્યારે હું તેમને હિંદુ, ગ્રીક, રોમન, જર્મન અથવા સ્લેવ કહું છું ત્યારે મારે તે કહેવું જ જોઈએ હિંદુઓમાં સૌથી અંધકાર શરૂઆતમાં આર્ય ભાષા બોલનારા હતા અને હું તેમને સ્કેન્ડિનેવિયનોમાં સૌથી સુંદર માનું છું. આ મજબૂત શબ્દો કઠોર હોઈ શકે છે, પરંતુ આપણે આપણી ભાષાનો ન્યાય કરી શકતા નથી. મારી દ્રષ્ટિએ, કોઈપણ જાતિના વૈજ્ઞાનિકે આર્ય જાતિ વિશે વાત કરી હોય, જો તે તેની આંખો અને વાળનો ઉલ્લેખ કરે, તો તે કોઈપણ બહુભાષી વક્તા જેટલો પાપી છે જે લાંબા માથાની પરિભાષાનો ઉપયોગ કરે છે અથવા ટૂંકા માથાનો સિદ્ધાંત રજૂ કરે છે. આ ભાષાની બેબીલોનિયન મૂંઝવણ કરતાં વધુ ખરાબ છે, એટલે કે ચોરી, અમે ભાષાને વર્ગીકૃત કરવા

માટે પરિભાષા વિકસાવી છે, તેમ છતાં તેઓ ખોપરી, વાળ અને આંખો વિશેની પોતાની પરિભાષા વિકસાવે છે.

આ સંદર્ભમાં, જેઓ જાણે છે કે મેક્સ મુલર એક સમયે આર્ય જાતિના સિદ્ધાંતમાં માનતા હતા અને તેનો પ્રચાર પણ કર્યો હતો, તેઓ તેમના વિચારોની પ્રશંસા કરશે. દસ પ્રકારે આપણી સમક્ષ બે વિચારો છે જેમાં કોઈ સમાનતા નથી.

1. સર્વસંમતિ અનુસાર, આર્ય જાતિનું અસ્તિત્વ તેમની શરીરરચના, ખોપરી અને ચહેરાના લક્ષણોના આધારે નક્કી કરવામાં આવ્યું હતું.
2. પ્રોફેસર મેક્સ મુલરના મતે આર્ય જાતિ ભાષા બોલતા સમુદાય તરીકે અસ્તિત્વમાં હતી.

વિચારોના વિરોધાભાસને જોતાં પ્રશ્ન એ ઊભો થાય છે કે વૈદિક સાહિત્યમાં કયા પુરાવા ઉપલબ્ધ છે. વૈદિક સાહિત્યનું વિશ્લેષણ દર્શાવે છે કે ઋગ્વેદમાં આર્ય અને અનાર્ય બંને શબ્દોનો ઉપયોગ કરવામાં આવ્યો છે, જેમાં એક લાંબા આ સાથે અને બીજો હ્રસ્વ આ સાથે.

'અર્થ' શબ્દનો ઉપયોગ ઋગ્વેદમાં 88 વખત કરવામાં આવ્યો છે તેનો ઉપયોગ ચાર અલગ-અલગ અર્થોમાં થયો છે: -

(1) શત્રુ (2) ભદ્ર નાગરિક, (3) ભારત દેશનું નામ અને (4) સ્વામી, વૈશ્ય અથવા નાગરિક. છે.

'આર્ય' શબ્દ 31 વાર દેખાય છે. પરંતુ તેનો ક્યાંય પણ જાતિના અર્થમાં ઉપયોગ થયો નથી. ઉપરોક્ત ચર્ચાથી સાબિત થાય છે કે 'અર્ય' અથવા 'આર્ય' શબ્દનો ઉલ્લેખ વેદોમાં ક્યાંય જાતિના અર્થમાં થયો નથી. તેથી, 'અર્ય' અથવા 'આર્ય' નો અર્થ કોઈ ચોક્કસ જાતિનું નામ અથવા સરનામું નથી.

હવે પ્રશ્ન થાય કે માનવ શરીરરચનાના પુરાવા શું છે? આર્ય જાતિને ઓળખવા માટે માત્ર લાંબુ માથું હોવું પૂરતું નથી. પ્રો. રિપ્લે લાંબા માથાવાળી બે જાતિઓનો ઉલ્લેખ કરે છે. તેથી અમારો પ્રશ્ન હજુ બાકી છે.

II

હવે આપણે આગળનો આધાર લઈએ. આર્ય જાતિ બહારથી આવી. તેણે ભારત પર આક્રમણ કર્યું અને વતનીઓને જીતી લીધા. જો આપણે આ પ્રશ્નોને અલગથી ધ્યાનમાં લઈએ તો તે વધુ સારું રહેશે.

આર્ય જાતિ ભારતમાં ક્યાંથી આવી? આર્ય જાતિની ઉત્પત્તિ શોધવા વિશે ઘણી ગેરસમજો છે. બેનફેના મતે આર્યોનું મૂળ સ્થાન સમાન પરિભાષાના આધારે નક્કી કરવું જોઈએ. પ્રો. આઇઝેક ટેલરે આ શબ્દોમાં તેમના વિચારોનો સારાંશ આપ્યો છે:-

“તમામ આર્યોની ભાષામાં સામાન્ય શબ્દભંડોળ સૂચવે છે કે તે મૂળ ભાષાની શાખાઓ પહેલાં તેમનો મૂળ પ્રદેશ કયો હતો. તેમણે કહ્યું કે કેટલાક પ્રાણીઓ અને વૃક્ષોના નામ, જેમ કે બીચ અને ભૂર્જ વૃક્ષો, અને પ્રાણીઓ રીંછ અને વરુ એ એવા શબ્દો છે જે આદિમ આર્યો માટે જાણીતા હતા અને તમામ ઉષ્ણકટિબંધીય આબોહવામાં અને ખાસ કરીને યુરોપમાં જોવા મળે છે, જ્યારે દક્ષિણ એશિયાના પ્રાણીઓ અને વૃક્ષો છે વાઘ અને તાડ જે ફક્ત ભારતીયો અને ઈરાનીઓ માટે જ પરિચિત હતા. તેમનું કહેવું છે કે આદિમ આર્યોની ભાષામાં એશિયન જંગલી પ્રાણીઓ જેવા કે વાઘ અને સિંહ અથવા એશિયાના મુખ્ય ભારવાહી પશુ ઊંટના સમાન નામે આર્ય શબ્દભંડોળમાં ગેરહાજરીને કારણે એ સિદ્ધાંતને સ્વીકારી શકાય નહીં કે આર્યો કેસ્પિયન સમુદ્રના પૂર્વ ભાગમાંથી આવ્યા છે, કારણ કે યૂનાની સિંહને સામિ નામથી ઓળખે છે અને ભારતીય નામનું મૂળ આર્ય મૂળ સાથે મેળ ખાતું નથી. આ એ દલીલ તરફ દોરી જાય છે કે ગ્રીક અને ભારતીયો માટે સિંહ સમાન નથી.

બેનફેનું નિવેદન સાર્થક સાબિત થયું છે. ગીજરે તેને ટેકો આપ્યો, પરંતુ તેણે કહ્યું કે આર્યોની ઉત્પત્તિ બેનફેથી અલગ પશ્ચિમ જર્મનીની મધ્યમાં, કાળા સમુદ્રના ઉત્તરપશ્ચિમમાં થઈ હતી. ગીજરની દલીલ બિનમહત્વપૂર્ણ ન હતી. તેમના તારણો મોટાભાગે આદિમ આર્યોની ભાષામાં અસ્તિત્વ ધરાવતા વૃક્ષોના નામો પર આધારિત છે. રુઈ અને, અંગુ અને ભીદુર પહાડી બદામ ઉપરાંત, ભુર્જ, બીચ અને શાહબલૂત શબ્દોનો ઉપયોગ તેમના મતે નિર્ણાયક છે. ગ્રીક ફિગો શાહબલૂતની સમકક્ષ હોવાથી, તે જર્મન બીચ અને લેટિન અંજીરમાંથી આવે છે, જે દર્શાવે છે કે ગ્રીક લોકો બીચના દેશમાંથી શાહબલૂતના દેશમાં આવ્યા હતા અને એક ફળના ઝાડનું નામ બીજાને આપવામાં આવ્યું હતું.

બીજો વિચાર એ છે કે આર્યોનું ઉત્પત્તિ સ્થાન કાકેશિયા હતું કારણ કે, આર્યોની જેમ, કાકેશિયનો પણ ગોરો રંગ અને ભૂરા વાળ ધરાવે છે. તેનું નાક ઊંચું છે અને તેનો ચહેરો સુંદર છે. આ સંદર્ભે રિપ્લેનું નિવેદન નોંધનીય છે. આ બાબતે પ્રો. રિપ્લે કહે છેઃ-

“પશ્ચિમ યુરોપના વાદળી-આંખવાળા અને ભૂરા-પળિયાવાળું (આર્ય) જાતિ માટેનું વાહિયાત નામ ‘કાકેશિયન’ બે નિર્વિવાદ તથ્યો દર્શાવે છે. પ્રથમ એ છે કે આ પ્રકારની ભૌતિક રચના કાકેશિયામાં સેંકડો માઇલ સુધી વ્યાપક છે. અને બીજું, કાકેશિયન શ્રેણી ક્યાંય પણ કોઈ એક જાતિ સાથે સંબંધિત નથી જે સંપૂર્ણપણે આર્યોની ભાષાની જેમ અણગમતી હોય.

ઓસેટસ પણ, જેમની ભાષા એકમાત્ર વિચલિત ભાષા છે, તેઓ

કદાચ આર્ય હોવાનો દાવો કરતા નથી, અને જો ઓસેટસ આર્યો હોય તો પણ, આના ઘણા કારણો હોઈ શકે છે. ઈરાનના વસાહતીઓ છે અને મૂળ કાકેશિયન નથી. તેમના માથાનો આકાર તેઓએ કબજે કરેલા વિસ્તારોના લોકો જેવો જ છે અને ટેરિલ પાસ સાઉથ રેન્જના લોકો જેવો જ હોવાનું અનુમાન છે. તમામ બાબતો ધ્યાનમાં લેવામાં આવે છે, ભલે ઓસેટસ આર્યો હોય કે ન હોય, તેઓ અન્ય લોકો સાથે બહુ સામ્યતા ધરાવતા નથી. તેમની પાસે આ વિસ્તારના લોકો જેટલું બોડી બિલ્ડીંગ કૌશલ્ય નથી. તેમના વ્યવસાયને ધ્યાનમાં લેતા, તેઓ એટલા હિંમતવાન નથી અને તેમની પાસે રશિયનો જેવા પ્રતિકારના સંકેતો નથી.

તે સાચું નથી કે કાકેશિયનો કંઈક અંશે અનન્ય છે. વાસ્તવમાં, તેમનામાં કોઈ વિશિષ્ટતા નથી, યુરેશિયન ભાષાઓના બોલનારાઓ આ નામથી ઓળખાય છે, જેમ આપણે કહ્યું છે કે, ગોરી ત્વચા, સોનેરી વાળ અને ઊંચા કદ ધરાવતા લોકોને આર્ય કહેવામાં આવે છે. આ બધું ગૂંચવણમાં મૂકે છે અને તેના બદલે અવિશ્વસનીય છે. કાકેશસ એ સંસ્કૃતિ, ભાષા કે રિવાજો અને ભૌતિક વિશેષતાઓનું પારણું નથી પણ કબ્રસ્તાન છે. આપણે જાણવું જોઈએ કે શરૂઆતથી જ દુનિયામાં જેટલી વિવિધતા છે તેટલી અહીં ક્યાંય નથી, પછી ભલે તે ભાષાની હોય કે ધર્મની. આ મિશ્રણ કોકેશિયા પર્વતમાળામાં હાજર છે.

તિલકે કહ્યું છે કે આર્ય જાતિનું મૂળ આર્કટિક પ્રદેશ છે. તેમના સિદ્ધાંતનો સાર તેમના જ શબ્દોમાં આપવામાં આવી રહ્યો છે. તેઓ ખગોળશાસ્ત્ર અને આબોહવાના તત્વોથી શરૂ થાય છે. તેમના મતે આ વિસ્તાર ઉત્તર ધ્રુવ છે. તે કહે છે કે બે વિશેષતાઓ અથવા તફાવતો છે - એક ઉત્તર ધ્રુવમાંથી અભ્યાસ કરનારા માટે અને બીજું ઉત્તર ધ્રુવ અને આર્કટિક વર્તુળમાંથી અવલોકન કરનારા માટે.

તિલકના મતમાં બે ભિન્નતા છે, ધ્રુવીય અને પરિધ્રુવીય. તે નીચે પ્રમાણે સારાંશ આપે છે.

1. ધ્રુવીય લક્ષણો

1. સૂર્ય દક્ષિણમાંથી ઉગે છે.

2. તારાઓ ઉદય અને અસ્ત થતા નથી, બલ્કે તેઓ ગોળ ગતિમાં ફરતા રહે છે. તેઓ 24 કલાકમાં દિગંતનો રાઉન્ડ પૂર્ણ કરે છે. સમગ્ર વર્ષ દરમિયાન માત્ર ઉત્તર ગોળાર્ધ અને આકાશ જ દેખાય છે અને દક્ષિણ ગોળાર્ધ અને આકાશ અદૃશ્ય થઈ જાય છે.

3. વર્ષમાં માત્ર એક લાંબો દિવસ અને એક લાંબી રાત હોય છે. રાત અને દિવસ બંને છ મહિના ચાલે છે.

4. ત્યાં માત્ર એક જ સવાર અને એક સાંજ છે, એટલે કે આખા વર્ષમાં

માત્ર એક જ વાર સૂર્ય ઉગે છે અને અસ્ત થાય છે. પરંતુ સવારનો પ્રકાશ કે સાંજનો ઝાંખો પ્રકાશ બે મહિના સુધી સતત રહે છે. પણ અહીંની જેમ, સવાર કે સાંજનો ધસારો અવકાશના એક ભાગ પૂરતો સીમિત નથી હોતો, તે કુંભારના ચક્રની જેમ અવકાશમાં એક વર્તુળમાં ફરે છે અને 24 કલાકમાં એક ક્રાંતિ પૂર્ણ કરે છે. સૂર્ય ગોળા અવકાશ પર ન આવે ત્યાં સુધી પ્રકાશના આ રાઉન્ડ સવારે ચાલુ રહે છે. પછી સૂર્ય છ મહિના સુધી આ સ્થિતિમાં રહે છે. તે અસ્ત થયા વિના ફરે છે અને 24 કલાકમાં એક ક્રાંતિ પૂર્ણ કરે છે.

2. પરિધ્રુવીય લક્ષણો

1. સૂર્ય હંમેશા પરાકાષ્ઠાની દક્ષિણમાં રહેશે, પરંતુ જો નિરીક્ષક સમશીતોષ્ણ ક્ષેત્રમાંથી જુએ તો પણ તેની વિશેષ વિશેષતાઓ દેખાશે નહીં.

2. ઘણા તારા ગોળાકાર છે. તેઓ તેમના મોટાભાગના પરિભ્રમણ માટે ક્ષિતિજની ઉપર રહે છે. તેથી જ તે હંમેશા દેખાય છે. બાકીના તારાઓ સમશીતોષ્ણ ક્ષેત્રમાં વધતા અને અસ્ત થતા રહે છે. પરંતુ તેઓ ઝિગઝેગ ગતિમાં ફરે છે.

3. વર્ષના ત્રણ ભાગ છે. (1) એક અવિરત લાંબી રાત જે મકરસંક્રાંતિમાં શરૂ થાય છે અને અક્ષાંશના આધારે 24 કલાકથી વધુ અને છ મહિનાથી ઓછા સમય સુધી ચાલે છે. (2) આવો સતત અને લાંબો દિવસ જે ઉષ્ણકટિબંધીય ક્ષેત્રમાં થાય છે. (3) આ પછી, બાકીના વર્ષના સામાન્ય દિવસો અને રાતો શરૂ થાય છે. એક રાત કે એક દિવસ 24 કલાકથી વધુ નથી. લાંબી અવિરત રાત્રિ પછી ઉદભવે તે દિવસ પહેલા ટૂંકો હોય છે અને જ્યાં સુધી તે લાંબો ન થાય ત્યાં સુધી વધતો જ રહે છે. લાંબો દિવસ પૂરો થાય ત્યારે રાત પણ ટૂંકી થઈ જાય છે. અને વર્ષના અંત સુધીમાં તે લાંબી સતત રાત બની જાય છે.

4. લાંબી સતત રાત્રિ પછીની સવાર ઘણા દિવસો સુધી ચાલે છે પરંતુ ઉત્તર ધ્રુવ પર તે સ્થળના અક્ષાંશ પ્રમાણે પ્રમાણસર ટૂંકી હોય છે, અહીં અને ત્યાં ઉત્તર ધ્રુવના કેટલાક ભાગોમાં સવારનો પ્રકાશ અને સવારનો સમયગાળો દેખાય છે. સામાન્ય દિવસ અને રાત સમશીતોષ્ણ ઝોનમાં સમાન હોય છે, જે ફક્ત થોડા કલાકો સુધી ચાલે છે. સતત દિવસમાં સૂર્ય અવકાશની ઉપર હોય છે. તે ફરતો નથી અને ક્યારેય સમાપ્ત થતો નથી. આ વળાંક આડી રીતે ફરતો નથી અને લાંબી રાત્રિ દરમિયાન તે ક્ષિતિજની નીચે સંપૂર્ણપણે આવે છે, જ્યારે બાકીના વર્ષમાં તે વધે છે અને અસ્ત થાય છે. તે 24 કલાકના અમુક સમયગાળામાં સૂર્યના કવરેજ અનુસાર વધતું અને ઘટતું રહે છે. તિલક તેમનું વિશ્લેષણ આ રીતે પૂરું કરે છેઃ-

ધ્રુવ અને ગોળના પ્રદેશને લગતા આપણી પાસે બે તફાવતો અથવા લાક્ષણિકતાઓ છે. આ શરતો વિશ્વના અન્ય વિસ્તારોમાં જોવા મળતી નથી. પૃથ્વીના ધ્રુવોની સ્થિતિ આજે પણ એવી જ છે જેવી લાખો વર્ષ પહેલાં હતી. તેથી, ઉપરોક્ત ખગોળશાસ્ત્રીય પરિસ્થિતિઓ હંમેશા સમાન રહે છે અને તેના કારણે સર્જનના પ્રારંભિક સમયગાળામાં ઝડપી ફેરફારો થયા છે. તિલકે આર્કટિક પ્રદેશની પરિસ્થિતિઓનો ઉલ્લેખ કર્યો છે અને દલીલ કરી છે કે:-

વૈદિક અર્થઘટન અથવા પરંપરાઓ સૂચવે છે કે ઉપરોક્ત વલણો સૂચવે છે કે ઋષિઓ ધ્રુવીય અને પરિધ્રુવીય પરંપરાઓથી વાકેફ હતા જે તેમને વારસામાં મળી હતી. યોગાનુયોગ, વૈદિક સાહિત્યમાં એવી ઘણી ઘટનાઓ છે જે લાંબી રાતો અને લાંબા દિવસો વચ્ચે સીધો સંબંધ દર્શાવે છે. આ સાથે ઘણી વાર્તાઓ પણ સહમત છે. તિલક તેમની પ્રાકૃતિક અને વૈદિક વાર્તાઓથી સંતુષ્ટ છે કે તેઓ ઉત્તર ધ્રુવના સ્થાન સાથે મેળ ખાય છે અને તારણ આપે છે કે વૈદિક આર્યોનું મૂળ સ્થાન આર્ક્ટિક પ્રદેશ હોવું જોઈએ.

વાસ્તવમાં આ એક મૂળભૂત સિદ્ધાંત છે. આમાં માત્ર એક મુદ્દો છે જેને અવગણવામાં આવ્યો છે. તે આર્યોના પ્રિય પ્રાણીનો છે. તે તેમના જીવન અને ધર્મ સાથે ઊંડો સંબંધ ધરાવે છે. તે ઘોડો છે, જે અશ્વમેધ યજ્ઞ દ્વારા સાબિત થાય છે. પ્રશ્ન એ છે કે શું આર્કટિક પ્રદેશમાં ઘોડાનું અસ્તિત્વ હતું? જો જવાબ નકારાત્મક હોય તો આર્કટિક પ્રદેશનો સિદ્ધાંત શંકાસ્પદ છે.

III

આર્યોએ ભારત પર આક્રમણ કર્યું અને મૂળ રહેવાસીઓને વશ કર્યા એ બતાવવા માટે કયા પુરાવા છે? જ્યાં સુધી ઋગ્વેદનો સંબંધ છે ત્યાં સુધી ભારત પર બહારથી કોઈ હુમલાનો એક પણ પત્તો નથી. શ્રી પી.ટી. શ્રીનિવાસ આયંગર કહે છે.

મંત્રોનું કાળજીપૂર્વક વિશ્લેષણ, જ્યાં આર્ય, દાસ અને દસ્યુના સંદર્ભો છે, તે દર્શાવે છે કે તે પૂજાનો સંઘર્ષ છે, જાતિનો નહીં. આ શબ્દો મોટે ભાગે ઋગ્વેદ સંહિતામાં જોવા મળે છે. તે 1,53,972 શબ્દોમાં 33 વખત આવી છે. આટલો ટૂંકો સંદર્ભ એ વાતનો પુરાવો છે કે આર્ય જનજાતિ કોઈ આક્રમણખોર ન હતી, જેણે વિજય પછી સ્થાનિક લોકોને ભગાડી દીધા, કારણ કે વિજેતા જાતિ વારંવાર તેની જીતનો ઉલ્લેખ કરે છે.

જ્યાં સુધી વૈદિક સાહિત્યનો સંબંધ છે, તે બતાવતું નથી કે આર્યો બહારથી આવ્યા હતા. આ સંદર્ભમાં ઋગ્વેદના મંત્ર 75માં સાત નદીઓનો સંદર્ભ મહત્વપૂર્ણ છે. પ્રોફેસર એમ. ત્રિવેદીના મતે નદીઓને મારી ગંગા, મારી જમુના અને મારી સરસ્વતી તરીકે સંબોધવામાં આવી છે. શા માટે

કોઈ વિદેશી આ રીતે સંબોધશે? તેમની સાથે ગાઢ ભાવનાત્મક સંબંધ ધરાવનાર વ્યક્તિ જ આવું સંબોધન કરી શકે છે.

જય પરાજયના પ્રશ્નનો જવાબ વેદોમાં ઉપલબ્ધ છે. દાસ અને દસ્યુને આર્યોના દુશ્મન તરીકે વર્ણવવામાં આવ્યા છે. વૈદિક ઋષિઓએ તેના વિનાશ અને નાબૂદી માટે ઘણી વખત દેવતાઓને આહ્વાન કર્યું છે. પરંતુ આર્યોની જીત અંગે કોઈ નિર્ણય લેતા પહેલા નીચેની બાબતો ધ્યાનમાં લેવી જરૂરી છેઃ-

પ્રથમ, ઋગ્વેદમાં આર્યો અને દાસ અને દસ્યુ વચ્ચેના યુદ્ધની ઘટનાઓ વિશે કોઈ ચોક્કસ વાર્તા નથી. માત્ર નાની અથડામણોનો ઉલ્લેખ છે. આ જીત કે હારનો પુરાવો ન હોઈ શકે. ઋગ્વેદમાં 33 જગ્યાએ આ શબ્દનો ઉલ્લેખ છે. માત્ર આઠમાં તેને ગુલામોના વિરોધી તરીકે વર્ણવવામાં આવ્યા છે. તેઓ સાત સ્થળોએ ડાકુઓની વિરુદ્ધ છે. ક્યાંક ક્યાંક બંને વચ્ચે સંઘર્ષનો ઉલ્લેખ છે. જીત કે હારનો કોઈ પુરાવો નથી.

અન્ય ગુલામો, દસ્યુ અને આર્યો વચ્ચે સંઘર્ષની પરિસ્થિતિ રહી હશે; શાંતિ જાળવવા માટે બંને વચ્ચે સન્માનજનક સમજૂતી થઈ છે. ઋગ્વેદના મંત્રો 6-33-3; 7-83-1; તે 8-51-9:10- 102-3 માં સ્પષ્ટપણે જણાવવામાં આવ્યું છે કે આર્યો અને દાસો અને દસ્યુઓ સંયુક્ત રીતે દુશ્મનો સામે લડ્યા હતા.

ત્રીજું, આર્યો અને દાસો અને દસ્યુઓ વચ્ચે ગમે તેટલું વૈમનસ્ય હતું, તેમની વચ્ચે કોઈ જાતિનું વૈમનસ્ય નહોતું. ઋગ્વેદ અનુસાર, સંઘર્ષ જાતિ પર આધારિત ન હતો પરંતુ ધાર્મિક આધાર પર હતો. વેદોમાં આના પુરાવા છે.

ઋગ્વેદમાં દસ્યુનો ઉલ્લેખ છે: 1-51.8.9; 1-132.4; 4-41. 2:6-14,3નું અપાવ્રત (ઋગ્વેદ 5-42.2) અન્યવ્રતના વિવિધ મંત્રો, ઋગ્વેદ 859, 1.1. અને 10-22.8 એનાગ્નીત્ર (ઋગ્વેદ 5-189.3) અયુજ અયજવાન ઋગ્વેદ 1-131-44, 1-33.4, અને 8-59.11 અબ્રમ્ભ, બ્રાહ્મણ પુરાહિતા વિહીન 5-15.9, અને 10105.8 અનઋચા ઋગ્વેદ 10-105.888888. -42.9 અને અનિન્દ્ર ઋગ્વેદ 1-133; 5-2.3; 7-18.6; 10.27.6 અને 10-48.7 જણાવવામાં આવ્યું છે.

ઋગ્વેદના મંત્ર 10-22.8 માં કહેવામાં આવ્યું છે - અમે દસ્યુ જાતિઓમાં રહીએ છીએ. તે ન તો યજ્ઞ કરે છે કે ન તો કોઈની પૂજા કરે છે. તેમની વિધિઓ પણ અલગ છે. તેથી તેઓ મનુષ્ય કહેવાને લાયક નથી. હે શત્રુ હંતા! આ દાસોનો નાશ કરો.

આ પૃથ્થકરણ ઋગ્વેદ અનુસાર એ વિચારને રદિયો આપે છે કે આર્યો બહારથી આવ્યા હતા અને આ સ્થાનના મૂળ રહેવાસીઓ, દાસ-દસ્યુ પર વિજય મેળવ્યો હતો.

IV

આ તો આર્યોની બહારથી આવીને દાસ-દસ્યુ પર વિજય મેળવ્યો હોવાની વાત છે. અત્યાર સુધી આને આર્યના દૃષ્ટિકોણથી ગણવામાં આવે છે. ચાલો હવે વિચારીએ કે શું દાસ અને દસ્યુ નામનો ઉપયોગ જાતિ આધારિત છે. જેઓ તેનું સમર્થન કરે છે તેઓ આનો પુરાવો આપે છે:-

જેઓ દાસો અને દસ્યુઓ વચ્ચેના વંશીય સંઘર્ષમાં માને છે તેઓએ નીચેના પ્રશ્નોના જવાબ આપવા જોઈએ.

1. ઋગ્વેદમાં વપરાયેલ મૃધાવક અને અનાસને દસ્યુઓના લક્ષ્ય ગુણો તરીકે વર્ણવવામાં આવ્યા છે.
2. ઋગ્વેદમાં દાસ કૃષ્ણ વર્ણ કહેવામાં આવ્યું છે.

ઋગ્વેદમાં મૃધ્રવાક શબ્દનો ઉપયોગ 1-114.2;5-32.8માં થાય છે; 7-6.3, અને 7-18.3 માં થયો છે.

ઋગ્વેદમાં, મૃધાવક એટલે એવી વ્યક્તિ જે અસંસ્કૃત છે અને અસંસ્કારી ભાષાનો ઉપયોગ કરે છે. શું ભાષાની અસંસ્કારીતા અથવા અશુદ્ધતાને જાતિના તફાવતના પુરાવા તરીકે ગણી શકાય? આને પુરાવા તરીકે સ્વીકારવું સમજદારી નથી.

ઋગ્વેદ 5-29.10 માં અનસનો અર્થ શું છે? આ માટે બે સ્પષ્ટતા છે. પ્રો. મેક્સ મુલરના મતે અનસનો અર્થ નોઝલેસ અથવા સપાટ નાક થાય છે. સાયણાચાર્ય તેનો અર્થ મોં વગરનો એવો સમજાવે છે, એટલે કે કડવું બોલે છે; તેનો અર્થ ભગવાનના શબ્દોથી વંચિત છે. સાયણાચાર્યે આ શબ્દને અન આસા તરીકે વાંચ્યો છે, મેક્સ મુલરનો અન્નાસા એટલે નાસિકા વગરનો. આમાં શુદ્ધ શું છે? તેમના મંતવ્યો અસંગત જણાય છે. તેની તરફેણમાં બે મહત્વની બાબતો છે, એક તે છે કે શબ્દનું ખોટું અર્થઘટન કરવામાં આવ્યું ન હતું. અને બીજું, દસ્યુઓને મોં કે નાક ન હોવાનું ક્યાંય વર્ણવવામાં આવ્યું નથી. તેને મૃધાવકનો પર્યાય ગણવો જોઈએ. તેથી, દસ્યુ એક અલગ જાતિ હતી તે વિચારને સમર્થન આપવા માટે કોઈ પુરાવા ઉપલબ્ધ નથી.

હવે દાસને લો. તે સાચું છે કે ઋગ્વેદ 6-47.21 માં દાસોનું વર્ણન કૃષ્ણનાંગ તરીકે કરવામાં આવ્યું છે. તેમ છતાં, આ વિચારને સ્વીકારતા પહેલા નીચેની બાબતો ધ્યાનમાં લેવી જરૂરી છે: -

1. ઋગ્વેદમાં કૃષ્ણ યોની શુદ્રનો ઉપયોગ માત્ર એક જ વાર દાસો માટે કરવામાં આવ્યો હતો.
2. તે સ્પષ્ટ નથી કે આ શબ્દ અલંકારિક રીતે વપરાય છે કે શાબ્દિક રીતે.

3. અમને ખબર નથી કે આ વાસ્તવિક છે કે નફરતનું પ્રતીક.

જ્યાં સુધી આ પ્રશ્નોના યોગ્ય જવાબો ન મળે ત્યાં સુધી કેવળ કૃષ્ણ જાતિના ગુલામ કહેવાથી તેમને કાળી જાતિ ગણવી જોઈએ તે વિચાર સ્વીકારી શકાય તેમ નથી.

ઋગ્વેદના નીચેના મંત્રો જુઓ:-

1. ઋગ્વેદ 6.22.10 :- હે વાજી, તમે દાસોને આર્ય બનાવ્યા છે, તમારી શક્તિથી તમે ખરાબને સારા બનાવ્યા છે. અમને પણ આ જ શક્તિ આપો જેથી અમે અમારા દુશ્મનો પર જીત મેળવી શકીએ.
2. ઋગ્વેદ 10.49.3 :- ઇન્દ્ર કહે છે - મેં દસ્યુને આર્ય તરીકે સંબોધવામાંથી વંચિત રાખ્યા છે.
3. ઋગ્વેદ 1-15.108 ઓ ઇન્દ્ર, આર્યો કોણ છે અને દસ્યુ કોણ છે તે શોધો, તેમને અલગ કરો.

આ મંત્રો શું પ્રગટ કરે છે? તેમના પરથી એવું પ્રસ્થાપિત થાય છે કે આર્યો અને દાસ અને દસ્યુ વચ્ચેનો તફાવત ન તો વંશીય હતો કે ન તો શારીરિક હતો, તેથી જ દાસ અને દસ્યુને આર્ય કહી શકાય. તેથી, ઇન્દ્રને તેમને આર્યોથી અલગ કરવાનું કહેવામાં આવ્યું.

V

આર્ય જાતિ વિશે પશ્ચિમી લેખકો દ્વારા રજૂ કરાયેલ સિદ્ધાંતનો પાયાવિહોણો આધાર છે. આ આશ્ચર્યજનક છે કારણ કે પશ્ચિમી વિદ્વાનોના તારણો સામાન્ય રીતે સંપૂર્ણ સંશોધન અને વિશ્લેષણ પર આધારિત હોય છે. તેઓ આ સિદ્ધાંતમાં કેમ નિષ્ફળ જાય? તેઓ કેમ નિષ્ફળ ગયા તે જાણવું અગત્યનું છે. કાળજીપૂર્વક વિશ્લેષણ દર્શાવે છે કે તેઓ બેવડા પ્રવેશથી પીડિત છે. પહેલી વાત તો એ છે કે તેઓ ખોટી માન્યતાઓ અને તેના પર આધારિત અટકળોથી પીડિત હતા. બીજી વાત એ છે કે આ સિદ્ધાંતો વૈજ્ઞાનિક સંશોધનની વિરુદ્ધ બની ગયા. આને કારણે, હકીકત જાહેર થઈ શકી નહીં, તેનાથી વિપરીત, તેઓએ તેને સાબિત કરવા માટે પૂર્વનિર્ધારિત અને પસંદ કરેલા સિદ્ધાંતો અપનાવ્યા.

આર્ય જાતિનો સિદ્ધાંત અનુમાન સિવાય બીજું કંઈ નથી. ડૉ. બોપે તેમના ફિલોસોફિકલ વિચારો 1835 માં પ્રકાશિત તેમના સીમાચિહ્ન પુસ્તક તુલનાત્મક વ્યાકરણમાં જે ખુલાસો કર્યો તેના પર આધારિત છે. આ પુસ્તકમાં ડૉ. બોપ્પે લખ્યું છે કે યુરોપ અને એશિયાની કેટલીક ભાષાઓ દર્શાવે છે કે તેમનો એક સમાન પૂર્વજ હતો. આને સામૂહિક રીતે આર્ય ભાષાઓ કહેવામાં આવે છે કારણ કે વૈદિક ભાષા આર્યોનો સંદર્ભ

આપે છે અને તે ઈન્ડો-જર્મનિક ભાષા પરિવારની છે. આ મુખ્ય સિદ્ધાંત આર્ય જાતિને લાગુ પડે છે.

તેની બે ધારણાઓ છે (1) જાતિઓની એકતા અને (2) આ જાતિ આર્ય જાતિ છે. તર્ક એ છે કે, જો ભાષાઓની ઉત્પત્તિ એ જ આનુવંશિક બોલીઓ છે, તો ત્યાં કોઈ જાતિ અસ્તિત્વમાં હોવી જોઈએ જેની માતૃભાષા આર્ય જાતિની આર્ય બોલી હશે. આમ અલગ આર્ય જાતિનું અસ્તિત્વ માત્ર અનુમાન છે. આ અનુમાનમાંથી, અન્ય અનુમાન ઉદભવે છે જે સામાન્ય મૂળના સિદ્ધાંતને રજૂ કરે છે કે જ્યાં સુધી તે ભાષા જૂથના લોકો સમાન વસવાટ અને સંપર્ક ધરાવતા ન હોય ત્યાં સુધી આવા કોઈ ભાષા જૂથ હોઈ શકે નહીં. આમ સમાન આવાસના સિદ્ધાંતની ધારણા અન્ય ધારણા પર આધારિત છે.

આર્યન આક્રમણનો સિદ્ધાંત એક નવું સંશોધન છે. આની શોધખોળ કરવાની જરૂર છે. આ પશ્ચિમી વિદ્વાનોના નિવેદનને સાબિત કરવા માટે કરવામાં આવ્યું હતું કે ‹ઇન્ડો જર્મનો› એ વર્તમાન સમયના મૂળ આર્યોના મૂળ પ્રતિનિધિઓ છે. તેમનું મૂળ સ્થાન યુરોપ હોવાનું કહેવાય છે. અહીં પ્રશ્ન એ ઊભો થાય છે કે આર્ય ભાષા ભારતમાં કેવી રીતે પહોંચી અને તેનો જવાબ એ હશે કે આર્યો બહારથી આવ્યા, આ રીતે આક્રમણનો સિદ્ધાંત રજૂ કરવામાં આવ્યો.

ત્રીજી પૂર્વધારણા એ છે કે આર્યો શ્રેષ્ઠ જાતિ હતા. આ વિચારનો આધાર એ માન્યતા છે કે આર્યો યુરોપિયન જાતિના હતા અને તેઓ એશિયન જાતિઓ કરતા શ્રેષ્ઠ છે, શ્રેષ્ઠતાની આ પૂર્વધારણાને વાસ્તવિક તરીકે સાબિત કરવા માટે, તેઓ જેની વાત કરતા હતા તે વાર્તા બનાવવાની જરૂર હતી આ આક્રમણ સિવાય બીજો કોઈ રસ્તો નથી. તેથી, પાશ્ચાત્ય લેખકોએ એવી વાર્તા બનાવી કે આર્યોએ દાસ અને દસ્યુઓ પર હુમલો કર્યો અને તેને હરાવ્યા.

ચોથી દલીલ એ છે કે ગોરા રંગના હોવાને કારણે, યુરોપીયન જાતિઓ એશિયન જાતિઓને ધિક્કારે છે કારણ કે તેઓ ઘાટા રંગની છે, આર્યોને યુરોપિયન તરીકે સ્વીકારવાથી તેમની રંગભેદની નીતિમાં વિશ્વાસ કરવો જરૂરી બને છે અને તેઓ ચાતુર્વર્ણમાંથી તેના પુરાવા મેળવે છે. પશ્ચિમી વિદ્વાનોના મતે, જાતિ વ્યવસ્થા એ રંગભેદનો પર્યાય છે.

આમાંની કોઈપણ પૂર્વધારણા તથ્યો પર આધારિત નથી. આર્ય જાતિની ઉત્પત્તિ લો. આ સિદ્ધાંત એ ધ્યાનમાં લેતું નથી કે શારીરિક દેખાવ એક વસ્તુ છે અને હકીકતો અલગ છે. શક્ય છે કે જો કોઈ જ્ઞાતિ ભૌતિક બંધારણમાં અલગ હોય તો પણ તેનું મૂળ સ્થાન પણ હોય. ભાષાકીય રીતે, તે કોઈ અન્ય સ્થાનની પણ હોઈ શકે છે. આર્ય જાતિની

ઉત્પત્તિના સિદ્ધાંત સમાન ભાષા પર આધારિત છે અને એવું માનવામાં આવે છે કે તેની રચના પણ સમાન હશે. આર્યો બહારથી આવ્યા હતા અને ભારત પર આક્રમણ કર્યું હતું તેવો દાવો અને દાસ અથવા દસ્યુ ભારતના મૂળ રહેવાસીઓ હતા તે ધારણા તદ્દન ખોટી છે.

પછી એમ કહેવું કે ચાતુર્વર્ણીય પ્રણાલી આર્યોની રંગભેદ નીતિ પર આધારિત છે તે વાસ્તવિકતાથી દૂર છે. જો રંગ એ જ્ઞાતિ ભેદભાવનો આધાર હોય તો ચાતુર્વર્ણમાં સમાવિષ્ટ ચાર વર્ણોમાંથી માત્ર ચાર જ રંગ હોવા જોઈએ. એ ચાર રંગ ક્યા છે અને એ ચાર જ્ઞાતિ કઈ છે એ કોઈએ કહ્યું નથી. આ સિદ્ધાંત આર્યો અને દાસોની કલ્પના પર આધારિત છે. પ્રથમને સફેદ અને બીજાને કૃષ્ણ માનવામાં આવતો હતો.

આર્ય જાતિના ઉદભવના સિદ્ધાંતના સમર્થકો તેમના વિચારની પુષ્ટિ કરવા માટે એટલા આતુર છે કે તેઓ ભૂલી ગયા છે કે તેમની પૂર્વધારણામાં કેટલી અસંગતતાઓ છે. તેઓ માત્ર ઉત્પત્તિને સાબિત કરવા માગે છે અને તેથી તેઓએ વેદમાંથી જે કંઈ અનુકૂળ જણાયું તે સાબિત પુરાવા તરીકે રજૂ કર્યું.

પ્રોફેસર માઈકલ ફોસ્ટરે ક્યાંક કહ્યું છે કે અનુમાન વિજ્ઞાનને મદદરૂપ છે. અનુમાન વિના સંશોધન સફળ થઈ શકતું નથી. એ વાત પણ સાચી છે કે હવે જો અટકળો પ્રબળ બની જાય તો તે વિજ્ઞાન માટે ઘાતક છે. પશ્ચિમી વિદ્વાનોની આર્ય જાતિ સિદ્ધાંત એ એક ઉદાહરણ છે કે કેવી રીતે અટકળોએ વિજ્ઞાનને ઝેર આપ્યું છે.

આર્ય જાતિની ઉત્પત્તિનો સિદ્ધાંત એ જૂની ગેરસમજ છે. આ લાંબા સમય પહેલા સમાપ્ત થઈ જવું જોઈએ. પરંતુ તેનાથી વિપરીત સામાન્ય લોકો પર તેની અસર વધુ મજબૂત બની છે. આના બે કારણો છે:-

સૌપ્રથમ બ્રાહ્મણ વિદ્વાનોના સિદ્ધાંતને સમર્થન આપે છે. આ ખૂબ જ આશ્ચર્યજનક છે. હિંદુ હોવાને કારણે, તેણે પશ્ચિમી વિદ્વાનોના એ વિચારને અમાન્ય બનાવવો પડ્યો કે તે યુરોપિયન જાતિ હોવાને કારણે તે એશિયન જાતિઓ કરતાં શ્રેષ્ઠ માનવામાં આવે છે. પરંતુ બ્રાહ્મણો તેને ધિક્કારવાને બદલે તેનું સમર્થન કરે છે. આનું એક સરળ કારણ છે કે બ્રાહ્મણ બે રાષ્ટ્રના સિદ્ધાંતમાં માને છે. તે પોતાની જાતને આર્યોનો પ્રતિનિધિ માને છે અને બાકીના હિંદુઓને બિન-આર્ય જાતિના વંશજો કહીને આ સિદ્ધાંત તેમના શ્રેષ્ઠ હોવાનો અહંકાર પૂરો કરે છે. તે આર્યોની બહારથી આવતા અને બિન-આર્યન જાતિઓ પર વિજય મેળવવાના સિદ્ધાંતને સમર્થન આપે છે કારણ કે તે તેમને બિન-બ્રાહ્મણો પર તેમનું વર્ચસ્વ જાળવી રાખવામાં મદદ કરે છે.

બ્રાહ્મણ વિદ્વાનોએ ‹વર્ણ›નો અર્થ અન્ય પશ્ચિમી વિદ્વાનોના ‹રંગ›

તરીકે સ્વીકાર્યો છે. વાસ્તવમાં આ આર્ય સિદ્ધાંતનો મૂળ આધાર છે. જ્યાં સુધી વર્ણનું આ અર્થઘટન સ્વીકારવામાં આવશે ત્યાં સુધી આર્ય સિદ્ધાંત ટકી રહેશે. તેથી, આર્ય સિદ્ધાંતના આ ભાગો મહત્વપૂર્ણ છે અને તેનું વિગતવાર વિશ્લેષણ જરૂરી છે. આ ત્રણ પ્રકારના હોઈ શકે છે:-

(a) શું યુરોપિયન જાતિઓ ગોરી હતી કે કાળી?

(b) શું ભારતીય આર્યો ગોરા હતા?

(c) વર્ણ-શુદ્રનો વાસ્તવિક અર્થ શું છે?

પ્રારંભિક યુરોપિયનોના રંગ વિશે, પ્રોફેસર રિપ્લે ચોક્કસપણે કહે છે કે તેઓ કાળા હતા.

અત્યાર સુધીના સંશોધનો અને રજૂ કરાયેલા વિવિધ તથ્યો પરથી, યુરોપિયનો માત્ર લાંબા માથાના જ નહોતા પણ કાળો રંગ પણ ધરાવતા હતા, અમે દક્ષિણ ફ્રાન્સમાં પ્રાગૈતિહાસિક જાતિના મેગ્નનનું અસ્તિત્વ સાબિત કર્યું છે, જેઓ કાળા વાળ અને આકર્ષક આંખો ધરાવે છે અને અમને જાણવા મળ્યું છે કે આ ખેડૂતોના વાળ કાળા અને મોટી આંખો હોય છે અને તેઓ બ્રિટિશ ટાપુઓ અને સ્કોટલેન્ડના તાંબા જેવી ચામડીવાળા લોકો સાથે સામ્યતા ધરાવે છે, જે બ્રિટનની પ્રાગૈતિહાસિક જાતિ છે. એટલું જ નહીં, ‹ગરફાગણ› સાથે પણ સામ્યતા છે. જ્યાં પ્રાચીન ‹લિગુરિયન› જાતિના વંશજો ઉત્તર ઇટાલીમાં જોવા મળે છે, આ મનુષ્યો સામાન્ય રીતે કાળા હોય છે. આથી સામાન્ય સિદ્ધાંતો અને સ્થાનિક વિગતોના સંદર્ભમાંથી તે સ્પષ્ટ છે કે યુરોપની અગાઉની જાતિઓ ચોક્કસપણે કાળી હતી અને મેડિટેરિયન હતી અને સ્કેન્ડિનેવિયન નહોતી.

હવે વેદ પર આવીએ. શક્ય છે કે આવા કેટલાક ઉદાહરણ મળી આવે જે આર્યોના રંગભેદની નીતિનો સંકેત આપે.

ઋગ્વેદ (1.117.8) માં એક સંદર્ભ છે કે અશ્વિને શ્યાથા અને રુસતી સાથે લગ્ન કર્યા હતા. શ્યાથા કાળી હતી અને રુસતી ગોરી હતી.

ઋગ્વેદ (1-117.5) માં, કુંદનવર્ણની ઉપાસનાના ઉદ્ધાર માટે અશ્વિનની પ્રશંસા કરવામાં આવી છે.

ઋગ્વેદમાં (9-3.9) આર્યએ પિશંક રક્ત અને તાંબાના રંગવાળા સદ્ગુણી પુત્ર માટે દેવતાઓને પ્રાર્થના કરી હતી.

આ ઉદાહરણો સાબિત કરે છે કે આર્યો જાતિ ભેદભાવના સમર્થક ન હતા. તેઓ આ કેમ કરત? તેમની ઘણી જાતિઓ હતી જેનો રંગ અલગ હતો, જેમ કે તાંબા રંગનો, સફેદ, કાળો વગેરે. દશરથના પુત્ર રામને સફેદ અને યદુના વંશજ કૃષ્ણને રંગમાં શ્યામ દર્શાવવામાં આવ્યા છે. તે આર્યન હતો. ઋષિ દિઘંતમા ઋગ્વેદના ઘણા મંત્રોના સર્જક હતા. તે ઋગ્વેદ 10.31.11 ના શ્યામના મંત્રો હતા. આ પ્રમાણે મહાન ઋષિ કણ્વ પણ શ્યામ રંગના હતા.

હવે છેલ્લું પાસું વર્ણ શબ્દનો અર્થ છે. સૌ પ્રથમ આપણે જોઈશું કે ઋગ્વેદમાં તેનો ઉપયોગ કયા અર્થમાં થયો છે. ઋગ્વેદમાં ‹વર્ણ› શબ્દ 22 વખત આવે છે. તે ઉષા, અગ્નિ, સોમ વગેરે દેવતાઓના સ્વરૂપ, રૂપ અથવા રંગના અર્થમાં 17 વખત વપરાય છે. તેનો ઉપયોગ દેવતાઓની ઉપાસના માટે થતો હોવાથી, ઋગ્વેદમાં મનુષ્યો માટે વર્ણ શબ્દનો ઉપયોગ ક્યારે થયો તે અનુમાન લગાવવું વધુ સારું રહેશે નહીં. તેનો ઉપયોગ ઋગ્વેદમાં ચાર-પાંચ વખત જીવો માટે કરવામાં આવ્યો છે. જુઓ આ છે મંત્રઃ-

(1) 1-104.2. (2) 1-179.6, (3) 7-12.4, (4) 3-34.5 (5) 9-76.2

આનાથી ખબર પડતી નથી કે વર્ણ શબ્દનો ઉપયોગ ઋગ્વેદમાં શરીરના રંગ માટે થયો છે કે નહીં.

ઋગ્વેદ (3-34.5) ના મંત્રથી શંકા ઊભી થાય છે. તેનું વર્ણ વિન્યાસ શુક્લ વર્ણની વૃદ્ધિ શ્લેષ અલંકાર છે. એક અર્થ એ છે કે ઈન્દ્રએ ઉષાને તેના પ્રકાશથી શુક્લનો રંગ વધારવાનો એટલે કે પ્રકાશ વધારવાનો આદેશ આપ્યો અને બીજો અર્થ એ છે કે શુક્લાંગની સંખ્યા વધે.

ઋગ્વેદ અસુર વર્ષ નિકંદનના મંત્ર 9-71.2 ની સમજૂતી પોતે સ્પષ્ટ નથી. આ સૂક્ત સોમ-પાવનમ સાથે સંબંધિત છે. તે ધ્યાનમાં રાખવું જોઈએ કે સોમનું વર્ણન અસુર વર્ણ નિકંદન તરીકે કરવામાં આવ્યું છે. અહીં વર્ણ એટલે સ્વરૂપ. શ્લોકનો બીજો ભાગ કહે છે કે તેણે તેના ઘેરા અથવા કાળા આવરણને ફેંકી દીધું અને આકર્ષક આવરણ પહેર્યું. અહીં વર્ણ એટલે કાળો રંગ.

ઋગ્વેદનો મંત્ર (1-179.6) ખૂબ જ મદદરૂપ છે. આ મુજબ, અગસ્ત્ય ઋષિએ લોપામુદ્રા સાથે સંભોગ કરીને લોકો, વંશ અને બળ પ્રાપ્ત કર્યું અને તેમાંથી બે વર્ણોનો જન્મ થયો. જો કે આ શ્લોકમાંથી તે બે વર્ણો કોણ હતા તે સ્પષ્ટ નથી થયું, તેમ છતાં એમ કહી શકાય કે બે વર્ણોનો અર્થ આર્ય અને દાસ છે. જો આ સ્વીકારવામાં આવે તો નિઃશંકપણે વર્ણનો અર્થ વર્ણ છે શરીરનો રંગ નહીં.

વર્ણ શબ્દનો ઉપયોગ ઋગ્વેદના મંત્ર 1-104.2 અને 2-12.4 માં દાસો માટે કરવામાં આવ્યો હતો. પ્રશ્ન એ છે કે દાસના સંદર્ભમાં વપરાતા વર્ણ શબ્દનો અર્થ શું છે? શું આનો અર્થ એવો લેવો જોઈએ કે દાસ શ્યામ રંગનો હતો કે તેનો પોતાનો અલગ વર્ણ હતો? બેમાંથી કયો અર્થ સાચો છે તે ખબર નથી. તેથી કોઈ નિષ્કર્ષ પર પહોંચી શકાતું નથી.

ઋગ્વેદના પુરાવા અધૂરા છે. આ સંદર્ભમાં, ઈન્ડો-ઈરાની સાહિત્યમાં વર્ણ શબ્દની શોધ મદદરૂપ થઈ શકે છે. જો હા તો કયા સ્વરૂપમાં?

સદનસીબે, આ શબ્દ ઝંડ અવેસ્તામાં વરાણા અથવા વારેના સ્વરૂપમાં ઉપલબ્ધ છે. તેનો શાબ્દિક અર્થ ધાર્મિક સિદ્ધાંત અને સંપ્રદાયની માન્યતા અથવા વિશ્વાસ છે. આ શબ્દની ઉત્પત્તિ વરમાંથી છે અને વરનો સામાન્ય અર્થ ધાર્મિક આસ્થા અને વિચાર છે. ‹વાર› અથવા ‹વારે› શબ્દ ‹ગધ›માં સમાન અર્થમાં 6 વખત વપરાયો છે.

ગાથા અહુનવૈતિ યસ્નાહ 30 શ્લોક 2 માં તેનો ઉલ્લેખ છે. તેનો અનુવાદ આ પ્રમાણે છે:-

"હું જે સત્ય પ્રગટ કરું છું તેને એકાગ્રતાથી સાંભળો. તમારી તીક્ષ્ણ બુદ્ધિથી મનન કરો. દરેક વ્યક્તિએ તેની શ્રદ્ધા મજબૂત કરવી જોઈએ. મહાન સમય પહેલા, દરેક વ્યક્તિએ આપણે વર્ણવેલ સ્વરૂપથી પરિચિત થવું જોઈએ."

આ ગાથાનો આ ખૂબ જ પ્રસિદ્ધ ઉપદેશ છે જેમાં જરથુષ્ટ્રએ દરેક વ્યક્તિને ઉપદેશ આપ્યો છે કે દરેક વ્યક્તિએ પોતાની બુદ્ધિના બળ પર પોતાની શ્રદ્ધા નક્કી કરવા માટે સ્વતંત્ર રીતે વિચારવું જોઈએ. આમાં અવરેનોન શબ્દનો અર્થ થાય છે વિશ્વાસ અને વપરાયેલ વિચી થાહ્યા શબ્દનો અર્થ છે પસંદગી પહેલા વિચાર-વિમર્શ.

ગાથા અહુનવેતિ-યસ્નાહ 31 શ્લોક 11 માં તેનો ઉલ્લેખ છે. ‹વરાણેંગ› શબ્દ ‹વારણ›નો બહુવચન છે જેનો અર્થ થાય છે વિશ્વાસ, આશ્વાસન આ શ્લોકમાં જરથુષ્ટ્રએ માનવ સર્જનનું વર્ણન કર્યું છે. માનવસૃષ્ટિનો ઉલ્લેખ કર્યા પછી તેમણે છેલ્લી પંક્તિમાં કહ્યું છે કે (માનવને) સ્વૈચ્છિક શ્રદ્ધા આપવામાં આવી છે.

પસંદગીના સંબંધમાં ગાથા ઉદ્યતવૈસી-યસ્નાહ 45 શ્લોક એકમાં તેનો ઉલ્લેખ છે. ઉપદેશની છેલ્લી પંક્તિમાં જરથુષ્ટ્રએ કહ્યું છે કે હઠીલાપણું એ શેતાનની જીભ છે.

ગાથા ઉદ્યતાવૈતિ યસ્નાહ 45 શ્લોક બેમાં આનો ઉલ્લેખ છે. ઉપરની જેમ, ‹વારણ› એટલે આસ્થા, ધર્મ અને શ્રદ્ધા વગેરે. જરથુષ્ટ્રે પાપ અને પુણ્યના વિશ્લેષણની દાર્શનિક સમજૂતી આપી છે. તેમણે માનવીની લાગણીઓનું નિરૂપણ કર્યું છે. આ શ્લોકમાં મનની પુણ્ય અને પાપી વૃત્તિઓનો ઉલ્લેખ કરવામાં આવ્યો છે. જે કંઈપણ કહેવામાં આવ્યું છે તેના સંદર્ભમાં, ન તો આપણું મન, ન આપણી વાણી, ન આપણી બૌદ્ધિક માન્યતાઓ, ન આપણી વાતો, ન આપણી ક્રિયાઓ, ન આપણી ચેતના, ન આપણો આત્મા તેની સાથે સંમત છે.

તેનો ઉલ્લેખ ગાથા સ્પેન્ટા મૈન્યુ-યસ્નાહ 48 શ્લોક 4 માં કરવામાં આવ્યો છે, વારેનેગ એટલે ધર્મ, વિશ્વાસ. આ શ્લોકમાં જરથુષ્ટ્ર કહે છે,

જે વ્યક્તિ પોતાના મનને શુદ્ધ બનાવે છે અને પોતાની ભાવનાઓ અને કાર્યોને શુદ્ધ રાખે છે, તેની ઈચ્છાઓ તેની શ્રદ્ધા અનુસાર હોય છે.

તેનો ઉલ્લેખ ગાથા સ્પેન્તા મૈંયુ યસ્નાહ 49 શ્લોક 3 માં છે.

વારેણીયનો ઉપયોગ સંપ્રદાનના અર્થમાં કરવામાં આવ્યો છે જેનો અર્થ થાય છે ધર્મ. આ શ્લોકમાં ‹થેસાઈ› શબ્દ દેખાયો છે, તેનો અર્થ ધાર્મિક સમુદાય અને ધાર્મિક સંહિતા પણ છે. આ બે શબ્દો એક જ શ્લોકમાં છે અને અમારી દલીલની પુષ્ટિ કરે છે. જૈયા કી થીસા જેનો અર્થ થાય છે ધર્મ, અહુરકેસાનો પણ અર્થ થાય છે ધર્મ. થેસાનો પહલવી અનુવાદ એટલે ધર્મ.

વેન્ડીદાદ અવેસ્તા ભાષામાં, ‹અન્યો વરણ› જરાસ્તા ધર્મ પુસ્તકમાં દેખાય છે. અહીં ‹અન્યો› એટલે અન્ય, વરણ એટલે ધર્મ. આમ ‹અન્યોવરન› શબ્દનો અર્થ થાય છે અન્ય ધર્મનો અનુયાયી. Vendidad, Anyo Thesa માં પણ એક શબ્દ છે, જેનો અર્થ અન્ય ધર્મોના અનુયાયીઓ પણ થાય છે.

ગાથામાંથી મેળવેલા ક્રિયાપદોના ઘણા સ્વરૂપો જોઈ શકાય છે જેમ કે અહુન્વેતિ ગાથા યસ્નાહ 31 શ્લોક 31 જરથુષ્ટ્ર કહે છે અથવા શબ્દ જ્યતો વિસ્પેંગ વાયુરાયાનો અર્થ છે કે હું બધા જીવોના ભગવાનમાં અકીદાહ (વિશ્વાસ) બનાવું છું. યસ્નાહ 28 શ્લોક 5 માં એક શબ્દ છે, બોરોઈમેડી, ચાલો આપણે માનીએ. ગાથા બહિષ્ટ તૈરિત્રસ્ત યસ્નાહ 53 શ્લોક 9 દુજ વારેનિસમાં આપણને એક શબ્દ મળે છે. આ એક રસપ્રદ બહુવચન છે, ઉપસર્ગ દુજનો અર્થ થાય છે અન્યાયી અથવા દુષ્ટ ધર્મનો અનુયાયી.

જરસ્થ ધર્મમાં, સ્વીકારોક્તિ 12 માં અધિકારની કબૂલાતમાં એક શબ્દ છે, ફ્રાવરન, તેનો અર્થ છે હું ભજદયાસનો ઝોરોસ્ટ્રિયન (મઝદા) પૂજા અથવા જરસ્થ ધર્મમાં કબૂલાત. યસ્ના 12 પાસે યા વરણા છે. અહીં યા એ સગપણનું પરિબળ છે જેનો અર્થ વિશ્વાસ થાય છે, તે ધર્મ 1 અથવા વારાણ યસ્ના 12 માં નવ વખત આવે છે અને તેનો સ્પષ્ટ અર્થ ધર્મ અને વિશ્વાસ છે. પછી કૈશા સાથે વરણ શબ્દનો પ્રયોગ ધર્મનો અર્થ આપે છે.

યસ્ના 16 માં જરથુ શબ્દ ‹વરનમાચ ક્ષેમચા યજામેદે› છે, જે જરથુની પૂજાનો સીધો ઉલ્લેખ છે. આ પરિભાષા સ્પષ્ટ છાપ આપે છે કે તેનો અર્થ પારસી ધર્મ અને તેમાં વિશ્વાસ છે. ઉપરોક્તનો અનુવાદ એ છે કે અમે ઝોરોસ્ટ્રિયન શ્રદ્ધા અને ધર્મની પૂજા કરીએ છીએ.

જેન્દવસ્થાના આ પુરાવા વર્ણ શબ્દ વિશે કોઈ શંકાને છોડતા નથી

કે મૂળભૂત રીતે તેનો અર્થ થાય છે શ્રદ્ધા અને તેનો રંગ કે સ્વરૂપ સાથે કોઈ સંબંધ નથી.

નિષ્કર્ષ એ છે કે જો આપણે પશ્ચિમી સિદ્ધાંતની સમીક્ષા કરીએ તો તે નીચે મુજબ દેખાય છે:-

1. વેદોમાં આર્ય જાતિનો કોઈ સંકેત નથી.
2. ભારત પર આર્ય જાતિના આક્રમણ વિશે વેદોમાં એવો કોઈ પુરાવો નથી કે આર્યોએ ભારતના આદિમ રહેવાસીઓ ગણાતા દાસ અથવા દસ્યુને હરાવ્યા હતા.
3. આર્યો, દાસ અથવા દસ્યુ વચ્ચે કોઈ વંશીય તફાવત હોવાના કોઈ પુરાવા નથી.
4. આર્યો અને દાસ દસ્યુના રંગમાં કોઈ તફાવત હોવાનું વેદમાંથી સાબિત થયું નથી.

■

5.

આર્યો વિરુદ્ધ આર્યો

તેઓએ આર્ય જાતિ અંગે પશ્ચિમી વિદ્વાનો દ્વારા રજૂ કરાયેલા સિદ્ધાંતો કેવી રીતે પાયાવિહોણા છે અને બ્રાહ્મણોએ તેનો ઉમળકાભેર સ્વીકાર કર્યો તે અંગે ઘણો વિચાર કર્યો છે. છતાં આ સિદ્ધાંતનો લોકો પર એટલો ઊંડો પ્રભાવ છે કે તેઓ તેની વિરુદ્ધ કંઈપણ બોલવાનું પસંદ કરતા નથી. તેઓનો સંપૂર્ણ નાશ થવો જોઈએ. આ સ્થિતિમાં, પશ્ચિમી સિદ્ધાંતની પોકળતાનું વિશ્લેષણ કરવું જરૂરી છે.

જેઓ આર્યો બહારથી આવતા અને ગુલામ દસ્યુ જાતિઓને હરાવવાના સિદ્ધાંતને સમર્થન આપે છે તેઓ ઋગ્વેદના નીચેના મંત્રોની અવગણના કરે છે. આ મંત્રોનું નિર્ણાયક મહત્વ છે. આ મંત્રોના સંદર્ભ વિના આર્યો બહારથી ભારતમાં આવ્યા અને સ્થાનિક રહેવાસીઓને હરાવવાના સિદ્ધાંતને સ્વીકારવો અયોગ્ય હશે. હું આ મંત્રો રજૂ કરું છું.

1. ઋગ્વેદ (5-33.3)- હે ઇન્દ્ર, તમે અમારા બંને વિરોધીઓ, દાસ અને આર્યોને મારી નાખ્યા છે.
2. ઋગ્વેદ (6-60.3)- ઈન્દ્ર અને અગ્નિ, ધર્મ અને ન્યાયના રક્ષક, દાસો અને દસ્યુઓને દબાવી દે જેઓ આપણને દુઃખ આપે છે.
3. ઋગ્વેદ (7-81.1)- ઇન્દ્ર અને વરુણે સુદાસના દુશ્મન દાસ અને આર્યોને મારી નાખ્યા અને સુદાસનું રક્ષણ કર્યું.
4. ઋગ્વેદ (8-24.27)- હે ઇન્દ્ર, તમે સિંધુના દરિયાકાંઠાના વિસ્તારોમાં રહેતા રાક્ષસો અને આર્યોથી અમારી રક્ષા કરી છે, હવે તમે દાસોને પણ શસ્ત્રવિહીન બનાવો છો.
5. ઋગ્વેદ (10-38.3)- હે સૌથી પૂજ્ય ઇન્દ્ર, દાસો અને આર્યો વિધર્મી અને આપણા દુશ્મનો છે. તેમને દબાવવા માટે અમને તમારા આશીર્વાદ આપો. તમારી મદદથી અમે તેમને મારી નાખીશું.

6. ઋગ્વેદ (10-86.19)- હે મામાયુ, તમારા ઉપાસકોને શક્તિ આપો. તમારી મદદથી અમે અમારા શત્રુ આર્યો અને દાસોનો નાશ કરીશું.

આ મંત્રો વાંચવાથી અને ઠંડા મનથી વિચારવાથી પશ્ચિમી સિદ્ધાંતની વાસ્તવિકતા પ્રગટ થશે. જો આ મંત્રોના રચયિતા આર્ય હતા તો આ મંત્રોના પુરાવાઓ પશ્ચિમના મતને પાયાવિહોણા બનાવે છે. તે જ સમયે, તે સ્પષ્ટ થાય છે કે આર્યોના લોકોમાં બે વર્ગો હતા જેઓ અલગ હતા અને એકબીજા પ્રત્યે નફરત ધરાવતા હતા. બે આર્ય જાતિઓનું અસ્તિત્વ કાલ્પનિક નથી, વાસ્તવિક છે. તેની તરફેણમાં અનેક પુરાવાઓ પણ ઉપલબ્ધ છે.

II

પ્રથમ પુરાવા વિવિધ વેદોના પવિત્ર સ્વભાવની માન્યતાને લગતા ભેદભાવ છે. વેદના વિદ્વાનો જાણે છે કે બે જ વેદ છે: ઋગ્વેદ અને અથર્વવેદ. સામવેદ અને યજુર્વેદ એ ઋગ્વેદના જ અલગ-અલગ સ્વરૂપો છે. તે જાણીતું છે કે લાંબા સમયથી બ્રાહ્મણો અથર્વવેદને ઋગ્વેદ સમાન પવિત્ર માનતા ન હતા. આવો ભેદભાવ શા માટે હતો? શા માટે ઋગ્વેદને પવિત્ર અને અથર્વવેદને અશુદ્ધ ગણવામાં આવ્યો? હું આનો જવાબ આપવા માંગુ છું કે બંને વેદની રચના આર્યોની બે અલગ અલગ જાતિઓ દ્વારા કરવામાં આવી હતી. પાછળથી, જ્યારે બંને જાતિઓ વિલીન થઈ અને એક થઈ, ત્યારે અથર્વવેદને ઋગ્વેદ જેવો પવિત્ર માનવામાં આવ્યો.

આ ઉપરાંત, વિવિધ વિચારધારાઓમાં બે અલગ-અલગ આર્ય જાતિના અસ્તિત્વ અંગેના તમામ બ્રાહ્મણ સાહિત્યમાં પૂરતા પુરાવા ઉપલબ્ધ છે. સર્જનમાં તફાવત બે અલગ અલગ વર્ગો અથવા જાતિઓ સૂચવે છે. આમાંથી એક પ્રકરણ બેમાં વર્ણવવામાં આવ્યું છે. માત્ર બીજી વિચારધારાનું વર્ણન બાકી છે. આ માટે આપણે વેદથી શરૂઆત કરીએ છીએ:-

તૈત્તિરીય સંહિતાના શ્લોક 6-5.6.1 માં નીચે મુજબનું વર્ણન છે:-

પુત્ર પ્રાપ્તિની ઈચ્છાથી અદિતિએ દેવતાઓ અને સાધ્યો માટે બ્રહ્મોદનનો પ્રસાદ તૈયાર કર્યો. તેણે તેની કવિતા તેને (અદિતિ) આપી, જે તેણે ખાધી. તેણી ગર્ભવતી થઈ અને ચાર આદિત્યનો જન્મ થયો. તેણે બીજી બ્રહ્મોદન ઈતિ તૈયાર કરી અને વિચાર્યું કે ચાર પુત્રો જન્મ્યા છે જે શૂલને કારણે મૃત્યુ પામ્યા છે અને જો હું તે પ્રથમ ખાઉં તો ખૂબ જ પ્રતિભાશાળી પુત્રો જન્મશે. એમ વિચારીને તેણે અગાઉથી જ આહુતિનો પ્રસાદ ઉઠાવી લીધો. તેણે કલ્પના કરી અને અપૂર્ણ ઇંડાને જન્મ આપ્યો. તેમાંથી તેણે આદિત્ય માટે ત્રીજો પ્રસાદ તૈયાર કર્યો. જેના કારણે આદિત્ય

વૈવસ્વતનો ઉદય થયો. આ સંતાન એટલે કે જે મનુષ્ય યજ્ઞ કરે છે તે સિદ્ધ થાય છે અને ભગવાનને પ્રિય બને છે.

હવે બ્રાહ્મણ ગ્રંથોની રચના વાર્તાઓ જુઓ:-

1. શતપથ બ્રાહ્મણ 8.1.1- કારણ કે લોકો સવારે તેમના હાથ ધોવે છે, તેથી મનુના હાથ ધોવા માટે તેઓ સવારે પાણી લાવ્યા. તે હાથ ધોતો હતો ત્યારે તેના હાથમાં એક માછલી આવી. તેણે તેમને મારી રક્ષા કરવા કહ્યું. હું તને બચાવી શકું છું. મનુએ પૂછ્યું કે તમે કેવી રીતે બચાવશો, માછલીએ જવાબ આપ્યો: - આખી સૃષ્ટિ પ્રલયથી ભરાઈ જશે, હું તમને આમાંથી બચાવીશ. મનુએ પૂછ્યું, તમે કેવી રીતે છટકી શકશો? માછલીએ કહ્યું, જ્યાં સુધી હું નાનો છું ત્યાં સુધી મને વાસણમાં રાખો. હું ખૂબ જ દુ:ખી છું કારણ કે મોટી માછલી નાની માછલીને ખાય છે. જ્યારે હું વાસણમાં રહેવા માટે યોગ્ય નથી, ત્યારે મને તળાવમાં મૂકો અને પછી મને સમુદ્રમાં લઈ જાઓ. પછી હું ભયમુક્ત થઈ જઈશ. તરત જ તેનું કદ વધી ગયું. તેણે કહ્યું કે જ્યારે પાણીનું સ્તર વધારે છે, ત્યારે તમે હોડીમાં બેસો અને હું તમને લઈ જઈશ. આમ મનુએ માછલીને બચાવી અને તે તેને સમુદ્રમાં લઈ ગઈ. એ જ વર્ષે મનુએ એક હોડી બનાવી. પૂર આવ્યું ત્યારે મનુ હોડીમાં ચડ્યા. માછલીઓ તેમની પાસે આવી. તેઓએ હોડીના લંગરને માછલીના શિંગડા સાથે બાંધી દીધું. આ રીતે તેઓ ઉત્તર પર્વત તરફ આવ્યા. માછલીએ કહ્યું હું તને અહીં લાવી છું. હોડીના લંગરને ઝાડ સાથે બાંધો. કદાચ પાણી તમને લઈ જશે. તમે પર્વત પર જાઓ અને જ્યારે પાણી ઓછું થાય ત્યારે બહાર આવો. આ રીતે, જ્યારે સમગ્ર સૃષ્ટિનો નાશ થયો, ત્યારે મનુ માત્ર એક જ બચ્યો હતો. પોતાના વંશના વિકાસ માટે, મનુએ જળનો પ્રસાદ ચઢાવ્યો અને ધાર્મિક વિધિઓ કરી. તેણે પવિત્ર યજ્ઞો પણ કર્યા. તેમણે માખણ, શુદ્ધ ઘી, છાશ અને દહીંનો પ્રસાદ પણ ચઢાવ્યો હતો. પછી એક વર્ષ પછી એક સ્ત્રીનો જન્મ થયો. તે સરળ હતી. પગમાં ઘી ચોંટી ગયું. તે મિત્રો અને વરુણને મળ્યો અને તેઓએ તેને પૂછ્યું કે તમે કોણ છો? તેણે જવાબ આપ્યો, મનુની દીકરી. તમે અમારા છો. તેમણે કહ્યું. તેણે કહ્યું, ના, હું તેની જ છું જેણે મને બનાવી. તે પણ તેને દત્તક લેવા માંગતો હતો. તેણે તેને વચન આપ્યું કે નહીં, તે ત્યાંથી નીકળી ગઈ. પછી તે મનુ પાસે આવી. મનુએ પૂછ્યું, તમે કોણ છો? તેણીએ કહ્યું, તમે મને ઘી, દૂધ અને દહીં ચઢાવીને બનાવી છે. હું આશીર્વાદનો પ્રસાદ છું. મને યજ્ઞમાં અર્પણ કરો. જો તમે મને યજ્ઞમાં બલિદાન આપો છો, તો તમને સંતાન અને પ્રાણીઓના આશીર્વાદ મળશે.

તમને જે વરદાન જોઈએ છે, તે મારા દ્વારા તમને મળશે. તે મુજબ

તેને ઘરે મોકલી દીધો. આ પછી તેઓ હવનકુંડમાંથી પોતાના અંતિમ સ્વરૂપમાં દેખાયા. તેમની સાથે તેઓએ પૂજા અને ધાર્મિક વિધિઓ કરી. તેણે જે કંઈ વરદાન માંગ્યું તે તેને મળ્યું. તે ઇડા બની. આ પછી મનુ અને ઈડાને સંતાનો થયા. તેની સાથે તેણે માંગેલા વરદાન મળ્યા.

2. શતપથ બ્રાહ્મણ 6.1.2.11- પ્રજાપતિએ પૃથ્વી પર જીવોની રચના કરી. તેના માટે ત્રણ દવાઓ તૈયાર કરવામાં આવી હતી. તેણે તે ખાધી. તે ગર્ભવતી બની. તેણે ઉપરની હવામાંથી દેવતાઓ અને નીચેની હવામાંથી જીવો બનાવ્યા. પ્રજાપતિએ પોતાની ઈચ્છા પ્રમાણે રચના કરી. પ્રજાપતિએ જગતનું સર્જન કર્યું.

3. શતપથ બ્રાહ્મણ 7.5.2.6- શરૂઆતમાં પ્રજાપતિ એકલા હતા. તેમણે અનાજ બનાવવાનો વિચાર કર્યો અને તેને સાકાર કર્યો. પ્રાણીઓ તેમના શ્વાસ સાથે, માણસો તેમના આત્મા સાથે, ઘોડા તેમની આંખો સાથે,

શ્વાસ દ્વારા બળદ, કાન દ્વારા ઘેટાં અને અવાજ દ્વારા બકરી બનાવી. કારણ કે તેણે તેના શ્વાસમાંથી પ્રાણીઓનું સર્જન કર્યું, આ માનવીએ શ્વાસને પ્રાણી તરીકે ઓળખાવ્યો. તેથી, મનુષ્યો પ્રાણીઓ કરતાં શ્રેષ્ઠ અને વધુ શક્તિશાળી છે. આત્મા એ શ્વાસ છે કારણ કે બધા શ્વાસ આત્મા પર આધારિત છે. તેમણે તેમના આત્મામાંથી માણસને બનાવ્યો હોવાથી, તેઓ કહે છે કે માણસ પણ એક પ્રાણી છે. તેથી બધા મનુષ્ય છે.

4. શતપથ બ્રાહ્મણ 10.1.3.12- પ્રજાપતિએ જીવો બનાવ્યા. તેણે પોતાના શરીરની ઉપરની હવામાંથી દેવતાઓ અને નીચલા હવામાંથી જીવો બનાવ્યા અને પછી વિનાશક મૃત્યુને જન્મ આપ્યો.

5. શતપથ બ્રાહ્મણ 10.4.2.13- શરૂઆતમાં આ બ્રહ્માંડ માત્ર પુરુષ સ્વરૂપમાં એક આત્મા હતો. તેણે ધ્યાનથી જોયું તો તે એકલો હતો. તેણે અહમ (હું) કહ્યું અને તેથી તેનું નામ હમ (હું) પડ્યું. તેથી જ જ્યારે કોઈ વ્યક્તિ પ્રથમ વ્યક્તિમાં પોતાનો ઉલ્લેખ કરે છે ત્યારે તે આહ કહે છે અને જ્યારે હાજર હોય ત્યારે અન્ય વ્યક્તિનું નામ બોલાવે છે. તેણે અસત્યનો નાશ કર્યો. તેને માણસ કહેવામાં આવે છે. જ્યારે એકલો હતો ત્યારે તે ગભરાઈ ગયો હતો કારણ કે તે જાણતો હતો કે મારા સિવાય બીજું કંઈ નથી. પછી જ્યારે તેણે વિચાર્યું કે તેણે શા માટે ડરવું જોઈએ, ત્યારે ડર દૂર થઈ ગયો. કોઈ બીજાથી ડરતું નથી. પણ તેને સુખ ન મળ્યું. તેણે જીવનસાથીની ઈચ્છા વ્યક્ત કરી. તેને પોતાના માટે એક સાથીદાર જોઈતો હતો અને તેના માટે તેણે પોતાને બે ભાગમાં વહેંચી નાખ્યો હતો. પરિણામે પતિ-પત્નીનો જન્મ થયો. બંનેના મિલનમાંથી મનુષ્યનો જન્મ થયો. પત્ની, એમ વિચારીને કે પુરુષે તેને જન્મ આપ્યો

છે, તેથી તેની સાથે મજા કરી, ગાયબ થઈ ગઈ અને ગાય બની ગઈ. તે માણસ બળદ બન્યો અને સમાગમ પછી તેણે ગાયોને જન્મ આપ્યો. સ્ત્રી ઘોડી બની, પુરુષ ઘોડો બન્યો, સ્ત્રી ગધેડી અને પુરુષ ગધેડો બન્યો. તેના સંભોગમાંથી ક્લોવેન હૂફવાળા પ્રાણીઓનો જન્મ થયો. એ પછી સ્ત્રી બકરી બની અને પુરુષ બકરો બની ગયો. સ્ત્રી ઘેટી બની અને પુરુષ વાછરડું બની ગયું. આ રીતે કીડીઓથી માંડીને તમામ પ્રકારના નર અને માદાનો જન્મ થયો.

1. **તૈત્તિરીય બ્રાહ્મણ 2.2.9.2-** શરૂઆતમાં આ બ્રહ્માંડ રદબાતલ હતું. ત્યાં ન તો આકાશ હતું, ન પૃથ્વી, ન હતી હવા. આ શૂન્ય બ્રાહ્મણ ઈચ્છતો હતો કે મારે વિસ્તાર કરવો જોઈએ. તેમની પાસેથી કીર્તિ આવી. તે મહિમામાંથી ધુમાડો દેખાયો. પછી એક પ્રકાશ દેખાયો. તેમાંથી પ્રકાશ નીકળ્યો. પછી તેજ દેખાયું. શું તે પ્રકાશમાંથી જ્યોત નીકળી? પ્રકાશ ફરી એકઠો થયો અને તેમાંથી કિરણો ઉત્પન્ન થયા. આ પછી તેજ ફરી દેખાયું અને તેમાંથી જ્વાળાઓ નીકળી. પછી તે તીવ્ર બન્યું અને વાદળો રચાયા. વાદળો વરસવા લાગ્યા. આનાથી મહાસાગર સર્જાયો. ત્યારથી લોકો દરિયાનું પાણી પીતા નથી, કારણ કે તેઓ તેને પ્રજનન સ્થળ માને છે. આ પછી દાસ અને હોત્રીનો જન્મ થયો. પ્રજાપતિ દાસ હોત્રી છે. જે વ્યક્તિ સફળ થવાની ઈચ્છા રાખે છે તે જ તપની શક્તિને જાણે છે અને તેનું આચરણ કરે છે. જ્યારે પાણી પ્રવાહી થઈ ગયું, ત્યારે પ્રજાપતિની આંખોમાં આંસુ આવી ગયા અને પૂછ્યું કે તેમના જન્મનો હેતુ શું હતો. જે આંસુ પાણીમાં પડ્યું તે પૃથ્વી બની ગયું, જે તેણે લૂછી નાખ્યું તે હવા બની ગયું, જે તેણે લૂછીને ફેંક્યું તે આકાશ બની ગયું. જે સંજોગોમાં તેના આંસુ વહાવ્યા હતા તેને અરોદિતા કહેવામાં આવે છે. તે વિસ્તારને રોડ પણ કહેવામાં આવે છે. જેઓ તેનું રહસ્ય જાણે છે તેઓ ઘરે ક્યારેય રડતા નથી. આ શબ્દોની ઉત્પત્તિ છે જે આ જગતના જન્મથી વાકેફ છે અને કોઈ સાંસારિક દુ:ખ તેમને અસર કરતું નથી. તેણે પૃથ્વીનો આધાર બનાવ્યો. તેણે મારા વિસ્તરણની ઇચ્છા વ્યક્ત કરી. તેણે તપસ્યા કરી અને ગર્ભવતી બની. તેણે તેના ગર્ભમાંથી રાક્ષસોને જન્મ આપ્યો અને તેને માટીના વાસણોમાં ખવડાવ્યો. તેણે શરીર ધારણ કર્યું અને તેનાથી અંધકાર ફેલાયો. ત્યારબાદ તેણે વિસ્તરણની ઈચ્છા કરી અને તપસ્યા કરી. પછી ગર્ભાવસ્થા આવી. તેણીએ પોતાની યોનિ દ્વારા લોકોને જન્મ આપ્યો. તેણે તેઓને લાકડાના વાસણમાં ભોજન આપ્યું. જ્યારે તેણે આ વાત માની ત્યારે ચંદ્રપ્રકાશ દેખાયો. તેની ઈચ્છા હતી કે હું વિસ્તરી શકું. તેણે ગર્ભવતી બનવા માટે તપસ્યા કરી. તેણે પોતાની બગલમાંથી ઋતુઓને જન્મ આપ્યો. તેણે ચાંદીના વાસણમાં ઘી આપ્યું. તેણે ફરીથી

એક શરીર ધારણ કર્યું, આમાંથી કાલનો જન્મ થયો જેણે દિવસ અને રાતની રચના કરી. તેણે મારા વિકાસની ઇચ્છા રાખી, તેણે તપસ્યા કરી જેથી તે ગર્ભ ધારણ કરી શકે. તેણે પોતાના મુખમાંથી દેવતાઓને જન્મ આપ્યો. તેણે તેને સોનાના વાસણમાં સોમ આપ્યો. તેણે લાશને પકડી રાખી હતી. આનાથી દિવસ બન્યો. આ પ્રજાપતિની રચના છે. જે આ જાણે છે તે સંતાન ઉત્પન્ન કરે છે. દિવ્યતા આપણું સમર્થક છે. આમ જે દેવત્વને જાણે છે તે તેને પ્રાપ્ત કરે છે. માણસ શૂન્યમાંથી સર્જાયો છે.

મનુષ્યમાંથી તે પ્રજાપતિ બન્યો. પ્રજાપતિનો વંશ વધ્યો. જે અસ્તિત્વમાં છે. માનસમાં રહે છે. બ્રહ્માએ તેને સ્વવાસ્ય કહ્યો છે જે વ્યક્તિ જાણે છે કે ઉષા અને સત્ય તેજસ્વી છે, તેનો વંશ વિસ્તરે છે અને ધનવાન બને છે. તે પરમેષ્ઠી બને છે.

2. **તૈત્તિરીય બ્રાહ્મણ 2.3.8.11-** પ્રજાપતિ ઈચ્છતા હતા કે મારે વિસ્તાર કરવો જોઈએ. તેણે તપસ્યા કરી. તે ગર્ભવતી બન્યા. તેઓ પીળા-તાંબા રંગના બની ગયા. ઉદાહરણ તરીકે, સગર્ભા સ્ત્રી નિસ્તેજ અને તાંબા જેવી બને છે. ભ્રૂણને વહન કર્યા પછી તેઓ થાકી ગયા હતા.

થાક પછી, થાકેલા વ્યક્તિની જેમ, તેમનામાં કાળો બદામી રંગ પ્રવર્તે છે. તેના શ્વાસોચ્છ્વાસ તીવ્ર બન્યા. દૈત્યોનો જન્મ શ્વાસ (આંસુ) થી થયો હતો. આમ, રાક્ષસોમાં આસુરી વૃત્તિ હોય છે જે વ્યક્તિ દાનવોની આ આસુરી વૃત્તિને જાણે છે તેનો શ્વાસ ધન્ય છે. શ્વાસ તેને છોડતો નથી. રાક્ષસોના સર્જક હોવાને કારણે તે પોતાને તેમના પિતા માને છે. આ પછી તેણે પૂર્વજોની રચના કરી. તેનો અર્થ પિતૃઓનો પિતા. જેઓ પિતૃઓના પૂર્વજોના રહસ્યો જાણે છે તેઓ પોતાના પિતા બની જાય છે. પિતા તેમના પ્રસાદ સ્વીકારે છે. પિતૃઓની રચના પછી તેમનામાં પ્રકાશનો જન્મ થયો. આ પછી તેણે માનસની રચના કરી. આ મનુષ્યની માનવતા છે. જે માણસની માનવતાને જાણે છે તે જ્ઞાની છે. મનુષ્ય તેમને છોડતો નથી. જ્યારે તે મનુષ્યોનું સર્જન કરી રહ્યો હતો, ત્યારે સ્વર્ગમાં દિવસ ઉગ્યો. પછી તેણે દેવતાઓની રચના કરી. આ દેવતાઓની દિવ્યતા છે, જેઓ દેવતાઓની દિવ્યતા જાણે છે, તેઓ માટે સ્વર્ગમાં દિવસ ઉગ્યો છે. આ ચાર પ્રવાહો છે, દેવ, માનવ, પીટ અને અસુર. આ બધામાં પાણી હવા જેવું છે.

3. **તૈત્તિરીય બ્રાહ્મણ 3.2.3.9-** શૂદ્ર શૂન્યતામાંથી જન્મે છે. તૈત્તિરીય આરણ્યકે સૃષ્ટિની શરૂઆતની નીચેની સમજૂતી આપી છે:-

તૈત્તિરીય આરણ્યક 1.2.3.1- સર્વત્ર પાણી હતું, પ્રજાપતિ કમળના પાન પર એકલા હતા. તેણે મનમાં વિચાર્યું કે, માણસ જે ઈચ્છે છે તે મારે બનાવવું જોઈએ, તે વાણી દ્વારા વ્યક્ત કરે છે અને તેને ક્રિયામાં

સ્વરૂપ આપે છે. આ રીતે આ મંત્રનો ઉદ્ભવ થયો, પ્રથમ ઇચ્છા ઉત્પન્ન થાય છે જે માનસનો પ્રથમ તંતુ છે. ઋષિઓ તેમની બુદ્ધિમત્તાથી તેનું સંશોધન અને ધ્યાન કરે છે. વર્તમાન અને અવિદ્યમાન વચ્ચેની જેમ. ઋગ્વેદ 10-129.4. જેઓ જાણે છે કે મનુષ્યના માનસમાં ઈચ્છાઓ ઉત્પન્ન થાય છે, તેઓએ તપ કર્યું અને તપસ્યા દ્વારા શરીર ધારણ કર્યું. તેમના શરીરના માંસમાંથી અરુણ, કેતુ અને વતરસન ઋષિઓનો જન્મ થયો. વૈખાનો જન્મ નખમાંથી થયો હતો અને બાલખિલ્યનો જન્મ વાળમાંથી થયો હતો. પાણીમાં ફરતી વખતે લોહીએ કાચબાનું રૂપ ધારણ કર્યું હતું. પ્રજાપતિએ કચ્છપાને કહ્યું - તમે મારા માંસ અને ચામડીમાંથી જન્મ્યા છો. કચ્છપે કહ્યું- ના, હું પહેલા પણ ત્યાં હતો. પછી એક હજાર ચહેરા, આંખો અને હજાર પગવાળા માણસનો જન્મ થયો. (ઋગ્વેદ 10. 90.1.). પ્રજાપતિએ કહ્યું- તમે મારા પહેલા જન્મ્યા છો, તેથી તમે બ્રહ્માંડની રચના કરી છે.

માણસે અંજલિમાં પાણી લીધું અને તેને પૂર્વ તરફ ફેંક્યું અને કહ્યું કે તમે સૂર્ય બની જાઓ. જે દિશામાંથી સૂર્યનો જન્મ થયો તેને પૂર્વ કહેવામાં આવે છે. જ્યારે અરુણે કેતુની દક્ષિણ તરફ પાણી ફેંક્યું અને કહ્યું, ‹હે અગ્નિ›, ત્યારે અગ્નિ ઉત્પન્ન થયો. પશ્ચિમમાં પાણી ફેંકીને ‹ઓ વાયુ› કહેવાથી વાયુનો જન્મ થયો. જ્યારે ઉત્તર તરફ પાણી અર્પણ કરવામાં આવ્યું અને લોકોએ કહ્યું, ‹ઇન્દ્ર›, ત્યારે ઇન્દ્રનો જન્મ થયો. ત્યારપછી અરુણ કેતુએ વચ્ચે પાણી મૂકીને પુષણને જન્મ આપ્યો. ઉપર પાણી મૂકીને તેમણે દેવતાઓ, મનુષ્યો, પૂર્વજો, ગંધર્વો અને અપ્સરાઓની રચના કરી. ઉપરથી પડતા પાણીના ટીપામાંથી રાક્ષસો, રાક્ષસો અને પિશાચનો જન્મ થયો. તેઓ ટીપાંમાંથી ઉદ્ભવ્યા હોવાથી તેઓ અદૃશ્ય થઈ ગયા. તેથી તેણે આ કહ્યું - જ્યારે મહાજલા ગર્ભવતી થઈ, ત્યારે મેધા સમૃદ્ધ થઈ અને તેણે ખુદ્ભુને જન્મ આપ્યો. તેમનાથી જ બ્રહ્માંડનું સર્જન થયું. આ બધું પાણીમાંથી ઉત્પન્ન થયું છે, તેથી આ બધું બ્રહ્મ-ખુદભુ છે. આ રીતે તે બધું ઢીલું, અસ્થિર હતું. તેઓ પ્રજાપતિ હતા. તેણે પોતાની જાતનું સર્જન કર્યું અને આત્મસાત થઈ ગયા. પછી આ મંત્રનો જાપ કરવામાં આવ્યો, વિશ્વની રચના કરીને, વર્તમાનનું સર્જન કરીને, દૂર અને દૂરનું સર્જન કરીને, પ્રજાપતિ પ્રથમ ઉત્પન્ન થયા અને પોતે આત્મસાત થયા.

III

તેથી, મહાભારત એ વિશ્વની રચનાનું વર્ણન પણ છે. પાણીની વચ્ચે એક પગ પર ઊભા રહીને હાથ ઊંચા કરીને વિસ્તિરણા બદ્રીમાં પોતાના પૂર્વજો કરતાં વધુ કઠોર તપસ્યા તેમણે સતત દસ હજાર વર્ષ સુધી

કરી. વાળ અને નખ ચમકદાર બની ગયા. ચિરણી નદીના કિનારે એક માછલી તેની પાસે આવી અને બોલી, હે પ્રભુ! હું ભયભીત મીન છું.

મને મોટી માછલીઓથી બચાવો કારણ કે મોટી માછલીઓ નાની માછલીઓને ગળી જાય છે. મને બચાવો. હું તમને આ માટે ઈનામ આપીશ. દયાર્દ્ર મનુએ માછલીને પાણીમાંથી બહાર કાઢીને એક વાસણમાં રાખી. જ્યારે તેનું કદ વધ્યું, ત્યારે તેને તળાવમાં રાખવામાં આવી, જોકે તળાવ બે યોજન લાંબુ અને એક યોજન પહોળું હતું. તે કમળ મીનને નાનું લાગ્યું અને તેઓ તેને ગંગા પાસે લઈ ગયા. ત્યારે માછલીએ કહ્યું, આ જગ્યા નાની છે. મનુ તેને સમુદ્રના પાણીમાં છોડવા ગયા. મત્સ્યએ સમુદ્રના પાણીને સ્પર્શતા જ માનવ ભાષામાં પોતાના મનુને કહ્યું, તમે મારી દરેક રીતે રક્ષા કરી છે. તેથી, હું તમને કહેવા માંગુ છું કે સમગ્ર સૃષ્ટિ જોખમમાં છે. નજીકના ભવિષ્યમાં, તમામ જીવો અને વસ્તુઓ અદૃશ્ય થઈ જવાના છે. હવે સંસારના શુદ્ધિકરણનો સમય આવી ગયો છે. ચાલો હું તમને કહું, શું સારું થશે. તમે ઝડપથી એક મજબૂત હોડી બનાવો અને સાત ઋષિઓની સાથે તમામ પ્રકારના જીવોના બીજ લઈને સમુદ્ર કિનારે આવો અને મારી રાહ જુઓ. તમે મને મારા શિંગડાથી ઓળખી શકશો. હું તમને શુભેચ્છા પાઠવીશ. આવો અને ઉતાવળ કરો. આટલું કહીને માછલી પાણીમાં ગાયબ થઈ ગઈ. મનુ પાછા ફર્યા અને તરત જ ઋષિઓ અને તમામ વસ્તુઓના બીજ સાથે એક મજબૂત વહાણમાં સમુદ્રના કિનારે પહોંચ્યા. મત્સ્ય તેમની રાહ જોઈ રહ્યો હતો. મનુએ ઝડપથી વહાણનું દોરડું માછલીના શિંગ સાથે બાંધી દીધું. દરિયાના ગર્જના અને ઉછળતા મોજાઓ પર માછલીઓ ઝડપી ગતિએ હોડીને ખેંચી રહી હતી. નૌકા નશામાં ધૂત સ્ત્રીની જેમ દરિયાના લહેરાતા મોજામાં વહેવા લાગી. પૃથ્વી અદૃશ્ય થઈ ગઈ હતી. વાયુ અને આકાશ સિવાય સર્વત્ર પાણી હતું અને તે પાણીમાં સપ્તઋષિઓની સાથે મનુ અને મત્સ્ય પણ હતા. ઘણા વર્ષોના અથાક પ્રયત્નો પછી, મત્સ્ય તેમને હિમવત પૂર્વતાના સર્વોચ્ચ શિખર પર લાવ્યા અને સ્મિત સાથે ઋષિમુનિઓને હોડીને પર્વતની ટોચ પર બાંધવા કહ્યું. જ્યારે હોડી બંધાઈ ત્યારે તેના મિત્ર મત્સ્યએ ઋષિઓને સંબોધીને કહ્યું- હું બ્રહ્મા, પ્રજાપતિ, બ્રહ્મા છું. મેં તને પાણીમાંથી બચાવ્યો છે. હવે મનુ તમામ જીવો, પદાર્થો, દેવતાઓ, દાનવો, મનુષ્યો અને જંગમ અને સ્થાવર પદાર્થોનું સર્જન કરશે. આટલું કહીને માછલી ગાયબ થઈ ગઈ. મનુએ તપોબલ પાસેથી સમજ મેળવી. તેમણે કઠોર તપસ્યા કરી અને સૃષ્ટિનો આરંભ કર્યો.

મહાભારતના આદિ પર્વમાં સર્જનની વાર્તા સાવ અલગ છે:-

વૈશમ્પાયને કહ્યું:- હું પ્રજાપતિ દ્વારા દેવતાઓ અને અન્ય જીવોના

સર્જન અને વિનાશની વાર્તા કહું છું:-

બ્રહ્માને 6 પુત્રો હતા, મારીચિ, અત્રિ, અંગિરસ, પુલસ્ત્ય, પુલહ અને ક્રતુ. તમામ જીવોનો જન્મ મારીચિના પુત્ર કશ્યપથી થયો હતો. દક્ષ પ્રજાપતિને તેર શ્રેષ્ઠ પુત્રીઓ હતી: અદિતિ, દિતિ, દાનુ કલા, દાન્યુ, સિમુક, ક્રોધા, પ્રથા, વિશ્વ, વિનતા, કપિલા, મુનિ અને કુદ્રા. તેઓના અસંખ્ય યોદ્ધા પુત્રો અને શક્તિશાળી પૌત્રો હતા.

મહર્ષિ દક્ષનો જન્મ બ્રહ્માના જમણા હાથના અંગૂઠામાંથી અને તેમની પત્નીનો ડાબા અંગૂઠામાંથી થયો હતો. મહર્ષિની પત્ની પાસેથી 50 કન્યા રત્ન પ્રાપ્ત થયા હતા. મહર્ષિ દક્ષે આમાંથી દસ ધર્મને સત્તાવીસ ઈન્દ્ર (સોમ)ને આપ્યા હતા.

અને દૈવી પરંપરા મુજબ કશ્યપને તેર આપવામાં આવી હતી.

પિતામહ પ્રજાપતિના અનુગામી મનુ તેમના પુત્ર હતા. (તે કોનો પુત્ર હતો તે સ્પષ્ટ નથી). મનુને આઠ પુત્રો હતા. ધર્મનો જન્મ બ્રહ્માના જમણા સ્તનમાંથી થયો હતો. તેજસ્વી ધર્મને ત્રણ પુત્રો હતા. સમા, કામ અને હર્ષ (શાંતિ, પ્રેમ, આનંદ), જે તમામ જીવોને પ્રિય હતા, તેઓ પોતાની શક્તિથી વિશ્વને ઉર્જા આપે છે. ભૃગુના પુત્ર ચ્યવનની પત્ની મનુની પુત્રી આરુષિ હતી. બ્રહ્માના અન્ય બે પુત્રો ધાત્રી અને વિધાત્રી મનુના સાથી હતા. કમળ નિવાસી લક્ષ્મી, સૌથી સુંદર સ્ત્રી, તેની બહેન હતી. તેના માનસ પુત્રો આકાશમાં ફરતા ઘોડા હતા. ભૂખ્યા જીવો એકબીજાને ખોરાકમાં ફેરવવાથી અનીતિનો જન્મ થયો. નિરુતિ તેની પત્ની હતી. નિરુતિના નામ પરથી રાક્ષસ નૈરુત કહેવાયું. નિરુતિ તેની પત્ની હતી. નિરુતિએ ત્રણ તોફાની પુત્રો ભય, મહાભય અને મૃત્યુને જન્મ આપ્યો. મૃત્યુને કોઈ પત્ની કે પુત્ર નહોતો કારણ કે તે પોતે જ બધાનો અંત લાવનાર હતો.

"પ્રચેતને ઋષિમુનિઓના દસ પુત્રોનો જન્મ થયો. તેમના મુખમાંથી નીકળતી અગ્નિથી બધા મહાપુરુષો બળી ગયા. તેમાંથી દક્ષ પ્રચેતનો જન્મ થયો અને દક્ષથી તમામ જીવો ઉત્પન્ન થયા. એક હજાર પુત્રો થયા. દેવર્ષિ નારદે તેમને મુક્ત કર્યા. અને સંતાનની ઈચ્છા ધરાવતા સાંખ્યને જન્મ આપ્યો, 13 ઈંદ્ર (સોમા) અને 27 દક્ષાયણીને વિવસ્વતના પુત્ર માર્તંડ (સૂર્ય વિવાસ્વત)થી બ્રાહ્મણો અને ક્ષત્રિયોનો જન્મ થયો. નરશ્યંત, ઇક્ષ્યાતિ, ઇલા, પોરીશુદ્ર અને પચાસ વધુ પુત્રો જન્મ્યા જેઓ હંમેશા તેમની વચ્ચે લડતા હતા તે ઇલા તેના પિતા હતા.

IV

રામાયણના બીજા ભાગમાં બ્રહ્માંડની રચનાનું વર્ણન આ રીતે

કરવામાં આવ્યું છે:-

વશિષ્ઠે રામને કહ્યું - જાબાલી પણ સંસારના વિનાશ અને પુનઃસર્જનની ઉત્પત્તિ જાણે છે, જો કે હે ભગવાન ભૂપતિ, કૃપા કરીને મારી પાસેથી સંસારની ઉત્પત્તિ વિશે સાંભળો. શરૂઆતમાં બધે પાણી હતું. પૃથ્વી પાણીમાંથી બની હતી. ત્યારપછી ઉપાસકોની સાથે સ્વયંભૂ બ્રહ્માનો જન્મ થયો. તેઓ બાર ડુક્કર બન્યા. તેણે પૃથ્વીને ઉંચી કરી અને તેના સાત પુત્રો સાથે વિશ્વની રચના કરી. મારીચિનો જન્મ બ્રહ્માથી થયો હતો અને કશ્યપનો જન્મ મરીચિથી થયો હતો. કશ્યપના પુત્ર વિવસ્વતથી મનુનો જન્મ થયો હતો. મનુનો પુત્ર ઇક્ષ્વાકુ થયો. ઇક્ષ્વાકુ અયોધ્યાના પ્રથમ રાજા હતા.

વિશ્વોત્પતિની બીજી વાર્તા ત્રીજા કાંડમાં છે જે આ પ્રમાણે છે:-

રામના શબ્દો સાંભળીને જટાયુએ પોતાની જાતિ અને તમામ જીવોની ઉત્પત્તિ સમજાવી. કર્દમ પ્રથમ સર્જક હતા. તેમના પછી નિક્રિતા, બાકીના સમસાર, તેજસ્વી બહુપુત્ર, સ્થાનુ મરીચી, અત્રિ, કૃતિ, પુલસ્ત્ય, અંગીરસ, પ્રચેતસ, પુલહ, દક્ષ, વિવસ્વત અને અરિષ્ટનેમી અને છેલ્લા પ્રજાપતિ પ્રસિદ્ધ કશ્યપ હતા. પ્રજાપતિને સાઠ પુત્રીઓ હતી. કશ્યપે અદિતિ, દિતિ, દનુ, કાલકા, તામરા, ક્રોધવાસ, મનુ અને અનલા નામની આઠ પુત્રીઓ સાથે લગ્ન કર્યા અને ત્રણેય લોકની વૃદ્ધિ માટે પોતાના જેવા પ્રતિષ્ઠિત પુત્રો જન્માવવા માટે કહ્યું.

અદિતિ, દિતિ, દાનુ અને કાલકા સિવાય દરેક અસંમત હતા, અદિતિથી તેત્રીસ દેવો, આદિત્ય, વસુ, રુદ્ર અને બે અશ્વિની કુમારો જન્મ્યા હતા. કશ્યપની પત્ની દાનુએ તેના મુખમાંથી બ્રાહ્મણો, તેના સ્તનોમાંથી ક્ષત્રિયો, તેની જાંઘમાંથી વૈશ્ય અને પગમાંથી શુદ્રોને જન્મ આપ્યો. આ વાત વેદોમાં કહેવામાં આવી છે. તમામ વનસ્પતિ અને ફળો અજાલામાંથી ઉત્પન્ન થયા છે.

V

ઉદાહરણ તરીકે, ચાલો હવે પુરાણોને જોઈએ કે તેમાં શું ઉલ્લેખ છે. વિષ્ણુ પુરાણમાં લખ્યું છે કે શરૂઆતમાં, વિશ્વનિયંતા હિરણ્યગર્ભ બ્રહ્મા હતા જે વિષ્ણુ પણ હતા, જે ઋક્, યજુસ્, સામ અને અથર્વવેદના સમાન હતા. પ્રજાપતિ દક્ષનો જન્મ બ્રહ્માના જમણા અંગૂઠામાંથી થયો હતો. દક્ષને એક પુત્રી અદિતિ હતી. અદિતિએ વિવસ્વતને જન્મ આપ્યો. વિવસ્વત મનુ બન્યો. મનુને પુત્રો હતા ઇક્ષ્વાકુ, નૃગ, ધૃષ્ટ, શર્યાતિ, નરિષ્યંત, પ્રમશુ, નભગનેદિષ્ટ, કૃષ અને પૃશાધ્ર.

પુત્રની ઈચ્છા રાખીને મનુએ પોતાના મિત્ર અને વરુણ માટે યજ્ઞ કર્યો. પરંતુ પુરોહિની ભૂલને કારણે ઇલા નામની છોકરીનો જન્મ થયો.

મિત્ર અને વરુણની કૃપાથી તે મનુના પુત્ર સુદ્યુમ્નના રૂપમાં આવી. પાછળથી, ભગવાન (મહાદેવ)ના ક્રોધને કારણે, તે સ્ત્રી બની ગઈ અને બુધના પુત્ર સોમ (ચંદ્ર) ના આશ્રમ પાસે ફરવા લાગી. બુધ તેની સાથે આસક્ત થઈ ગયો. અને તેની સાથે સંભોગ કરીને પુરુરવાને જન્મ આપ્યો. ઋષિઓની વિનંતી પર, યજ્ઞદેવતાએ ફરીથી ઇલાને સુદ્યુમ્ન પાસે મોકલી.

વિષ્ણુ પુરાણમાં મનુના પુત્રોનું વર્ણન આ પ્રમાણે છે: (a) ગુરુની ગાયની કતલ કરવાને કારણે પૃશાધ્ર શુદ્ર બન્યો. (b) ક્ષત્રિયોનો જન્મ ક્રૃશમાંથી થયો હતો. (c) નેદિષ્ઠનો પુત્ર નભાગ વૈશ્ય બન્યો.

આ સૂર્યવંશની વાર્તા છે. વિષ્ણુ પુરાણમાં એક અન્ય સમાંતર કથા છે જે મુજબ ચંદ્રવંશનો ઉદય અત્રિને આભારી છે. જેમ મનુથી સૂર્યવંશની શરૂઆત થઈ.

અત્રિ બ્રહ્માના પુત્ર અને સોમ (ચંદ્ર)ના પિતા હતા. બ્રહ્માએ સોમ (ચંદ્ર)ને વનસ્પતિ, બ્રાહ્મણો અને તારાઓનું રાજ્ય આપ્યું. રાજસૂય યજ્ઞ પછી, સોમે ગર્વ અનુભવ્યો અને દેવતા પુરોહિત બૃહસ્પતિની પત્ની તારાનું અપહરણ કર્યું. ઋષિમુનિઓ અને દેવતાઓની સમજાવટ પછી પણ બ્રહ્મા તેને પરત કરવા માટે રાજી ન થયા. ઉષનાએ સોમનો પક્ષ લીધો અને અંગિરાના શિષ્ય રુદ્રએ બૃહસ્પતિનો પક્ષ લીધો. દેવતાઓએ એક બાજુ મદદ કરી અને બીજી બાજુ દાનવોએ મદદ કરી અને બંને પક્ષો વચ્ચે ભયંકર યુદ્ધ થયું. બ્રહ્માએ મધ્યસ્થી કરી અને સોમને તારાને બૃહસ્પતિ પાસે પરત કરવા દબાણ કર્યું. તારા પાછી આવી પણ ત્યાં સુધીમાં તે ગર્ભવતી થઈ ગઈ હતી. તેણે બુધને જન્મ આપ્યો. પૂછપરછ પર, તેણે સોમને બુધના પિતા તરીકે સ્વીકાર્યો. મનુની પુત્રી ઇલાને આ બુધથી પુરુરવા નામનો પુત્ર પ્રાપ્ત થયો હતો. પુરુરવાને છ પુત્રો હતા, જેમાંથી આયુષ સૌથી મોટો હતો. આયુષને પાંચ પુત્રો હતા, નહુષ, ક્ષત્રબુદ્ધ, રાભા, રાજી અને અનાસ. ક્ષત્રબુદ્ધને સુનાહર નામનો પુત્ર હતો. સુનાહરને ત્રણ પુત્રો હતા, કાસલેસ અને ગૃત્સમદ. ગૃત્સમદને એક પુત્ર, શૌનક હતો, જેણે ચાર-વર્ણ જાતિ પ્રથા શરૂ કરી હતી. કાસલેસને કાશીરાજ નામનો પુત્ર હતો અને તેનો પુત્ર દિર્ઘતમા હતો અને દિર્ઘતમાનો પુત્ર ધન્વંતરી હતો.

વિશ્વની ઉત્પત્તિની આ વાર્તાઓની તુલના કરીએ તો, આ પુસ્તકના બીજા પ્રકરણમાં ચર્ચા કરેલી વિગતો પરથી નીચેના બે વિચારો સ્પષ્ટ થાય છે.

1. એક વાર્તા દુન્યવી છે અને બીજી કુદરતી છે.
2. એક કહે છે કે મનુ મનુષ્ય હતા અને તેમાંથી જીવો ઉત્પન્ન થયા

અને બીજો કહે છે કે બ્રહ્મા અથવા પ્રજાપતિ દ્વારા સૃષ્ટિની રચના કરવામાં માને છે.

3. એક ઐતિહાસિક સત્ય અને બીજું દૈવી.
4. એક પ્રલયનું વર્ણન કરે છે અને બીજું આ વિષય પર મૌન છે.
5. એકનો ઉદ્દેશ્ય ચાતુર્વર્ણ્યનું વર્ણન કરવાનો છે અને બીજાનો ઉદ્દેશ્ય સમાજના મૂળ ઉદ્ગમનું વર્ણન કરવાનો છે.

ખાસ કરીને ચાતુર્વર્ણ્યના સંદર્ભમાં આ મૂળભૂત તફાવતો છે. લૌકિક વિચાર એ છે કે ચાતુર્વર્ણ્યને દૈવી માનવામાં આવે છે, જ્યારે કુદરતી વિચાર તેનાથી વિરુદ્ધ છે. એ વાત સાચી છે કે રામાયણ અને પુરાણોમાં, બે અલગ-અલગ વિચારધારાઓને જોડીને મનુમાંથી ચાતુર્વર્ણ્ય પ્રણાલીની ઉત્પત્તિ થઈ હોવાનું સાબિત કરવાનો પ્રયાસ કરવામાં આવ્યો છે, પરંતુ આ પ્રયાસ ઇરાદાપૂર્વકનો છે અને અગાઉ રજૂ કરાયેલા વિચારનો અનુયાયી છે. આ બંને વિચારો વચ્ચે એટલો મૂળભૂત તફાવત છે કે આ પ્રયાસ પછી પણ બંને વિચારો વચ્ચેનો તફાવત સ્પષ્ટ છે. આપણી સમક્ષ બે સિદ્ધાંતો સ્થાપિત છે.

પ્રથમ, તે પુરાણો દ્વારા પ્રચારિત દૈવી પ્રણાલી છે અને બીજું, તે મનુના પુત્રોમાં કુદરતી અને વિકસિત છે. તેમના પરિણામો એટલા વિચિત્ર છે કે બે સિદ્ધાંતો વચ્ચે મૂળભૂત તફાવત છે. તે ખેદજનક છે કે સંશોધકો બ્રાહ્મણ સાહિત્યમાં વર્ણવેલ આ બે વિરોધાભાસી સિદ્ધાંતોને સમજવામાં નિષ્ફળ રહ્યા છે.

પરંતુ ધ્યાન આપવામાં આવ્યું ન હતું. તેમ છતાં, તેમના અસ્તિત્વ અને વાસ્તવિકતાને અવગણી શકાય નહીં. આ બે વિરોધી અભિપ્રાયો વચ્ચેનો તફાવત એટલે આર્ય લોકોની બે અલગ અલગ શ્રેણીઓ. એક ચાતુર્વર્ણ્યમાં માનતા હતા અને બીજા આ પ્રણાલી સાથે સહમત નહોતા. બાદમાં બંને એક થઈ ગયા.

VI

માનવશાસ્ત્ર વિશેના મારા દૃષ્ટિકોણ માટે ત્રીજી અને અકાટ્ય દલીલ સર હર્બર્ટ રિસ્લીની છે. તે વર્ષ 1901 માં હાથ ધરવામાં આવેલ ભારતીયોનો સર્વે છે. આ મુજબ, ટોપોલોજીકલ ટેબલ પરથી એવું તારણ કાઢવામાં આવ્યું છે કે ભારતીયો ચાર અલગ-અલગ જાતિઓનું મિશ્રણ છે જેમ કે (1) આર્ય, (2) દ્રવિડ, (3) મોંગોલ અને (4) સિથિયન. તેમણે તેમના મૂળ સ્થાનનું વિગતવાર વર્ણન પણ આપ્યું છે અને તેમનો સર્વે સામાન્ય છે. ડૉ. ગુહાએ 1936માં તેમના વિચારનું વિશ્લેષણ કર્યું હતું. ભારતીય માનવશાસ્ત્રમાં આ સર્વેનું મહત્વનું યોગદાન છે. તેમણે

(ડૉ. ગુહા) દ્વારા તૈયાર કરેલો નકશો ભારતીય લોકોના શિરોમાપ બાબતે ઘણો પ્રકાશ ફેંકે છે. ડૉ. ગુહાના જણાવ્યા મુજબ, ભારતીયો બે જાતિઓનું મિશ્રણ છે, લાંબા માથાવાળા અને ટૂંકા માથાવાળા. લાંબા માથાવાળી જાતિ દેશના મધ્ય ભાગમાં રહેતી હતી અને ટૂંકા માથાવાળી જાતિ સરહદી વિસ્તારોમાં રહેતી હતી. ભારતના જુદા જુદા ભાગોમાં મળેલા માનવ કંકાલ દ્વારા આ વિચારની પુષ્ટિ થાય છે. ડૉક્ટર ગુહા કહે છે:- જો કે ઉપરોક્ત વિસ્તારના પ્રાગૈતિહાસિક અવશેષો બહુ ઓછા છે, પરંતુ સિંધુ ખીણ સિવાય તત્કાલીન ભારતીય જાતિ-ઈતિહાસની રૂપરેખા જોવા મળે છે. ખ્રિસ્તના ચાર કરોડ વર્ષ પહેલાં, ભારતના ઉત્તર-પશ્ચિમમાં લાંબા માથા અને પાતળા નાકવાળી જાતિનું વર્ચસ્વ હતું. આ સાથે, લાંબા ચહેરા અને સપાટ નાક સાથે અન્ય એક મજબૂત માનવ જાતિનું અસ્તિત્વ પણ બહાર આવ્યું છે. જોકે બંનેની નાસિકામાં થોડો તફાવત હતો.

"હડપ્પામાં મળેલી માનવ કંકાલ ત્રીજી શ્રેણીના પહોળા માથાવાળા માનવીઓનું અસ્તિત્વ દર્શાવે છે."

ટૂંકમાં ભારતીય પ્રજાતિઓ ભૂમધ્ય અથવા ‹આલ્પાઇન› પ્રદેશ તરફ લાંબા માથાવાળી અથવા ટૂંકા માથાવાળી હોય છે.

ભૂમધ્ય પ્રદેશની જાતિ વિશે એવું કહેવાય છે કે તેઓ યુરોપથી ભારતમાં આવ્યા હતા અને આર્ય ભાષાઓ બોલતા હતા. એવું માનવામાં આવે છે કે તેઓ ભૂમધ્ય પ્રદેશમાંથી ભારત આવ્યા હતા. તેના સ્થાન પરથી તે સ્પષ્ટ થાય છે કે તે ચોક્કસપણે આલ્પાઇન જાતિ પછી ભારતમાં આવ્યા હોવા જોઈએ. તેવી જ રીતે આલ્પાઈન જાતિ અંગે પણ પુરાવા એકત્ર કરવાના રહેશે. પહેલો પ્રશ્ન એ છે કે આલ્પાઇન જાતિનું મૂળ રહેઠાણ ક્યાં હતું અને બીજો પ્રશ્ન એ છે કે તેઓ કઈ ભાષા બોલતા હતા. પ્રો. રિપ્લેના મતે આ સ્થળ એશિયામાં હિમાલયની આસપાસ ક્યાંક હતું. તેમનો તર્ક

નીચેના શબ્દોમાં કહી શકાય:-

"એવું કહેવાનો અમને શું અધિકાર છે કે આ અગાઉનું સ્થળાંતર હતું - વિજય નહીં? શું બધું સૂચવે છે કે આ ધીમે ધીમે શાંતિપૂર્ણ સ્થળાંતર હતું? સામાન્ય રીતે નિર્જન વિસ્તારોમાં વસવાટને કારણે, શું આ પુરાવા સૂચવે છે કે સ્થળાંતર કઈ દિશામાંથી થયું હતું તે એશિયાના પશ્ચિમ હિમાલયના ઉચ્ચપ્રદેશના રહેવાસીઓ વિશેની માહિતી પર આધાર રાખે છે, જ્યાં તેને મેક્સ મુલર અને પ્રારંભિક વિદ્વાનો દ્વારા ઓળવવામાં આવે છે તે સ્થળને આર્ય માતાના પ્રારંભિક બાળપણની જગ્યા કહેવામાં આવે છે જ્યાં આલ્પાઇન અને સેલ્ટિક જાતિ જેવી જ માનવ જાતિ હતી. જે

ડી'ઉજફાલ્વી, ટોપિનર્ડ અને અન્ય સંશોધકો સૂચવે છે કે તેઓ તેમની આસપાસના વિચિત્ર પ્રદેશોના રહેવાસી હતા, ગાલ્ચા, લેઝિક પર્વતમાળા અને તેના પડોશના લોકો પહોળી આંખો, કાળા વાળ, શારીરિક સૌષ્ઠવ વાળા, મોટાભાગના ભાગના 86 શિરોમાપ વાળા છે. આ ભૌતિક શ્રેણીના લોકોની સાંકળ પશ્ચિમ તરફ એશિયા માઇનોર અને યુરોપ તરફ સતત આગળ વધી રહી છે. ટેપીનરના મતે, આ એશિયાથી ઇમિગ્રેશનનો સીધો પુરાવો નથી. જ્યારે આપણે વ્યાપક માથાવાળા લોકોના મૂળને શોધવા માંગીએ છીએ ત્યારે આપણું ધ્યાન ભૂતપૂર્વ તરફ જાય છે. આ જાતિના મૂળના અસ્પષ્ટ સંકેતો છે. તે પશ્ચિમ તરફ નથી કારણ કે પ્રજાતિઓ ધીમે ધીમે એટલાન્ટિકમાંથી અદૃશ્ય થઈ ગઈ છે. આપણને લાંબા માથાવાળી જાતિ ફક્ત આફ્રિકામાં નેગ્રો જાતિ તરીકે જોવા મળે છે. આમ, આલ્પાઇન જાતિનું મૂળ પ્રથમ અને ભૂમધ્ય જાતિનું મૂળ દક્ષિણમાં હોવાનું સાબિત થાય છે."

આર્ય ભાષા નોર્ડિક્સ (ઇન્ડો-જર્મન) દ્વારા અથવા આલ્પાઇન જાતિઓ દ્વારા યુરોપમાં દાખલ કરવામાં આવી હતી તે અંગે કેટલાક મતભેદ છે. પરંતુ બધા વિદ્વાનો સ્વીકારે છે કે આલ્પાઇન લોકોની ભાષા આર્ય હતી. તેથી આલ્પાઇન આર્યો હતા.

VII

ઉપરોક્ત તથ્યો ઋગ્વેદના નિવેદનની પુષ્ટિ કરે છે કે માનવશાસ્ત્ર અને ઐતિહાસિક દૃષ્ટિકોણથી ભારતમાં આર્યોની બે જાતિઓ હતી, એક નહીં. ત્યાં, એ હકીકતને નકારી શકાય નહીં કે ઋગ્વેદના પુરાવા અને પશ્ચિમી સિદ્ધાંત વચ્ચે વિરોધાભાસ છે કારણ કે પશ્ચિમી સિદ્ધાંત આર્ય જાતિ વિશે વાત કરે છે જ્યારે ઋગ્વેદ બે અલગ-અલગ જાતિઓનું વર્ણન કરે છે. આમ આ ઊંડા વિષય પર પશ્ચિમી સિદ્ધાંત ઋગ્વેદથી અલગ છે. તેમના વિચારો સ્વીકારી શકાતા નથી.

આ વિરોધાભાસ પણ ‹આક્રમણ› અને ‹વિજય› અંગેના મતભેદોને જન્મ આપે છે. આર્યોની કઈ જાતિ ભારતમાં પ્રથમ આવી તે આપણે જાણતા નથી. પરંતુ જો હિમાલય નજીકના વિસ્તારોમાં વસતી આલ્પાઈન જાતિ પ્રથમ આવી હોત, તો આર્યો બહારથી આવીને હુમલો કરે છે તે સિદ્ધાંત ખોટો સાબિત થાય છે. જ્યાં સુધી ભારતના મૂળ રહેવાસીઓના વિજયનો સંબંધ છે, આ પ્રશ્નનો જવાબ પશ્ચિમના વિદ્વાનો સમજી શક્યા છે તેટલો સરળ નથી. એવી શક્યતા ઘણીવાર વ્યક્ત કરવામાં આવે છે કે દાસ અને દસ્યુ ભારતના મૂળ રહેવાસી હતા અને આર્યોથી અલગ જાતિ હતા. આર્યોએ તેમને હરાવ્યા, આ માત્ર કલ્પનાની ઉડાન છે.

એ પણ શક્ય છે કે આર્યોએ તેના પર વિજય મેળવ્યો હોય. તેથી, આ સંદર્ભમાં, આર્ય જાતિએ દાસ અને દસ્યુ જાતિઓ પર વિજય મેળવ્યો તેનું સંશોધન કરવું જરૂરી છે.

દેખીતી રીતે, આ તારણો પશ્ચિમી લેખકો દ્વારા સૈદ્ધાંતિક તથ્યોની અપૂરતી તપાસથી દોરવામાં આવેલા ઉતાવળા તારણો પર આધારિત છે. પ્રાચીન આર્યોની માનવામાં આવતી માન્યતાઓ અને તેમના કહેવાતા વંશજો, ઈન્ડો-જર્મનિક જાતિઓની માન્યતાઓના આધારે સમાનતાના અગાઉ સ્થાપિત વિચારના આધારે આને સાચું છે એમ સ્વીકારવામાં આવ્યું છે. આ સિદ્ધાંત અંતિમ પુરાવા તરીકે માત્ર અમુક સુનાવણીને ધ્યાનમાં લઈને નક્કી કરવામાં આવ્યો છે. વાસ્તવમાં, આ પાશ્ચાત્ય સિદ્ધાંત, જે અપ્રમાણિત ધોરણે રજૂ કરવામાં આવ્યો છે, તે ગંભીર વિચારકો અને સંશોધકો માટે લાંબા સમયથી માન્ય રહ્યો છે, આ અસાધારણ છે. આ પ્રકરણમાં ચર્ચા કરાયેલા નવા પુરાવાઓ સામે તે ટકી શકે તેમ નથી. આથી અમાન્ય છે.

■

6.

શુદ્ર અને દાસ

પશ્ચિમના સિદ્ધાંતો કેટલા પાયાવિહોણા છે તે પહેલા પ્રકરણમાં સાબિત થયું છે. હવે તે સિદ્ધાંતને લગતો માત્ર એક જ ભાગ રહે છે: શુદ્રો કોણ હતા? શ્રી એ. સી. દાસ કહે છે:

દાસ અને દસ્યુ કાં તો વનવાસી હતા અથવા વૈદિક આર્ય જાતિથી અલગ આર્યો હતા. તેમાંથી જેઓ યુદ્ધ કેદી બન્યા હતા તેઓને કદાચ દાસ બનાવીને શુદ્ર જાતિ બનાવવામાં આવી હતી.

અન્ય વેદ નિષ્ણાત અને પશ્ચિમી દેશોના લેખકોના મંતવ્યોના સમર્થક શ્રી કેનનું માનવું છે કે પછીના સાહિત્યમાં દાસનો અર્થ કૃષિ દાસ અથવા માત્ર મજૂર ગુલામ થાય છે. તેનો અર્થ એ છે કે ઋગ્વેદ અનુસાર, દાસોએ આર્યોનો પ્રતિકાર કર્યો અને પછી તેઓ સતત યુદ્ધોમાં પરાજય પામ્યા અને આર્યોની સેવા કરવાની ફરજ પડી. મનુસ્મૃતિ (8.4.13)માં ઉલ્લેખ છે કે શુદ્રોને બ્રહ્માએ બ્રાહ્મણોની સેવા કરવા માટે જ બનાવ્યા હતા. તૈત્તિરીય સંહિતા, તૈત્તિરીય બ્રાહ્મણ અને અન્ય બ્રાહ્મણ ગ્રંથોમાં, શુદ્રોની સ્થિતિનું વર્ણન સ્મૃતિઓમાં છે એવું જ કરવામાં આવ્યું છે. તેથી, એવું માની લેવું જોઈએ કે દાસ અથવા દસ્યુ, આર્યો દ્વારા પરાજિત થયા હતા અને આખરે શુદ્ર જાતિમાં પરિવર્તિત થયા હતા.

આ વિચાર મુજબ માત્ર દાસો અને દસ્યુઓ જ શુદ્ર છે. વળી, શુદ્રો બિન-આર્ય હતા અને તેઓ ભારતની પ્રાચીન સંસ્કૃતિની આદિમ જાતિ હતા. આપણે આ વિચારનું વિશ્લેષણ કરીશું.

પ્રથમ વસ્તુ પણ બે પ્રકારની છે. પહેલો વિચાર એ છે કે દાસ અને દસ્યુ એક જ છે અને બીજો વિચાર એ છે કે દાસ અને દસ્યુ શુદ્ર છે. દાસ અને દસ્યુ એક જ છે તેવો પહેલો વિચાર શંકાસ્પદ છે. ઋગ્વેદમાં તેમના વિશેના અહેવાલો નિર્ણાયક નથી. કેટલાક સ્થળોએ, દાસ અને દસ્યુ સંબંધી કરેલા વર્ણનોમાં, એવું લાગે છે કે તેમની વચ્ચે કોઈ તફાવત

નથી. શંબર, ભૂષણ, વૃત્ર અને પીપુનું વર્ણન દાસ અને દસ્યુ એમ બંને અર્થમાં કરવામાં આવ્યું છે. દાસ અને દસ્યુને ઈન્દ્ર અને અન્ય દેવતાઓ, ખાસ કરીને અશ્વિની કુમારોના દુશ્મન માનવામાં આવે છે. એવું પણ વર્ણન છે કે ઈન્દ્ર અને દેવતાઓએ આ બંનેના નગરોનો નાશ કર્યો હતો. દાસો અને દસ્યુઓની હારની સમાન અસર પડી હતી. એટલે કે પ્રકાશનો ઉદય અને પાણીની મુક્તિ. દભિતિની મુક્તિનું વર્ણન કરતી વખતે દાસ અને દસ્યુ બંનેનું એકસાથે વર્ણન કરવામાં આવ્યું છે. એક જગ્યાએ એવું કહેવાય છે કે દભિતિને દાસમાંથી છોડાવવામાં આવ્યો હતો અને બીજી જગ્યાએ તેને દસ્યુઓથી છોડાવવામાં આવ્યો હોવાનું કહેવાય છે.

ઉપરોક્ત વર્ણનો પરથી એવું જણાય છે કે દાસ અને દસ્યુ એક જ હતા. જ્યારે અન્યત્ર બંનેનું અલગ-અલગ વર્ણન કરવામાં આવ્યું છે. ઋગ્વેદમાં ‹દાસ› શબ્દ 54 વખત આવ્યો છે અને ‹દસ્યુ› શબ્દ 78 વખત અને અલગથી આવ્યો છે. આ હકીકત દર્શાવે છે કે બંને અલગ હતા, કારણ કે જો બંને અલગ ન હતા તો તેમના વર્ણનમાં તફાવત શા માટે છે? શક્યતા એ છે કે બંને અલગ-અલગ સમુદાય કે જાતિના હતા.

જ્યાં સુધી શુદ્રોનો સંબંધ છે, તે કહેવું પાયાવિહોણું છે કે તેઓ પણ દાસ અને દસ્યુ જાતિના હતા. જ્યારે શુદ્ર શબ્દ સમજાવવામાં આવે છે ત્યારે શુક (દુઃખ) અને (વિજિત) નો અર્થ શોક (વિજિત) પરથી આવે છે. આ સંબંધમાં વેદાંત સૂત્ર (1.3.34)માં જનશ્રુતિની વાર્તા છે. આમાં, રાજહંસો દ્વારા તેમના વિશે કરવામાં આવેલા દ્વેષપૂર્ણ વર્ણનથી તે દુઃખી થઈ ગયો. વિષ્ણુ પુરાણમાં પણ આવી જ વાર્તા છે.

ઉપરોક્ત વર્ણનો કેટલા પ્રમાણિક છે? શૂદ્ર શબ્દ કોઈ સ્વતંત્ર શબ્દ નથી પરંતુ તેમાંથી ઉતરી આવ્યો છે તે ધ્યાનમાં લેવું એ શબ્દોનું અયોગ્ય અર્થઘટન છે. બ્રાહ્મણવાદી લેખક ‹મિથ્યા› અથવા ‹જૂઠાણા› શબ્દો બનાવવામાં માહિર છે. એવો કોઈ શબ્દ નથી કે જેની વ્યુત્પત્તિ તેઓ અલગ રીતે રજૂ ન કરી શકે. પ્રોફેસર મેક્સ મુલરે બ્રાહ્મણવાદી લેખકો દ્વારા ઉપનિષદ શબ્દની વિવિધ પ્રકારની વ્યુત્પત્તિ વિશે કહ્યું છેઃ-

“ઉપનિષદ શબ્દની વ્યુત્પત્તિને વિરોધી સ્પષ્ટતાના માળખામાં એવી રીતે બનાવવામાં આવી છે કે તે મૂળ વિદ્યાર્થીની સમજની બહાર રહે છે. કોઈ પણ શબ્દના પ્રચલિત અર્થો જે અભણ વ્યક્તિ સમજી શકે તે જ વાપરવા જોઈએ. વ્યુત્પત્તિશાસ્ત્રના આધાર તરીકે આરણ્યક શબ્દ આ વ્યુત્પત્તિશાસ્ત્રમાં દેખાતો નથી અને ઉપનિષદ શબ્દ સાથે સંબંધિત ન હોવા છતાં, તે સામાન્ય અર્થમાં બંધબેસે છે.

આ જ વાત વેદાંત સૂત્ર અને વાયુ પુરાણમાં શુદ્ર શબ્દના સંબંધમાં જોવા મળે છે, જેમાં શુદ્રનો અર્થ શોકથી પીડિત લોકો તરીકે સ્થાપિત

કરવામાં આવ્યો છે. તેથી, આપણે આ અર્થને અર્થહીન અને મૂર્ખ ગણીને નકારી કાઢવો પડશે.

આ વિધાન અંગે આપણી પાસે પ્રત્યક્ષ પુરાવા છે કે શુદ્ર એ કુળ અથવા વર્ગની યોગ્ય સંજ્ઞા છે. પહેલા કહ્યું તેમ આ શબ્દ કોઈ પ્રકૃતિનું પ્રતીક નથી.

આ નિવેદનની તરફેણમાં વિવિધ પુરાવા છે. એલેક્ઝાંડરના આક્રમણ સમયે ભારતમાં આવેલા ઈતિહાસકારોએ ઘણા સ્વતંત્ર પ્રજાસત્તાકોનો ઉલ્લેખ કર્યો છે જેની સાથે એલેક્ઝાંડરે સંઘર્ષ કરવો પડ્યો હતો. ઘણા સ્વતંત્ર અને પ્રભાવશાળી પ્રજાસત્તાકો હતા. નિઃશંકપણે આ જાતિઓ ઘણા નામોથી ઓળખાતી હતી. સોદરી પણ તેમાંના એક હતા. આ એક ખૂબ જ પ્રખ્યાત આદિજાતિ હતી જેણે એલેક્ઝાન્ડરનો સામનો કર્યો હતો. જો કે તેના હાથે તેનો પરાજય થયો હતો. તેમને પ્રાચીન શુદ્ર માનનારા બહુ ઓછા છે. પતંજલિએ તેમના મહાભાષ્યના શ્લોક 1,2,3માં શૂદ્રોનો ઉલ્લેખ કર્યો છે અને તેમને અભિરસ સાથે સંબંધિત કર્યા છે. મહાભારતના સભા પર્વના 32મા અધ્યાયમાં શુદ્ર પ્રજાસત્તાકનો ઉલ્લેખ છે. વિષ્ણુ પુરાણ, માર્કંડેય પુરાણ અને બ્રહ્મ પુરાણમાં, તેને અન્ય ઘણી જાતિઓની જેમ એક આદિજાતિ તરીકે વર્ણવવામાં આવી છે અને તેમને વિંધ્યાચલના દક્ષિણ ભાગના રહેવાસી કહેવામાં આવ્યા છે.

II

હવે આપણે બીજા મુદ્દા પર આવીએ અને તેના વિવિધ પાસાઓનું વર્ણન કરીએ. આ બાબતમાં બે તથ્યો છે. પ્રથમ, શું દસ્યુ અને દાસ શબ્દોનો ઉપયોગ બિન-આર્ય જાતિઓની કોઈ જાતિ સૂચવે છે? બીજું, જો આપણે એમ માની લઈએ કે આવું છે, તો શું તેઓ ભારતની મૂળ જાતિ હતી તે સ્વીકારવાનું બીજું કોઈ કારણ છે? જ્યાં સુધી આ બંનેના હકારાત્મક જવાબો ન મળે ત્યાં સુધી દસ્યુ અને દાસને શુદ્ર કહી શકાય નહીં.

જ્યાં સુધી દસ્યુનો સંબંધ છે, ત્યાં કોઈ પુરાવા નથી કે તેઓ બિન-આર્ય જાતિ તરીકે ગણી શકાય. બીજી બાજુ, એવા નિષ્કર્ષની તરફેણમાં નક્કર પુરાવા છે કે દસ્યુ શબ્દનો ઉપયોગ એવા લોકો માટે કરવામાં આવ્યો છે જેઓ આર્યોના ધર્મને અનુસરતા ન હતા. આ સંદર્ભે, મહાભારતના શાંતિ પર્વના 65મા અધ્યાયનો 23મો શ્લોક જોઈ શકાય છે:

दृश्यन्ते मानुषे लीके सर्ववर्णेषु दस्यवः। लिंगान्तरे वर्तमाना आश्रमेषुचतुर्ध्वपि ॥

એટલે કે દસ્યુ તમામ વર્ગો અને તમામ આશ્રમોમાં હાજર છે.

દસ્યુ શબ્દનું મૂળ શું છે તે કહેવું મુશ્કેલ છે? પરંતુ એવો મત છે કે ભારતીય આર્યો દ્વારા ભારતીય ઈરાનીઓ પ્રત્યે આ કથિત ‹દુરુપયોગ› છે કારણ કે ઈતિહાસમાં બંને વચ્ચેના સંઘર્ષનું વર્ણન છે. તેથી, તે

સંપૂર્ણપણે શક્ય છે કે ભારતીય આર્યોએ આ શબ્દનો ઉપયોગ તેમના દુશ્મનો માટે અપમાનજનક શબ્દ તરીકે કર્યો હશે અને આ વાસ્તવિકતા છે. તેથી દસ્યુઓ ભારતીય મૂળના ન હોઈ શકે.

દાસ શબ્દ વિશે, પ્રશ્ન એ થાય છે કે ‹જૈદ અવેસ્તા›માં ઉલ્લેખિત ‹અજી દાહક›ને ‹દાસ› સાથે કોઈ સંબંધ છે કે કેમ? અજીદાહક સમાસ છે, તેમાં બે પદ છે.

જ્યારે આને લાગુ કરવામાં આવે છે, ત્યારે અજીનો અર્થ થાય છે સાપ અને દાહકનું મૂળ, દાહ, એટલે બતકને મારવું. અજીદાહક એટલે ડંખ મારતો સાપ. જોહક એ ઈન્ડો-ઈરાનીઓમાં યોગ્ય સંજ્ઞા છે. યશત સાહિત્યમાં ઘણી જગ્યાએ આ શબ્દનો ઉપયોગ થયો છે. એવું કહેવાય છે કે જોહકે સુંદર મહેલો બનાવ્યા અને

વિદ્યાશાળાનું નિર્માણ કર્યું હતું. શક્તિશાળી શેતાનના મુખ્ય અંગાર મૈન્યુએ વિશ્વની પવિત્રતાને નષ્ટ કરવા માટે અજીદાહકની રચના કરી અને આ અજીદાહકે યુદ્ધમાં ભારત-ઈરાનના સમ્રાટ યિમાને હરાવ્યા અને મારી નાખ્યા.

યિમાને અવેસ્તામાં ક્ષેત્ર કહેવામાં આવે છે જેનો અર્થ થાય છે તેજસ્વી અથવા શાસક. તેના મૂળ ‹ક્ષી› ના બે અર્થ છે (1) પ્રકાશિત થવું (2) શાસન કરવું. યીમાને હ્વથવા પણ કહેવામાં આવે છે જેનો અર્થ થાય છે મોટા સમુદાયના અધિકારી. અવેસ્તાનો આ યીમા પ્રદેશ ફારસી ભાષામાં જમશેદ બન્યો. વિવધ્વંતનો પુત્ર જમશેદ ઈરાની ઈતિહાસમાં પર્શિયન સંસ્કૃતિના વિકાસનો મહાન નાયક બન્યો. તે યશદીયન વંશનો સમ્રાટ હતો. યસ્ના 9 અને 5 (કોયામા યશી) માં એવું કહેવાય છે કે વિવંશ એ પ્રથમ માનવ હતો જેણે ભૌતિક જગતમાં હાશમા (સક સસ્મા) ને ઘેરી લીધો અને વરદાન મેળવ્યું. તેમાંથી, પુત્ર યીમાનો જન્મ થયો જે સૂર્યની સાથે મનુષ્યોમાં તેજસ્વી હતો અને તેની સાથે અમર મનુષ્ય, પ્રાણીઓ, પક્ષીઓ, ફળો અને સદાબહાર વૃક્ષો અને છોડનો જન્મ થયો. યીમાનું વ્યક્તિત્વ દૈવી હતું અથવા ક્યારેય નષ્ટ ન થતું, હંમેશા તાજગીથી ભરેલું હતું. તેના સામ્રાજ્યમાં ન તો અતિશય ઠંડી હતી, ન ગરમી હતી, ન તો વૃદ્ધાવસ્થા, મૃત્યુ કે બીમારી કોઈને ત્રાસ આપતી હતી.

શું જીંદ અવેસ્તાનો દાહક જ ઋગ્વેદનો દાસ છે? જો આપણે નામોની સમાનતાને પુરાવા તરીકે ધ્યાનમાં લઈએ, તો ચોક્કસપણે દાસ અને દાહક સમાન છે. અવેસ્તામાં સંસ્કૃત શબ્દ દાસનો ઉપયોગ થાય તે સ્વાભાવિક છે. પર્શિયનમાં, સંસ્કૃત સામાન્ય રીતે સ્વીકારવામાં આવે છે. જો ઋગ્વેદના દાસ અને જિંદા અવેસ્તાના દાહકના શબ્દોની સામ્યતા માત્ર રજૂ કરવામાં આવે તો તેને માત્ર અનુમાન જ કહી શકાય. યસ્નાહ

9 (હોર્ન યશેહની જેમ) એઝિદાહકનું વર્ણન ત્રણ મોં, ત્રણ માથા અને 6 આંખો ધરાવતું છે. (ઋગ્વેદ 10.99.6) દાસને ત્રણ માથા અને છ આંખો હોવાનું પણ વર્ણવવામાં આવ્યું છે. આ સાથે, જો ઉપર મુજબ, દાસ અને દાહકને એક જ ગણવામાં આવે, તો દાસ ભારતના પ્રાચીન આદિવાસી વતની હોવાનું સાબિત થતું નથી.

શું તેઓ અસંસ્કૃત વનવાસી હતા? ઋગ્વેદ સાબિત કરે છે કે દાસ અને દસ્યુ આદિમ જાતિઓ ન હતી. હકીકતમાં તેઓ ભારતીય આર્યો કરતાં વધુ સંસ્કારી અને શક્તિશાળી હતા. શ્રી આયંગરે લખ્યું છે:-

દસ્યુ શહેરોમાં રહેતા હતા (ઋગ્વેદ 1.53.8.1., 1.103.3.) અને તેમના પોતાના સમ્રાટો હતા જેની વિગતો ઉપલબ્ધ છે. તેની પાસે ગાય, ઘોડા અને રથ (2-15.4) (8.40.6.) ના રૂપમાં મોટી સંપત્તિ હતી. સો દરવાજાવાળા શહેરો હતા (X. 99.8.). ઈન્દ્રએ તેમની બધી સંપત્તિ લઈ લીધી અને તેના ભક્ત આર્યોને આપી દીધી (1.176.4.). દસ્યુઓ સમૃદ્ધ હતા (1.33.4.). તેમની પાસે મેદાનો અને પર્વત શિખરો (60.69.6.) પર ખાનગી મિલકત હતી. તેમના પોશાકમાં સોનાના રત્નો જડેલા હતા (1.33.8). તે અનેક કિલ્લાઓનો સ્વામી હતો (1.33.13, 8.17.18.)7 દસ્યુ અસુરો અને આર્ય દેવગણ સોના અને ચાંદીમાં સમાન હતા.

અને લોખંડના કક્ષમાં રહેતા હતા (સામ. રા. 6.23; અથર્વવેદ 5.28.9; ઋગ્વેદ 2.20.8). તેના ભક્ત દિવોદાસની પ્રાર્થનાને નકારીને ઈન્દ્રએ દસ્યુઓના 100 પથ્થરના કિલ્લાઓનો નાશ કર્યો. (5.30.20.). આર્યોની પૂજાથી સંતુષ્ટ થઈને, અગ્નિએ દસ્યુઓના કિલ્લાઓને બાળી નાખ્યા અને નાશ કર્યો (7.5.3.). બૃહસ્પતિએ પથ્થરની જેલ તોડી નાખી જ્યાં આર્યો બંધાયેલા હતા (4.67.3). દસ્યુઓ પાસે આર્યો જેવા રથ હતા, જેના પર સવાર થઈને તેઓ લડ્યા હતા (8.24.27, 3.30.5., 2.15.4.)1»

દાસ અને દસ્યુ શુદ્રો સમાન હતા. આ સિદ્ધાંત અનુમાન પર આધારિત હોવાનું જણાય છે. આ માત્ર ભ્રમણા છે અને ફક્ત એટલા માટે સહન કરવામાં આવી છે કારણ કે જેઓ તેમને માને છે તેઓ આદરણીય વિદ્વાનો છે. જ્યાં સુધી પુરાવાનો સંબંધ છે, તેનો કોઈ ભાગ પુરાવા તરીકે રજૂ કરી શકાય નહીં. અગાઉ કહ્યું તેમ, ઋગ્વેદમાં દાસનો 54 વખત અને દાસ્યુનો 78 વખત ઉપયોગ થયો છે. ઘણીવાર દાસ અને દસ્યુનો ઉપયોગ એકસાથે થતો હતો. શુદ્રનો ઉપયોગ માત્ર એક જ વાર થયો છે અને તે પણ દાસ કે દસ્યુના અર્થમાં નથી. ઉપરોક્ત તથ્યોને જોતાં, અન્ય વૈદિક સાહિત્યમાંથી દાસ અને દસ્યુ ગાયબ થઈ ગયા છે તે સાબિત કરવું કોઈના માટે પણ મુશ્કેલ છે. આ સૂચવે છે કે તેઓ વૈદિક

આર્યો દ્વારા વિલીન થયા હતા. પણ શુદ્ર સાથે આવું ન થયું. હકીકતમાં, તે પછીના પદક સાહિત્યમાં વિપુલ પ્રમાણમાં છે. આ સ્પષ્ટપણે દર્શાવે છે કે શુદ્રો દાસ અને દસ્યુથી અલગ હતા.

III

શુદ્રો બિન-આર્ય હતા? કેનનું નિવેદન છે:-

"બ્રાહ્મણ સાહિત્ય અને ધર્મશાસ્ત્રમાં શુદ્રો અને આર્યો વચ્ચે સ્પષ્ટ દૃષ્ટિની રેખા છે. તાંડ્ય બ્રાહ્મણ શુદ્રો અને આર્યો વચ્ચેના મૌખિક યુદ્ધનું વર્ણન કરે છે. તેને એવી રીતે દર્શાવવામાં આવ્યું હતું કે આર્યો વિજયી થયા. અપરાત ધર્મ સત્તા (1.1 .3.40-41) એવું વર્ણન કરવામાં આવ્યું છે કે જો કોઈ બ્રહ્મચારી ભિક્ષા માંગીને લાવેલું ભોજન ન ખાઈ શકે, તો તેણે બાકીનું ભોજન આર્ય અથવા તેના ગુરુના દાસની નજીક રાખવું જોઈએ. તે (સેવક) ને આપો જે શૂદ્ર છે તેવી જ રીતે, ગૌતમ સૂત્ર (10.69) માં શૂદ્ર માટે 'અનાર્ય' શબ્દ વપરાયો છે.

શૂદ્ર અને આર્ય વચ્ચેની સીમા દોરવાના પ્રશ્નની કાળજીપૂર્વક તપાસ કરવી પડશે. શુદ્રો નકામા હતા તે દલીલને મજબૂત કરવા માટે, નીચેનું નિવેદન નોંધવું યોગ્ય છે: -

"અથર્વવેદ (4.20.4) સહસ્ત્ર આંખવાળા દેવ આ છોડને મારા જમણા હાથ પર મૂકે. તેના દ્વારા હું શૂદ્રો અને આર્યો બંનેને જોઉં છું."

કથક સંહિતા (34.5) શુદ્ર અને આર્ય ચામડા માટે લડે છે. દેવ અને અસુર સૂર્ય

માટે લડે છે. દેવતાઓએ જીતીને સૂર્યને પકડી લીધો. આર્યો જીત્યા (શુદ્રો સાથેની લડાઈમાં). આર્યો વેદી (પૂજા સ્થળ) ની અંદર પ્રવેશ્યા અને શુદ્રો બહાર રહ્યા. આર્યોની ચામડી સૂર્ય જેવી ગોરી થઈ ગઈ.

વાજસનેયી સંહિતા (23-30.30) જ્યારે હરણ ખેતરમાં જવનો પાક ખાય છે, ત્યારે ખેતરનો માલિક તે હરણથી એ રીતે ખુશ નથી થતો જે રીતે એક આર્ય સ્ત્રી તેના પતિને શૂદ્રનો પ્રેમી હોવાથી ખુશ નથી થતી.

જેમ હરણ જ્યારે ખેતરમાં જવનો પાક ખાય છે (ખેતરનો માલિક) જ્યારે તે જાડો થઈ જાય છે ત્યારે તે ખુશ થતો નથી. તેવી જ રીતે, જો કોઈ શુદ્ર પુરુષ આર્ય સ્ત્રીને તેના પ્રેમી (આર્ય પતિ) તરીકે લે તો તે ખુશ નથી. આ પંક્તિઓ શુદ્રો અને આર્યોનું અલગ-અલગ વર્ણન કરે છે અને શુદ્રોને બિન-આર્ય કહેવાના વિચારનો વિરોધ કરે છે. તેથી, તેમની પાસેથી કોઈ નિષ્કર્ષ પર પહોંચવું તાર્કિક રહેશે નહીં. બે વિચારો ધ્યાનમાં રાખવાના છે, પ્રથમ એ કે પ્રથમ વિધાન અને ઋગ્વેદના પુરાવા મુજબ આર્યોની બે શ્રેણીઓ હતી - વૈદિક અને બીજું બિન-વૈદિક. આ હકીકતના

આધારે, આર્યની એક શ્રેણી માટે બીજી શ્રેણીને આર્ય કહેવાનું સરળ રહેશે. જોકે બંને એકબીજાથી અલગ અને વિરુદ્ધ હતા. આ પ્રકારના વર્ણન પરથી શુદ્રો આર્યોના વિરોધી હતા, તેનો અર્થ એવો નથી કે શુદ્રો આર્યો ન હતા. વાસ્તવમાં તેઓ એક અલગ વર્ગ અથવા જૂથના આર્યો હતા.

હિન્દુઓના પવિત્ર ગ્રંથોમાંથી આ સાબિત થાય છે:-

1. **અથર્વવેદ** (19.32.8.)- ઓ દુર્વા (ઘાસ), મને બ્રાહ્મણો, રાજન્યો, ક્ષત્રિયો, શુદ્રો અને આર્યો અને જેમને આપણે પ્રેમ કરીએ છીએ અને જેઓ જોઈ શકે છે તેમના પ્રિય બનાવો.
2. **અથર્વવેદ** (19.62.1.)- મને દેવતાઓ, રાજપુરુષો અને શુદ્રો અને આર્યોને જોઈ શકે તેવા લોકો માટે પ્રિય બનાવો.
3. **વાજસનેયી સંહિતા** (1.18.48)- (ઓ અગ્નિ) મને બ્રાહ્મણો, રાજાઓ, વૈશ્ય અને શુદ્રો જેવો મહિમા આપો. મને વધુ ને વધુ તીવ્રતા આપો.
4. **વાજસનેયી સંહિતા** (20.17.)- ગામમાં, જંગલમાં, સભામાં શુદ્રો કે આર્યો સામે આપણે આપણા જ્ઞાનથી ગમે તેટલું પાપ કર્યું હોય, આપણામાંથી કોઈ (યજ્ઞ કરનાર વ્યક્તિ અને તેની પત્ની બંને) ગમે તે પાપ કરે. આ સમય દરમિયાન તમે (અન્ય પ્રત્યે) જે કર્યું છે તેનો નાશ કરો.
5. **વાજસનેયી સંહિતા** (18.48)- જેમ હું લોકો, બ્રાહ્મણો, રાજાઓ, શુદ્રો, આર્યો અને મારા અંગત શત્રુઓને આશીર્વાદ આપું છું. તેવી જ રીતે, મારે આ જગતમાં દેવતાઓ અને દક્ષિણા આપનારાઓને પ્રિય બનવું જોઈએ. મારી આ ઈચ્છા સ્વીકારવામાં આવે. મારા દુશ્મનને મારી નીચે રહેવા દો.

ઉપરોક્ત નિવેદનોમાંથી શું સ્પષ્ટ થાય છે? પ્રથમ તો આર્યો અને બ્રાહ્મણો વચ્ચેનો તફાવત સ્પષ્ટ થયો હશે.

શું એમ કહી શકાય કે બ્રાહ્મણો આર્ય ન હતા? બીજા વિધાનમાં શુદ્રો માટે પ્રેમ અને સદભાવની કામના કરવામાં આવી છે. જો શુદ્રો મૂળ રીતે બિન-આર્ય હોત, તો શું આવી ઇચ્છા માટે પ્રાર્થના કરવી શક્ય હોત? આના પરથી એ સ્પષ્ટ નથી થતું કે શુદ્રો આર્ય સિવાયના હતા.

ધર્મ સત્તા શુદ્રોને બિન-આર્ય તરીકે વર્ણવે છે અને વાજસનેયી સંહિતા શુદ્ર સ્ત્રીઓ પર હુમલો કરે છે. આ નકામી વસ્તુઓ છે. ધર્મસૂત્રોના અર્થઘટનને લઈને બે દલીલો છે - પ્રથમ છે ધર્મસત્તા અને અન્ય ગ્રંથો શુદ્રોના વિરોધીઓ દ્વારા લખવામાં આવ્યા છે. તેથી આને પુરાવા તરીકે ગણી શકાય નહીં. બીજી વાત એ છે કે આ ગ્રંથોમાં આપવામાં આવેલ વર્ણનો અતાર્કિક છે અને અન્ય પુસ્તકોમાં આપવામાં આવેલા વિચારોથી વિપરીત છે.

ધાર્મિક સૂત્રોના મતે શુદ્ર ઉપનયન સંસ્કારનો હકદાર નથી, જ્યારે ગણપતિ સંસ્કાર અનુસાર તેને તેનો અધિકાર છે.

ધર્મસૂત્રો શુદ્રને વેદનો અભ્યાસ કરવા યોગ્ય માનતા નથી. પરંતુ છાંદોગ્ય ઉપનિષદ (6-1-2) માં એક વાર્તા છે - જનશ્રુતિ શુદ્રને રાયકવા દ્વારા વેદોનો અભ્યાસ કરવા માટે બનાવવામાં આવ્યો હતો. વધુ શું છે, કવશ ઐલુષ ઋષિ શુદ્ર હતા. ઉપર જણાવ્યા મુજબ અને ઋગ્વેદના દસમા વિભાગમાં તેમના દ્વારા રચિત અનેક મંત્રો છે.

ધર્મસૂત્રો કહે છે કે શૂદ્રને વૈદિક ઉત્સવો અને યજ્ઞોમાં ભાગ લેવાનો અધિકાર નથી. પ્રથમ મીમાંસાના લેખક જૈમિનીએ બદ્રી નામના શિક્ષક (જેમની રચનાઓ નાશ પામી છે) વિશે કહ્યું છે કે તે છેલ્લા મીમાંસા શાસ્ત્રી છે. બદ્રીના મતે શુદ્રો વૈદિક યજ્ઞ કરી શકે છે. ભારદ્વાજ શ્રોતા સૂત્ર (5.28) અનુસાર એક શૂદ્ર યજ્ઞમાં ત્રણ અગ્નિ પ્રગટાવી શકે છે. તેવી જ રીતે, કાત્યાયન શ્રોતા સૂત્ર (1.4.16) ના ભાષ્યકાર અનુસાર, શુદ્ર વૈદિક કર્મકાંડનો હકદાર છે. ધર્મસૂત્ર કહે છે કે શુદ્ર પવિત્ર સોમરસને પીવા માટે હકદાર નથી, જ્યારે અશ્વિની કુમારોની વાર્તા અનુસાર, શુદ્ર દિવ્ય સોમરસને પીવા માટે હકદાર છે. અશ્વિની કુમારોની વાર્તા અનુસાર, અશ્વિની કુમારોએ સુકન્યા નામની એક છોકરીને સ્નાન કરતી વખતે નગ્ન જોઈ. તે ચ્યવન ઋષિની પત્ની હતી જે એટલા વૃદ્ધ હતા કે તે આજે મરશે કે કાલે મરશે. સુકન્યાની સુંદરતાથી પ્રભાવિત, તેણે તેના પતિ તરીકે એકને પસંદ કરવા કહ્યું. તમારી સુંદરતાને આ રીતે નષ્ટ કરશો નહીં. સુકન્યાએ પશુપાલનની ફરજને ધ્યાનમાં રાખીને તેનો પ્રસ્તાવ ફગાવી દીધો. અશ્વિની કુમારોએ ફરીથી સુકન્યાને પ્રસ્તાવ આપીને વિચલિત કરવાનો પ્રયાસ કર્યો કે તેઓ દેવતાઓના ચિકિત્સક છે અને તેમના પતિને યુવાન અને સુંદર બનાવવાની ક્ષમતા ધરાવે છે. તેથી, તેણે તેમાંથી એકને તેના પતિ તરીકે સ્વીકારવા જોઈએ. સુકન્યા તેના પતિ ચ્યવન પાસે ગઈ અને અશ્વિની કુમારોની સ્થિતિ અંગે તેમની પરવાનગી માંગી, ચ્યવને કહ્યું, આમ કરો. શરત મુજબ ચ્યવનને યૌવન અને સૌંદર્ય પ્રાપ્ત થયું. અહીં સવાલ એ થાય છે કે શું અશ્વિની કુમાર સોમરસ પાનના હકદાર હતા. ચ્યવન પ્રસન્ન થયા અને ઈન્દ્રને વિનંતી કરી કે અશ્વિની કુમારોને સમર્પિત કરો. જો કે ઇન્દ્ર અશ્વિની કુમારોને શૂદ્રો હોવાને કારણે તેઓને સોમરસ આપવા માટે અનિચ્છા ધરાવતા હતા, પરંતુ ચ્યવને ઇન્દ્રને સમજાવ્યા.

આ નિવેદન સામે સ્પષ્ટ પુરાવા પણ છે કે ધાર્મિક સ્રોતોએ શુદ્રોને બિન-આર્ય તરીકે જાહેર કર્યા છે અને કહ્યું છે કે તેઓને સ્વીકારવામાં ન આવે. સૌ પ્રથમ તો તે મનુના વિચારોની વિરુદ્ધ છે. શુદ્રો આર્ય હતા કે

બિન-આર્ય એ નક્કી કરવા માટે, મનુસ્મૃતિના નીચેના મંત્રોને ધ્યાનમાં રાખવા યોગ્ય છેઃ-

જો શુદ્ર સ્ત્રીથી જન્મેલી છોકરીના લગ્ન બ્રાહ્મણ સાથે થાય અને તે ક્રમ અહીં ચાલુ રહે તો તેની સાતમી પેઢીમાં તે નીચ જીવનમાંથી મુક્ત થઈને બ્રાહ્મણ બને છે.

જેમ શુદ્ર બ્રાહ્મણત્વ પ્રાપ્ત કરે છે અને બ્રાહ્મણ શુદ્રત્વ પ્રાપ્ત કરે છે, તેવી જ રીતે ક્ષત્રિય અને વૈશ્યમાંથી જન્મેલ શુદ્ર પણ ક્ષત્રિય અને વૈશ્યત્વ પ્રાપ્ત કરે છે.

બ્રાહ્મણથી ઈચ્છા પૂર્વક ,(અવિવાહિત) શુદ્ર કન્યાથી અને શૂદ્રથી બ્રાહ્મણ કન્યા દ્વારા (જન્મેલ પુત્ર) બેમાંથી શ્રેષ્ઠ કોણ છે, આવી શંકા પર -

બ્રાહ્મણ પુરુષ અને શુદ્ર કન્યામાંથી જન્મેલો શુદ્ર પાકાદિ યજ્ઞના ગુણો ધરાવતો હોવાથી શ્રેષ્ઠ છે. શૂદ્ર પુરુષ અને બ્રાહ્મણ કન્યાથી જન્મેલો પુત્ર પ્રતિલોમજ હોવાને કારણે અભદ્ર છે. આ નિર્ણય છે.

ઉપરોક્ત સમાન શ્લોક નંબર 64 ગૌતમ ધર્મ સૂત્ર (22) માં પણ છે. આ શ્લોકનો ચોક્કસ અર્થ વિવાદાસ્પદ છે. આ વિવાદો અંગે બુહલરનું નિવેદન છેઃ-

મેધ, ગબ, કુલ અને રાઘ જેવા પશ્ચિમી વિદ્વાનો અનુસાર, શ્લોકનો અર્થ છે - જો બ્રાહ્મણની પુત્રી અને શુદ્ર અને તેના વારસદારો બધા એક બ્રાહ્મણ સાથે લગ્ન કરે છે, તો છઠ્ઠી પેઢીના યુગલને બ્રાહ્મણ ગણવામાં આવશે. તેમ છતાં તે અર્થ હરદત્તના ભાષ્યમાં જોવા મળે છે, નાર અને નાનએ સંપૂર્ણપણે અલગ અર્થઘટન કર્યું છે. તેમના મતે, જો કોઈ પાર્શવ (શુદ્ર માતા અને બ્રાહ્મણ પિતાનું બાળક) પુત્ર અન્ય શ્રેષ્ઠ, સદ્ગુણી, સારા ચારિત્ર્યવાન, પાર્શવ કન્યા અને તેના અનુગામીઓ પણ તે જ રીતે લગ્ન કરે છે, તો છઠ્ઠી પેઢીમાં જન્મેલ બાળક બ્રાહ્મણ ગણાશે. નંદને પણ આ અર્થને સાબિત કર્યો છે. બૌધાયન (1.16.13. 14) અનુસાર, નિષાદીમાંથી નિષાદીને જન્મેલ બાળક પાંચ પેઢી પછી શુદ્રત્વથી મુક્ત થઈ જાય છે અથવા છઠ્ઠી પેઢી સુધી તેને લઈ શકે છે. મદ્રાસની એક નવી હસ્તપ્રતમાં, બૌધાયનના સંબંધમાં લખવામાં આવ્યું છે કે બૌધાયને બ્રાહ્મણ પુરુષ અને શુદ્ર સ્ત્રીમાંથી જન્મેલા બાળકોને આર્યોની શ્રેણીમાં લાવવાની મંજૂરી આપી છે. મનુસ્મૃતિના શ્લોકનો અર્થ પણ આ જ હોઈ શકે તે અશક્ય નથી. જો બ્રાહ્મણ પુરુષ અને શુદ્ર સ્ત્રીને બાળક જન્મે તો નીચલી જાતિના બ્રાહ્મણ પુરુષ અને પાર્શવ સ્ત્રી સાતમી પેઢીમાં ઉચ્ચ જાતિમાં પહોંચે છે.

ખુલાસો ગમે તે હોય, હકીકત હજુ પણ સ્પષ્ટ છે કે સાતમી પેઢીમાં શુદ્ર ખાસ સંજોગોમાં બ્રાહ્મણ બની શકે છે. જો શુદ્રો આર્ય ન હોત તો આ પ્રકારની કલ્પના પણ ન કરી શકાઈ હોત.

અર્થશાસ્ત્રો અનુસાર, શુદ્રો બિન-આર્ય ન હતા. કૌટિલ્યનું અર્થશાસ્ત્ર આ સંદર્ભમાં મહત્ત્વનો પુરાવો છે. આ પ્રથા નાબૂદ કરતી વખતે કૌટિલ્ય કહે છે:-

જો કોઈ સંબંધી એવા શુદ્રને વેચે કે ગીરવે મૂકે કે જે જન્મથી દાસ ન હોય અને પુખ્તવય પ્રાપ્ત ન થઈ હોય અને જન્મથી આર્ય હોય તો વેચનાર સંબંધીએ બાર પણનો દંડ ભરવો પડશે. જો દાસ નાણાકીય છેતરપિંડી કરે છે અથવા તેને આર્ય (આર્યભાવ) તરીકે અધિકારો આપવામાં આવતા નથી, તો નાણાકીય સજા (આર્યને દાસ બનાવવા માટે આપવામાં આવતી સજાની તુલનામાં) હશે.

જો કોઈ વ્યક્તિ યોગ્ય રકમ મેળવ્યા પછી પણ દાસને મુક્ત ન કરે તો તેને બાર પણનો દંડ ભરવો પડશે. કોઈપણ કારણ વિના કોઈને બંદી બનાવી રાખવા માટે સમાન સજા આપવી પડશે (સમરોધાસ ચકરામત).

જો કોઈએ પોતાને દાસ તરીકે વેચી દીધા હોય, તો તેના બાળકોને આર્ય ગણવામાં આવશે. દાસે તેના માલિકને તેના કામમાં મદદ કરીને જે પૈસા કમાયા છે તે તેના વારસદારને આપવા જોઈએ.

આમ કૌટિલ્ય (ચાણક્ય)એ તેમના અર્થશાસ્ત્રમાં શુદ્રોને આર્ય તરીકે સ્પષ્ટપણે જાહેર કર્યા છે.

IV

જો તે મિથ્યા ન હોય તો એ કહેવું ચોક્કસપણે અર્થહીન છે કે માત્ર આર્યો દ્વારા દાસ બનેલા લોકોને શુદ્ર કહેવામાં આવે છે. આ સંદર્ભમાં બે દલીલો આપવામાં આવે છે. પ્રથમ તો ઋગ્વેદમાં ગુલામોને દાસ અને દસ્યુ તરીકે વર્ણવવામાં આવ્યા છે અને બીજું, ગુલામો અને શુદ્રો એક જ છે.

એ સાચું છે કે ઋગ્વેદમાં શૂદ્રનો ઉલ્લેખ દસ્યુ અથવા નોકરના અર્થમાં કરવામાં આવ્યો છે. પરંતુ આ શબ્દનો આ અર્થમાં માત્ર પાંચ વખત ઉપયોગ થયો છે. આનાથી વધુ નહીં. વળી, જો તેનો પાંચથી વધુ વખત ઉપયોગ કરવામાં આવે તો શું તે સાબિત થાય છે કે માત્ર શુદ્રોને જ દાસ બનાવવામાં આવ્યા હતા? જ્યાં સુધી એ સાબિત ન થાય કે તે બંને (શુદ્ર અને દાસ) એક જ હતા, ત્યાં સુધી શુદ્રોને દાસ બનાવવામાં આવ્યા તે નક્કી કરવું મૂર્ખતા ગણાશે. આ પણ જાણીતી હકીકતો વિરુદ્ધ હશે.

શુદ્રો ક્ષત્રિય રાજાઓના રાજ્યાભિષેકમાં હાજરી આપતા હતા. પછીના વૈદિક બ્રાહ્મણ કાળમાં, રાજ્યાભિષેક વખતે જનતા સમ્રાટને તાજ પહેરાવતી હતી, જે વાસ્તવમાં રાજાને સર્વોચ્ચતા આપતી હતી. જનપ્રતિનિધિઓ રત્ની તરીકે ઓળખાતા હતા કારણ કે તેમની પાસે

રત્નો હતા. રાજા ત્યારે જ સર્વોચ્ચતા પ્રાપ્ત કરી શકે છે જ્યારે તેણે તેની સર્વોપરિતાનું પ્રતીક ધરાવતા રત્નો મેળવ્યા હોય. આ પછી રાજા દરેક રત્નીના ઘરે જતા અને ભેટ આપતા. નોંધનીય છે કે આ રત્નીઓમાં આવશ્યકપણે શુદ્ર હતા.

'નીતિ મયુખ'ના લેખક નીલકંઠે ત્યાર પછીના રાજ્યાભિષેકનું વર્ણન કર્યું છે. આ પ્રમાણે ચાર વર્ણો (બ્રાહ્મણ, ક્ષત્રિય, વૈશ્ય અને શુદ્ર) ના મંત્રીઓ નવા રાજાનો તાજ પહેરાવતા હતા. ત્યાર બાદ તમામ વર્ગ અને જાતિના લોકો રાજાને પવિત્ર જળથી અભિષેક કરતા અને દ્વિજ જય જયકાર કરતા.

મહાભારતમાં એવા પુરાવા છે કે યુધિષ્ઠિરના રાજ્યાભિષેક સમારોહમાં બ્રાહ્મણોની સાથે શુદ્રોને પણ આમંત્રણ આપવામાં આવ્યું હતું.

પ્રાચીન સમયમાં જનપદ અને પૌર નામના બે મંડળો હતા. આમાં, શુદ્ર પ્રતિનિધિઓને પણ ખાસ કરીને બ્રાહ્મણો માન આપતા હતા.

મનુસ્મૃતિનો અધ્યાય 4 શ્લોક 61 અને વિષ્ણુસ્મૃતિનો આદેશ (21, 64) કે બ્રાહ્મણોએ શૂદ્રો દ્વારા શાસિત રાજ્યમાં રહેવું જોઈએ નહીં તે સાબિત કરે છે કે શુદ્રો પણ રાજા હતા. નહિ તો મનુનો આ આદેશ આપવાનો કોઈ અર્થ નથી.

'મહાભારત'ના શાંતિ પર્વમાં, ભીષ્મ (જેઓ દરેક જાતિ અને વર્ણના પ્રતિનિધિત્વમાં માનતા હતા) એ યુધિષ્ઠિરને આ રાજકીય સલાહ આપી છે: -

"રાજાને વેદના નિર્ભય વિદ્વાન, અંદર અને બહારથી સ્નાતક, ચાર બ્રાહ્મણો, શસ્ત્રોથી સજ્જ આઠ ક્ષત્રિયો, સંપત્તિથી સંપન્ન એકવીસ વૈશ્ય, નમ્ર આચાર અને પવિત્ર આચરણવાળા ત્રણ શુદ્રો, આઠ ગુણોથી સંપન્ન સુતની જરૂર છે. પૌરાણિક જ્ઞાન, તે બધાને રાજસભામાં નિયુક્ત કરવા જોઈએ.

આ સાબિત કરે છે કે શુદ્રો મંત્રી હતા અને તેમને બ્રાહ્મણોની સંખ્યા જેટલું પ્રતિનિધિત્વ મળ્યું હતું.

શુદ્રો નીચા અને ગરીબ ન હતા. તેઓ શ્રીમંત હતા. આ હકીકત મૈત્રાયણી સંહિતા (4-2-7-10) અને પંચવિશ બ્રાહ્મણ (1.11) થી સાબિત થાય છે.

આ પ્રશ્નના વધુ બે પાસાં છે. જો એમ માની લેવામાં આવે કે શુદ્રોને દાસ બનાવવામાં આવ્યા હતા તો સવાલ એ થાય છે કે શુદ્રોને દાસ બનાવવાનો અર્થ શું હતો? જો તેઓને ભૂતકાળમાં આર્યોને ગુલામ બનાવવાનું જ્ઞાન ન હોત અથવા તેઓ આર્યોને ગુલામ બનાવવા તૈયાર ન હોત તો જ તેમનો ઈરાદો સ્પષ્ટ હોત. પરંતુ હકીકત એ છે કે આર્યોને

ગુલામ બનાવવાનું જ્ઞાન હતું અને તેઓએ આર્યોમાંથી પણ ગુલામ બનાવ્યા હતા. ઋગ્વેદ (7.86.7), (8.19.36) અને (8.66.3) માં સ્પષ્ટ પુરાવા છે કે આર્યોએ પોતાના લોકોને પણ ગુલામ બનાવ્યા હતા. તો પછી પ્રશ્ન એ થાય છે કે શા માટે તેઓએ ખાસ કરીને શુદ્રોને ગુલામ બનાવ્યા? વધુ મહત્ત્વની વાત એ છે કે તેણે શુદ્ર ગુલામો માટે અલગ કાયદા કેમ બનાવ્યા?

નિષ્કર્ષ એ છે કે પશ્ચિમી વિચારકો અમારા એ પ્રશ્નનો જવાબ આપવા માટે મદદરૂપ થાય તેમ નથી કે અસમર્થ છે: શુદ્રો કોણ હતા અને તેઓ ભારતીય આર્યોના સમુદાયમાં ચોથા વર્ણ કેવી રીતે બન્યા?

■

7.

શુદ્ર કોણ હતા - શું શુદ્રો ક્ષત્રિય હતા?

હવે આપણી સમક્ષ પ્રશ્ન એ છે કે જો શુદ્રો મૂળરૂપે બિન-આર્ય ન હતા તો બીજા કોણ હતા? - મારા મત મુજબ, આના ત્રણ જવાબો છે: -

1. શુદ્રો આર્ય હતા. 2. શુદ્રો ક્ષત્રિય હતા.

3. શુદ્ર ક્ષત્રિયોમાં એવી ઉમદા અને મહત્વપૂર્ણ જાતિઓ હતી કે પ્રાચીન આર્યોના સમુદાયમાં ઘણા શૂદ્ર તેજસ્વી અને શક્તિશાળી રાજાઓ હતા.

શુદ્રોની ઉત્પત્તિનો આ સિદ્ધાંત જો આશ્ચર્યજનક ન હોય તો ચોક્કસ રોમાંચક છે. મોટાભાગના વિદ્વાનો આ વિચારને સ્વીકારશે નહીં. પરંતુ તેની પુષ્ટિ કરવા માટે પૂરતા પુરાવા ઉપલબ્ધ છે. તેથી, પુરાવા રજૂ કરવા અને તેનો નિર્ણય વિદ્વાન વાચકોની વિવેકબુદ્ધિ પર છોડવાને હું મારી ફરજ માનું છું.

પહેલો પુરાવો મહાભારતના શાંતિ પર્વ (અધ્યાય 60, શ્લોકો 38-40)માંથી મળે છે: આપણે સાંભળ્યું છે કે પ્રાચીન સમયમાં પંજવન નામના શૂદ્ર રાજાએ તેમના યજ્ઞમાં ઐન્દ્રાગ્નિના નિયમો પ્રમાણે એક લાખ પૂર્ણપાત્ર દક્ષિણા આપી હતી.

આ ઉદાહરણમાંથી નીચેના ત્રણ મહત્વના પુરાવા બહાર આવે છે:-

1. પૈજવન શુદ્ર હતો, 2. શૂદ્ર પૈજવને યજ્ઞ કર્યો, અને

3. બ્રાહ્મણોએ પૈજવન માટે યજ્ઞ કર્યો અને દક્ષિણા લીધી.

ઉપરોક્ત અવતરણ શ્રી રાય દ્વારા મહાભારતના ભાષ્ય ટીકામાંથી લેવામાં આવ્યું છે. સૌપ્રથમ જોવાનું એ છે કે લખાણ મૂળ છે કે તેમાં થોડો તફાવત છે. તેની મૌલિકતા વિશે, શ્રી રાય કહે છે, જ્યાં સુધી મારી આવૃત્તિનો સંબંધ છે, તે બંગાળની રોયલ એશિયાટિક સોસાયટીની પચાસ

વર્ષ જૂની આવૃત્તિ પર આધારિત છે, જે બંગાળના કેટલાક વિદ્વાનોની મદદથી તૈયાર કરવામાં આવી હતી. મને લાગે છે કે તે પ્રખ્યાત અંગ્રેજી પ્રાચ્યવાદી દ્વારા રચાયેલ છે. હસ્તપ્રતો સમગ્ર ભારતમાંથી (દક્ષિણ સહિત) મેળવવામાં આવી હતી અને કાળજીપૂર્વક એકત્ર કરવામાં આવી હતી.

આ કાળજીપૂર્વક સંપાદિત કરવામાં આવ્યા હતા પરંતુ મેં સોસાયટીની આવૃત્તિમાં જે ઉપલબ્ધ હતું તેની બરાબર નકલ કરી નથી. મેં તેને વર્દ્ધાનના મહારાજાના બંગાળી પાત્ર સાથે કાળજીપૂર્વક સરખાવ્યું જે ખૂબ કાળજીથી સંપાદિત કરવામાં આવ્યું હતું. ભારતના વિવિધ ભાગો (દક્ષિણ સહિત) માંથી 18 હસ્તપ્રતો લાવવામાં આવી હતી અને વર્દ્ધાનના પંડિતો દ્વારા કાળજીપૂર્વક એકત્રિત કરવામાં આવી હતી. એક શ્લોક તેને વાસ્તવિક લાગ્યો.

મહાભારતની વિવેચનાત્મક આવૃત્તિના જ્ઞાની સંપાદક પ્રોફેસર સુકથંકરે મહાભારતની વિવિધ આવૃત્તિઓનું વર્ણન કરીને નિષ્કર્ષ કાઢ્યો છે. તેમનું નિવેદન છે:-

ધ એડિસિયો પ્રિન્સેપ (કલકત્તા 1856) તેની પ્રામાણિકતા એક સદી પછી પણ શંકાસ્પદ છે. જો કોઈ વિવેચક કહે છે કે તે હસ્તપ્રતને તે સામગ્રીના પુરાવા તરીકે જોવા માંગે છે જેના આધારે શુદ્રોની ઉત્પત્તિ નક્કી કરવામાં આવી છે, તો તેમાં કોઈ નુકસાન નથી. આવી પરીક્ષા કરવા માટે બે બાબતો જરૂરી છે. પ્રથમ એ છે કે મહાભારતના તમામ 18 પર્વોની એક પણ સંપૂર્ણ હસ્તપ્રત નથી. દરેક પર્વ અલગ-અલગ છે, પરિણામે દરેક પર્વમાં ભારે તફાવત જોવા મળશે. તેથી, જો આપણે દરેક પર્વની હસ્તપ્રતોની સંખ્યા જોઈએ, તો તે કહેવું મુશ્કેલ હશે કે શેને આધાર તરીકે ગણવામાં આવે.

બીજી નોંધનીય બાબત એ છે કે મહાભારતના બે અલગ-અલગ સ્વરૂપો છે, ઉત્તરાત્ય અને દક્ષિણાત્ય, જેમાં આર્યાવર્તના ઉત્તરપથ અને દક્ષિણપથની અલગ-અલગ લાક્ષણિકતાઓ છે.

ઘણી હસ્તપ્રતો ઉપલબ્ધ હોય અને તેને દક્ષિણાત્ય અને ઉત્તરાત્ય તરીકે વર્ગીકૃત કરવામાં આવે ત્યારે જ હસ્તપ્રતોની તપાસ થાય તે સ્વાભાવિક છે. આ બાબતોને ધ્યાનમાં રાખીને વિવિધ હસ્તપ્રતોમાં મહાભારતના શાંતિપર્વના 60મા અધ્યાયના શ્લોક 38નો અનુવાદ નીચે મુજબ છે:-

1. શુદ્રઃ પૈજવનો નામ (કુંભા કોણમ) દક્ષિણાત્ય
2. શુદ્રઃ પૈલવનો નામ (m / 1 : m 2) દક્ષિણાત્ય
3. શુદ્રઃ ચૈલન્નો નામ (M/3 : M/4) દક્ષિણાત્ય

4. શુદ્રઃ વૈજનનો નામ (એફ)
5. શુદ્રોપિ યજને નામ (એલ)
6. શુદ્રઃ પૌન્જલક નામ (T.C.) દક્ષિણાત્ય
7. શુદ્ર વૈભવનો નામ (જી) ઉત્તરાત્ય
8. પુરા વૈજવનો નામ (એ.ડલ/2)
9. પુરા વૈજવનો નામ (એમ) ઉત્તરાત્ય

આ નવ હસ્તપ્રતોને મેચ કરવાનું પરિણામ એ છે કે શું આ નવ હસ્તપ્રતો સંકલન કરવા માટે પૂરતી છે કે તેમાં તફાવતો છે? એ વાત સાચી છે કે મહાભારતના વિવિધ પર્વોના નવથી વધુ ભાષ્ય છે. સમગ્ર મહાભારતની ઓછામાં ઓછી દસ હસ્તપ્રતો લેવામાં આવી છે. તેથી એમ ન કહી શકાય કે નવ નંબર અપૂરતો છે. આ નવ હસ્તપ્રતો ભૌગોલિક વિભાગો (ઉત્તર, દક્ષિણ) અનુસાર છે. મહા (M.) 1,2,3, 4, અને T.C દક્ષિણાત્યના છે. AMGD/2 ઉત્તરનો છે. વિદ્વાનો આ હસ્તપ્રતોની પસંદગીથી સંતુષ્ટ થશે.

આ તપાસનો નિષ્કર્ષ એ છે કેઃ-

1. પૈજવનના વર્ણનમાં વિવિધતા/ભેદ છે.
2. પૈજવનના નામમાં ભિન્નતા છે.
3. નવ હસ્તપ્રતોમાંથી, 6 તેમને શુદ્ર કહે છે, એક તેમને શુદ્ર કહે છે અને બે તેમની જાતિનો ઉલ્લેખ કરતા નથી પરંતુ તેમના સમયનું વર્ણન કરતી વખતે પુરા શબ્દનો ઉપયોગ કરે છે.
4. નામને લઈને કોઈપણ બે હસ્તપ્રતોમાં કોઈ સમાનતા નથી. દરેકનો પાઠ અલગ છે. હવે પ્રશ્ન એ છે કે સાચું નામ શું છે? નામને લગતી પ્રથમ વસ્તુ જે ઉદ્ભવે છે તે નામના અર્થનો પ્રશ્ન છે. આનાથી અર્થઘટન, સુધારા કે અગ્રતાના કોઈપણ વિવાદને જન્મ મળતો નથી. પ્રશ્ન એ છે કે કયું નામ સાચું છે અને કયું ખોટું જેના કારણે લખાણમાં ફેરફાર થયો? એમાં કોઈ શંકા નથી કે સાચું નામ પૈજવન છે. આ દક્ષિણાત્ય અને ઉત્તરાત્ય બંને માટે માન્ય છે કારણ કે આઠમા ક્રમનું નામ બૈજવન પૈજવન સમાન છે. લખાણમાં અન્ય તમામ ફેરફારો મૂળ નકલને યોગ્ય રીતે વાંચી ન શકવાને કારણે થયા છે, જેમાં લેખકે જે સમજ્યું તે જ લખ્યું છે. જ્યાં સુધી પૈજવનના વર્ણનનો સંબંધ છે ત્યાં સુધી આ (પૈજવનનું) શુદ્રથી પુરામાં થયેલું પરિવર્તન ઇરાદાપૂર્વક લાગે છે અને માત્ર સંયોગ નથી. તેની પાછળના કારણો શું હતા તે કહેવું મુશ્કેલ છે. હજુ પણ આના પરથી બે બાબતો સ્પષ્ટ થાય છેઃ-

1. આ ફેરફાર સ્વાભાવિક જેવો છે, અને

2. આ શુદ્ર પૈજવનની વિરુદ્ધ નથી જતો.

ઉપરોક્ત નિષ્કર્ષ અગાઉના શ્લોકો 38-40 ના સંદર્ભ પર આધારિત છે. જુઓ :-

માલિક ગમે તે પ્રકારની મુશ્કેલીમાં હોય, શૂદ્રે તેને છોડવો ન જોઈએ. જ્યારે સ્વામી ગરીબ બની જાય છે, ત્યારે શુદ્રે તેની સેવા વધુ સમર્પણથી કરવી જોઈએ. શુદ્ર પાસે પોતાની કોઈ મિલકત નથી. તેની પાસે જે કંઈ છે તે તેના ગુરુનું છે. યજ્ઞ અન્ય ત્રણ વર્ગો માટે નિર્ધારિત છે. શૂદ્ર પણ યજ્ઞ કરી શકે છે પરંતુ તે સ્વાહા, સ્વધા કે અન્ય મંત્રનો જાપ કરી શકતો નથી. તે પવિત્ર યજ્ઞ દ્વારા ભગવાનની પૂજા કરી શકે છે. આવો યજ્ઞ સંપૂર્ણ રીતે દક્ષિણાને પાત્ર છે.

અગાઉના શ્લોકોના સંદર્ભમાં શ્લોકો 38 થી 40નો અભ્યાસ કરીએ તો સ્પષ્ટ થાય છે કે સમગ્ર સંદર્ભ શુદ્રોનો છે. પૈજવનની વાર્તા માત્ર એક દૃષ્ટાંત છે. તેથી, પૈજવનના નામ પહેલાં શુદ્ર શબ્દનો ઉપયોગ બિનજરૂરી છે. આ સંદર્ભથી વાકેફ હોવાને કારણે લેખકે શૂદ્ર શબ્દનો પહેલાં ઉપયોગ કર્યો નથી અને તે પ્રાચીનકાળમાં હોવાને કારણે તેણે પુરા લખ્યો છે અને આ સ્વાભાવિક પણ છે.

ઉપરોક્ત વિશ્લેષણ પરથી સ્પષ્ટ થયું કે મહાભારતના શાંતિ પર્વમાં જે વ્યક્તિની ચર્ચા કરવામાં આવી હતી તે પૈજવન હતી અને તે શુદ્ર હતી.

II

બીજો પ્રશ્ન એ છે કે પૈજવન કોણ હતો? આ યાસ્ક નિરુક્તમાં દર્શાવેલ છે. નિરુક્તમાં (1.24) યાસ્ક કહે છે:-

દરેકના મિત્ર ઋષિ વિશ્વામિત્ર પૈજવનના પુત્ર સુદાસના પૂજારી હતા. સુદાસ મહાન દાતા હતા. પિજવનનો પુત્ર પૈજવાન હતો. પીજવન એટલે તેની ઝડપ અનુક્રમણીય હતી.

યાસ્ક નિરુક્તમાંથી બે મહત્વની બાબતો સ્પષ્ટ થઈ:-

1. પૈજવન પિજવનનો પુત્ર હતો.

2. સુદાસ પૈજવનનો પુત્ર હતો.

યાસ્કની મદદથી, આપણે સ્પષ્ટપણે કહીએ છીએ કે મહાભારત (શાંતિ પર્વ)માં પૈજવાન નૃત્ય કરે છે તે સુદાસનું બીજું નામ છે. અહીં પ્રશ્ન થાય છે કે સુદાસ કોણ છે અને આપણે તેના વિશે શું જાણીએ છીએ? બ્રાહ્મણ સાહિત્યમાં આપણને સુદાસ નામના ત્રણ વ્યક્તિઓનો ઉલ્લેખ જોવા મળે છે:-

એક સુદાસના કુટુંબની વિગતો ઋગ્વેદમાં નીચે મુજબ છે:-

1. **ઋગ્વેદ, 7-18.21** :- સેંકડો રાક્ષસોનો નાશ કરનારા પરાશર અને વશિષ્ઠે તમારી પૂજા કરી. તેણે બધાની સામે તમને ગૌરવ અપાવ્યું. તેમની મિત્રતાને અવગણશો નહીં. આ રીતે, સદાચારીઓ પ્રત્યે સુખદ અસર યોગ્ય છે.

2. **ઋગ્વેદ, 7-18.22** :- હે અગ્નિ, બેસો ગાય અને બે રથનું દાન કરનાર ભગવાન સુદાસ, પિજવનનો પૌત્ર અને પૈજવનનો પુત્ર, જેને બે પત્નીઓ છે, અથવા તમારા ગુણગાન ગાતા, હું તમને મુખ્ય પૂજારી તરીકે પરિભ્રમણ કરું છું.

3. **ઋગ્વેદ 7-18.23** :- પૈજવનના પુત્ર સુદાસે મને શ્રેષ્ઠ જાતિના ચાર ઘોડા ભેટમાં આપ્યા હતા, જે સુવર્ણ કાઠીઓથી સજ્જ હતા અને દુર્ગમ રસ્તાઓ પર ઝડપથી દોડતા હતા. મને વંશ અને ભોજનનો લાભ આપો.

4. **ઋગ્વેદ, 7-18.24** :- સાતેય જગત ઈન્દ્ર જેવા સુદાસની પ્રશંસા કરે છે. તેમની કીર્તિ પૃથ્વીથી સ્વર્ગ સુધી ગુંજતી રહે છે. વિપુલ સંપત્તિ આપનાર સુદાસ માટે વહેતી નદીઓએ યુદ્ધમાં યુધ્યમધિનો નાશ કર્યો હતો.

5. **ઋગ્વેદ 7-18.25** :- હે મરુદગણ, જેમ તમે સુદાસના પિતા દિવોદાસ પ્રત્યે દયા બતાવી છે, તેવી જ રીતે યુવાન સુદાસ પર પણ કરો. પૈજવાનના પુત્રની પ્રશંસાથી પ્રસન્ન થાઓ અને તેની શક્તિ અને બહાદુરીને અકબંધ રાખો.

સુદાસ નામના અન્ય બે વ્યક્તિઓની વિગતો વિષ્ણુ પુરાણમાં જોવા મળે છે. વિષ્ણુ પુરાણના ચોથા અધ્યાયમાં એક સુદાસનું વર્ણન રાજા સાગરના વંશજ તરીકે કરવામાં આવ્યું છે.

કૌટુંબિક વૃક્ષ: રાજા સાગરથી સુદાસ સુધી નીચે મુજબ છે:-

રાજા સાગરની બે પત્નીઓ કશ્યપની પુત્રી સુમતિ અને વિદર્ભના રાજાની પુત્રી કેશની હતી.

નિઃસંતાન હોવાથી રાજાએ ઋષિ આર્વની મદદ લીધી. ઋષિએ વરદાન આપ્યું કે તેમની પત્નીઓમાંથી એક એક પુત્રને જન્મ આપશે અને બીજી સાઠ હજાર પુત્રોને જન્મ આપશે. નિર્ણય રાજાની પત્નીઓ પર છોડી દેવામાં આવ્યો. કેશિનીએ એક પુત્રની ઈચ્છા વ્યક્ત કરી અને સુમતિએ ઘણા પુત્રની ઈચ્છા વ્યક્ત કરી. કેશિનીએ અસમંજસ નામના પુત્રને જન્મ આપ્યો. સાગર વંશ મૂંઝવણમાં ચાલુ રહ્યો. વિનતાની પુત્રી સુમતિએ સાઠ હજાર પુત્રોને જન્મ આપ્યો.

**

અસમંજસને એક પુત્ર હતો, અંશુમન અને અંશુમનને એક પુત્ર, દિલીપ હતો. દિલીપના પુત્રનું નામ ભગીરથ હતું. તેઓ ગંગાને સ્વર્ગમાંથી પૃથ્વી પર લાવ્યા, તેથી તેમના નામ પરથી ગંગાને ભાગીરથી કહેવામાં આવી. ભગીરથનો પુત્ર શ્રુસ હતો, તેનો પુત્ર નાભાગ હતો, તેનો પુત્ર અંબરીશ હતો અને અંબરીશનો પુત્ર સિંધુદ્વીપ હતો. સિંધુદ્વીપનો પુત્ર આયુતાશ્વ હતો, આયુતાશ્વનો પુત્ર ઋતુપર્ણ હતો, તે પ્રખ્યાત જુગારી નલનો મિત્ર હતો, ઋતુપર્ણનો પુત્ર સર્વકામ હતો, સર્વકામનો પુત્ર હતો સુદાસ હતો, સુદાસનો પુત્ર સૌદાસ હતો. સૌદાસને મિત્રશાહ પણ કહેવામાં આવે છે.

વિષ્ણુ પુરાણના 19મા અધ્યાયમાં પુરુના વંશજ અન્ય સુદાસનું વર્ણન આ પ્રમાણે છેઃ-

પુરુનો પુત્ર જનમેજયનો પુત્ર પ્રચિનવત, તેનો પુત્ર પ્રવર હતો, તેનો પુત્ર માનસ્યુ હતો, તેનો પુત્ર ભયદ હતો, તેનો પુત્ર સુધમ્ન હતો, તેનો પુત્ર હતો બાહુગવ હતો, તેનો પુત્ર હતો સંમતિ હતો, તેનો પુત્ર ભામ્પતિ હતો. ભામ્પતિના પુત્ર રુદ્રસ્વને દસ પુત્રો હતા, રિતેયુ, કોક્ષેયુ, સ્થાનદિલેયુ, ધૃતેયુ, જલેયુ, સ્થાનેયુ, ધનેયુ, વાનેયુ અને વ્રાતાયુ. રિતેયુના પુત્ર રતિનારને ત્રણ પુત્રો હતા, તાંસ, અપ્રતિર્થ અને ધ્રુવ. બીજાનો પુત્ર કણ્વ હતો, જેણે કણ્વાયન બ્રાહ્મણોને જન્મ આપ્યો હતો. તનસુના પુત્ર અનિલના ચાર પુત્રોમાં દુષ્યંત સૌથી મોટો હતો. દુષ્યંતનો પુત્ર ભરત ચક્રવર્તી રાજા બન્યો.

ભરતની પત્નીઓએ 9 પુત્રોને જન્મ આપ્યો. પરંતુ ભરતે કહ્યું કે તેઓ તેના ભાગમાંથી જન્મ્યા નથી, તે બધાને તેમની માતાએ મારી નાખ્યા. બાદમાં ભરતે રણના લોકોના વખાણ કર્યા. મરુદગણ પ્રસન્ન થયા અને તેમને ઉતાથ્યની પત્ની મમતાના ગર્ભમાંથી ગુરુને જન્મેલ પુત્ર ભારદ્વાજ આપ્યો.

ભારદ્વાજનું બીજું નામ વિતથ હતું. વિતથનો પુત્ર ભાવનામન્યુ હતો. તેને ઘણા પુત્રો હતા. જેમાં બ્રહ્તક્ષત્ર, મહાવીર્ય, નાર અને ગર્ગ મુખ્ય છે. રુચિરાધિ અને રંતિદેવનો જન્મ નરના પુત્ર સંકૃતિથી થયો હતો. ગર્ગના પુત્ર સિનીના વંશજો લશ્કરી જન્મથી ગગર્ય અને ક્ષત્રિય હોવા છતાં બ્રાહ્મણ બન્યા. મહાવીર્યના પુત્ર ઉરક્ષયને ત્રણ પુત્રો હતા, ત્રયયુર્ણ, પુષ્કરણ અને કપિ. કપિ બ્રાહ્મણ બન્યા. બ્રહત્ક્ષત્રનો પુત્ર સુહોત્ર હતો. અને સુહોત્રના પુત્ર હસ્તિને હસ્તિનાપુર શહેરનું નિર્માણ કર્યું. હસ્તિનને પુત્રો અજામેધ, દ્વિમેધ અને પુરુમેધ હતા. અજામેધને એક પુત્ર કણ્વ હતો. કણ્વને એક પુત્ર મેધાતિથિ અને બીજો પુત્ર બૃહદીશ હતો, જેનો પુત્ર બ્રહદવાસુ, તેનો પુત્ર આહત્કર્મા, તેનો પુત્ર જયદ્રથ, તેનો પુત્ર વિશ્વજિત, તેનો પુત્ર સેંજિત અને સેંજિતને રુચિરાશ્વ, કશ્ય, દ્રઢનાશ અને વસાહનુ

હતા. રુચિરશ્વના પુત્ર પૃથસેનને પાર અને પારના નિપ નામના પુત્રો હતા. નિપને સો પુત્રો હતા, જેમાંથી કમ્પાલ્યના શાસક સમર મુખ્ય હતા. સમરના પુત્રો પરા, સાંપારા અને સદાશ્વ હતા. પારાના પુત્રનું નામ પૃથુ, તેના પુત્રનું નામ સુકીર્તિ, તેના પુત્રનું નામ વિભરાત્રી અને વિભ્રાત્રીના પુત્રનું નામ અનુહ હતું. અનુહે વ્યાસના પુત્ર શુક્રની પુત્રી કૃતિવી સાથે લગ્ન કર્યા. તેમની પાસેથી બ્રહ્મદત્તનો જન્મ થયો. બ્રહ્મમદત્તનો પુત્ર વિશ્વસેન હતો, તેનો પુત્ર ઉદકસેન હતો, તેનો પુત્ર ભલ્લાત હતો. દ્વિમિધાનો પુત્ર યવિનાર, તેનો પુત્ર તિમત, તેનો પુત્ર સત્યકૃતિ, તેનો પુત્ર ધૃધ્નેમી, તેનો પુત્ર સુપાર્શ્વ, તેનો પુત્ર મમતિ, તેનો પુત્ર સન્નાતિમત, તેનો પુત્ર કૃત હતો. જેમને હન્યાનામે યોગદર્શન શીખવ્યું હતું અને તેમણે 24 સંહિતાઓની રચના કરી હતી જેનો ઉપયોગ પર્વના બ્રાહ્મણો દ્વારા કરવામાં આવતો હતો જેમણે સામવેદનો અભ્યાસ કર્યો હતો. કૃતનો પુત્ર ઉગ્રયુધ, જેણે ક્ષત્રિયોના નીપ વંશનો નાશ કર્યો હતો. ઉગ્રયુદ્ધનો પુત્ર ક્ષેણ્ય હતો, તેનો પુત્ર સુબીર હતો, તેનો પુત્ર નૃપંજય હતો, તેનો પુત્ર બહુરથ હતો. તેને પૌરવ કહેતા. અજામેધને નલિની નામની પત્ની હતી જેનાથી તેને નીલ નામનો પુત્ર, તેનો પુત્ર શાંતિ, તેનો પુત્ર સુશાંતિ, તેનો પુત્ર પુરુજન, તેનો પુત્ર ચક્ષુ, તેનો પુત્ર હરિયાશ્વ, હરિયાશ્વને પાંચ પુત્રો મુદ્ગલ, ત્રિંજય, બૃહદિશુ, પ્રવીર અને કમ્પિલય હતા. તેમના પિતાએ કહ્યું કે તેમના પાંચ (પાંચ) પુત્રો દેશની રક્ષા કરવા સક્ષમ હતા, તેથી તેમને પંચાલ કહેવામાં આવે છે. મૌદગલ્ય બ્રાહ્મણ વંશની શરૂઆત મુદ્ગલથી થઈ હતી. તેમને એક પુત્ર ભાવસ્વ પણ હતો, તેમને બે જોડિયા બાળકો હતા, એક પુત્ર અને એક પુત્રી, જેમના નામ અનુક્રમે દિવોદાસ અને અહલ્યા હતા.

**

દિવોદાસનો પુત્ર મિત્રયુ, તેનો પુત્ર ચ્યવન, તેનો પુત્ર સુદાસ, તેનો પુત્ર સૌદાસ જેને સહદેવ પણ કહેવાય છે, તેનો પુત્ર સોમક, જેને સો પુત્રો હતા, તેમાંથી જંતુ સૌથી મોટો હતો, પૃષ નાનો હતો. પૃષ્ઠનો પુત્ર દ્રુપદ હતો, તેનો પુત્ર ધૃષ્ટધુમ્ન હતો, તેનો પુત્ર દ્રષ્ટિકેતુ હતો. અજમેધને રિક્ષ નામનો બીજો પુત્ર પણ હતો. રિક્ષનો પુત્ર સમવરણ હતો, તેનો પુત્ર કુરુ હતો. કુરુના નામ પરથી કુરુક્ષેત્ર નામ આપવામાં આવ્યું હતું. તેમને સુધાંશુ, પરીક્ષિત અને ઘણા પુત્રો હતા. સુધાંશુનો પુત્ર સુહૌત્ર, તેનો પુત્ર ચ્યવન, ચ્યવનનો પુત્ર કિટક અને કિટકનો પુત્ર ઉપરિચર. ઉપરીચર (બસ) ને સાત પુત્રો હતા જેમ કે બ્રહ્મદ્રથ, પ્રત્યાગ્રહ, કુશંભ, માવેલા, મત્સ્ય વગેરે. બ્રહ્માદ્રયનો પુત્ર કુશાગ્ર હતો, કુશાગ્રનો પુત્ર ઋષભ હતો, તેનો પુત્ર પુષ્પવત હતો, તેનો પુત્ર અત્યાધૃત હતો, તેનો પુત્ર હતો

સુધન્વ હતો અને સુધન્વનો પુત્ર હતો જન્તુ હતો. બૃહદ્રસ્થને બીજો પુત્ર પણ હતો જે જરાસિંધુના નામથી પ્રખ્યાત થયો. જરાસિંધુનો સહદેવ, સહદેવનો સોમપે અને સોમપાયુનો સુરશ્રવ. તે મગધનો રાજા હતો. ટૂંકમાં ત્રણેય સુદાસોની વંશાવળી નીચે મુજબ છે.

ઋગ્વેદમાં સુદાસ			વિષ્ણુ પુરાણમાં સુદાસ	
7-18.22	7-18.23	8-18.25	સગર વંશમાં	પુરૂ વંશમાં
મુજબ	મુજબ	મુજબ	સુદાસ	સુદાસ
દેવવ્રત	પીજવન	દિયોદાસ - પીજવન	ઋતુપર્ણ	બાહવાશ્વ
પીજવન	સુદાસ	સુદાસ	સર્વકામ	દિયોદાસ
			સુદાસ	મિત્રાયુ
			સૌદાસ	ચ્યવન સુદાસ
			મિત્રસહ	સૌદાસ સોમક

ઉપરોક્ત કોષ્ટકોમાંથી બે બાબતો સ્પષ્ટ થાય છેઃ-

1. વિષ્ણુ પુરાણના સુદાસનો ઋગ્વેદના સુદાસ સાથે કોઈ સંબંધ નથી.
2. મહાભારતમાં ચર્ચાયેલ પૈજવન ઋગ્વેદના સુદાસ જેવો જ છે.

પીજવાનના પુત્ર હોવાને કારણે સુદાસને પૈજવન પણ કહેવામાં આવે છે. જેનું બીજું નામ દિવોદાસ હતું. સદભાગ્યે મારું વર્ણન પ્રો. બેબરને મળે છે. મહાભારતના શાંતિ પર્વના સંબંધિત શ્લોકો પર ટિપ્પણી કરતાં પ્રો. બેબર કહે છેઃ-

પૈજવનની મહત્વની વાર્તા વર્ણવવામાં આવી છે. યજ્ઞ માટે પ્રસિદ્ધ પૈજવન અથવા સુદાસને ઋગ્વેદમાં વિશ્વામિત્રના રક્ષક અને વશિષ્ઠના શત્રુ તરીકે વર્ણવવામાં આવ્યા છે. તે શુદ્ર હતો.

કમનસીબે પ્રો. બેબર આ ફકરાનું મહત્વ સમજી શક્યા ન હતા. મારા માટે એટલું પૂરતું છે કે તે એ પણ સમજે છે કે મહાભારતનો પૈજવન અને ઋગ્વેદનો સુદાસ બે અલગ-અલગ વ્યક્તિઓ નથી પણ એક છે.

III

સુદાસ-પૈજવન વિશે આપણે શું જાણીએ છીએ?

- પૈજવન વિશે નીચેની વિગતો ઉપલબ્ધ છે (1) સુદાસ ન તો દાસ હતો કે ન તો આર્ય. દાસ અને આર્યો તેમના દુશ્મન હતા. મતલબ કે તેઓ વૈદિક આર્ય હતા.

(બે) સુદાસના પિતા દિયોદાસ વાધ્યશ્વના દત્તક પુત્ર હતા. રાજા

દિવોદાસ તુર્બાસ અને યાદ શમ્બર પર્વ અને કરંજ અને ગુંગુ સાથે ઘણી વખત લડ્યા. દિવોદાસ અને તુર્યવાન વચ્ચે યુદ્ધ થયું અને તુર્યવાનનો વિજય થયો. એવું લાગે છે કે યુદ્ધ દરમિયાન ઇન્દ્ર દિવોદાસની વિરુદ્ધ હતા. સુદાસે તેના પુરોહિત ભારદ્વાજને ઘણી ભેટ આપી હતી.

ભારદ્વાજે છેતરપિંડી કરી અને તે દિવોદાસના દુશ્મન તુર્યવાનને મળ્યો. સુદાસની માતા વિશે કંઈ જાણી શકાયું નથી, પરંતુ અશ્વિની કુમારોની કૃપાથી પ્રાપ્ત થયેલી તેમની પત્નીનું નામ સુદેવી હોવાનું કહેવાય છે. (ત્રણ) સુદાસ રાજા હતો અને તેનો રાજ્યાભિષેક બ્રહ્મઋષિ વશિષ્ઠે કરાવ્યો હતો.

રાજાઓના મહાભિષેક વિધિ કરનારા પુરોહિતોનું વર્ણન ઐતરેય બ્રાહ્મણમાં આ પ્રમાણે જોવા મળે છે.

ભૃગુના પુત્ર સાયવને મનુના પુત્ર યતિનો અભિષેક કર્યો. યતિએ પૃથ્વી પર વિજય મેળવ્યો અને અશ્વમેધ યજ્ઞ કર્યો.

વજ્રપણાનો પુત્ર સમસુષમ, સત્રાજીતના પુત્ર શતનિક દ્વારા પવિત્ર થયો હતો. તેણે સમગ્ર વિશ્વને જીતી લીધું અને અશ્વમેધ યજ્ઞ કર્યો.

પાર્વત અને નારદે અંબાષ્ટય અને અભિષેક કર્યો. અંબાષ્ટ્યએ સર્વત્ર વિજય મેળવ્યો અને અશ્વમેધ યજ્ઞ કર્યો.

કશ્યપે ભવનના પુત્ર વિશ્વકર્માનો અભિષેક કર્યો. વિશ્વકર્માએ સમગ્ર પૃથ્વી પર વિજય મેળવ્યો અને અશ્વમેધ યજ્ઞ કર્યો. એવું કહેવાય છે કે પૃથ્વીએ વિશ્વકર્માની પ્રશંસામાં કહ્યું:-

હે વિશ્વકર્મા, કોઈ માણસ મને આના જેવું દાન ન આપી શકે. તમે મને દાન આપ્યું. હું સમુદ્રમાં ભળી જાઉં છું. કશ્યપને આપેલું વચન વ્યર્થ ગયું.

વશિષ્ઠે પીજવાનના પુત્ર સુદાસનો અભિષેક કર્યો. તેણે તમામ ગ્રહોને જીતી લીધા અને અશ્વમેધ યજ્ઞ કર્યો.

અંગિરાના પુત્ર સંવર્તે મરુતને પવિત્ર કર્યો. મરુતે બધા ગ્રહો જીતી લીધા અને અશ્વમેધ યજ્ઞ કર્યો.

ઉપરોક્ત સૂચિમાં, વશિષ્ઠ સુદાસને પવિત્ર કરવાનો સ્પષ્ટ અને ચોક્કસ ઉલ્લેખ છે. સુદાસ પ્રખ્યાત દશા રાજન (દસ રાજાઓ) યુદ્ધનો હીરો હતો. આ યુદ્ધનું વર્ણન ઋગ્વેદના સાતમા અધ્યાયના અનેક સ્તોત્રોમાં જોવા મળે છે. સુક્ત ૮૩માં કહેવાયું છે

4. હે ઇન્દ્ર અને વરુણ, તમે તમારા ઘોર શાસ્ત્રોથી ભેદ નામના શત્રુને મારીને સુદાસનું રક્ષણ કર્યું. યુદ્ધના પ્રસંગે, મેં ટ્રિટ્સસની પ્રાર્થનાઓ સાંભળી, જેનાથી કદાચ મારા પુરોહિતનું કાર્ય તેમના માટે ફળદાયી બન્યું.

6. હે ઇન્દ્ર અને વરુણ, સુદાસ અને વિત્સુએ યુદ્ધ દ્વારા સંપત્તિ મેળવવા માટે તમારી પાસે શરણ માંગ્યું. જ્યારે દસ રાજાઓએ તેમના પર હુમલો કર્યો, ત્યારે તમે તે બંને (સુદાસ અને ત્રિત્સુ) નું રક્ષણ કર્યું.

7. હે ઈન્દ્ર અને વરુણ, દસ અધાર્મિક રાજાઓ, એક થઈ જાય તો પણ સુદાસ સામે ટકી શક્યા નહીં.

પ્રવાહી યુક્ત યજ્ઞમાં ભક્તોનો સ્ત્રોત સફળ રહ્યો છે. તેના યજ્ઞમાં બધા દેવતાઓ હાજર હતા.

9. હે ઇન્દ્ર અને વરુણ, તમારામાંથી એક હંમેશા યુદ્ધમાં શત્રુઓને મારી નાખે છે અને બીજો હંમેશા ધાર્મિક વિધિઓનું રક્ષણ કરે છે. અમે તમારી પ્રશંસા કરીએ છીએ અને તમને વિનંતી કરીએ છીએ, કૃપા કરીને અમારા પર દયા કરો.

સુક્ત 33 મુજબઃ-

પાશધુમ્નના પરાજય પર, સુદાસે મંદિરોમાં પ્રસાદ ચડાવ્યો. તેને સ્વીકારવા માટે ઈન્દ્રને બોલાવવામાં આવ્યો. ઈન્દ્રએ ઝડપથી વિયતના પુત્ર પાશધુમ્નાના ભાગનો સોમ વશિષ્ઠ પર રેડ્યો.

3. સુદાસે એ જ ઝડપે સિંધુ નદી પાર કરી અને પોતાના દુશ્મનોને હરાવ્યા. એ જ રીતે વશિષ્ઠે પોતાની સ્તુતિ સાથે ઈન્દ્રને દસ રાજાઓથી સુદાસનું રક્ષણ કરવા તૈયાર કર્યા.

તરસથી વ્યથિત, વર્ધા માટે પ્રાર્થના કરતી વખતે, દશરાજન સાથેના યુદ્ધમાં, વશિષ્ઠ, ત્રિતસ દ્વારા સહાયક, ઇન્દ્રને સૂર્ય જેવા તેજસ્વી બનાવ્યા. ઇન્દ્રએ વશિષ્ઠની પ્રાર્થના સાંભળી અને ત્રિતસને વિશાળ જમીન આપી.

તે સૂક્ત 19 માં કહેવામાં આવ્યું છેઃ-

3. હે ઇન્દ્ર, તમે દરેક રીતે નૈવેદ્ય આપનાર સુદાસનું રક્ષણ કર્યું છે. તમે પુરકુત્સાના પુત્ર ત્રિસદસ્યુ અને પુરુને પૃથ્વી પર વર્ચસ્વ સ્થાપિત કરવા યુદ્ધમાં દુશ્મનોથી બચાવ્યા છે.

6. હે ઇન્દ્ર, તમારા આશીર્વાદ ઉદાર સુદાસ પર અનંત છે. હું તમારા બે શક્તિશાળી ઘોડાઓનો ઉપયોગ કરું છું. અમારી પ્રશંસા તમારા સુધી પહોંચે.

તે સાતમા મંડલના સૂક્ત 18 માં કહેવામાં આવ્યું છેઃ-

5. પ્રશંસનીય ઇન્દ્રએ યારુથની નદીના ઊંડા પાણીને સુદાસ માટે સુલભ અને પસાર કરી શકાય તેવું બનાવ્યું. સ્તોતા માટે, સાંજે નદીઓના મોજા અને અવરોધો દૂર કરવામાં આવ્યા હતા.

6. તુર્વશ, જે પાણીમાં માછલીની વીંટી સાથે બંધાયેલો હતો, તે પૈસા માટે સુદાસ પાસે ગયો પરંતુ માછલીની જેમ પીડાતો રહ્યો

અને પછી ભૃગુ અને દ્રહ્યુએ તેને સુદાસને મળ્યો. આ બંનેએ સમગ્ર પૃથ્વીનું વર્ણન કર્યું. સુદાસના મિત્ર ઈન્દ્રએ સુદાસનું આનાથી રક્ષણ કર્યું.

7. અર્પણ પચાવનાર, કલ્યાણકારી મુખ, તપસ્યાથી પ્રભાવિત ન થતા રોગગ્રસ્ત હાથ અને શુભ લોકોએ ઈન્દ્રની સ્તુતિ કરી. ઈન્દ્રએ આર્ય ગાયોને ગાય તસ્કરોથી મુક્ત કરી અને દુશ્મનોને મારી નાખ્યા.
8. દુષ્ટ માનસ અને મંદામતી દુશ્મનોએ પરુષ્ણી નદીને ખોદીને તેના બંને કિનારાનો નાશ કર્યો. પણ ઈન્દ્રની કૃપાથી સુદાસ જગપ્રસિદ્ધ થઈ ગયો અને સુદાસે ચમનના પુત્ર કવિને મારી નાખ્યો.
9. પરુષ્ણી નદીનું પાણી ગંતવ્ય પ્રવાહમાં સામાન્ય રીતે વહેવા લાગ્યું. સુદાસ રાજાનો ઘોડો પણ તેના મુકામ પર ગયો. ઈન્દ્રએ સુદાસના ઘણા દુશ્મનોને હરાવ્યા.
10. તેના અગાઉના વચન મુજબ, તેની માતા પ્રિષ્ણીએ વિવિધ રંગોના પ્રાણીઓ પર ચડેલા રણવાસીઓને ઈન્દ્ર પાસે મોકલ્યા. રણના લોકો એ જ ઝડપે ઈન્દ્ર પાસે ગયા જે રીતે પશુપાલકો તેમની ગાય વિના જવમાં જાય છે. નિયુત નામનો મારુતનો ઘોડો તેમને ઝડપથી ત્યાં લઈ ગયો.
11. ઇન્દ્રએ રાજાને મદદ કરવા માટે મરુદ્ગણની રચના કરી. મહત્વાકાંક્ષી રાજાએ પુરૂષની નદીના કિનારે 21 મનુષ્યોનો ભોગ આપ્યો.
12. હે ઇન્દ્ર, તારા ભયથી શ્રુત, કવશ વૃધ્ધ અને દ્રહ્યુસ નદીમાં ધોવાઇ ગયા. જેમણે તમારી પ્રશંસા કરી અને તમારી મિત્રતાને સ્વીકારી તેઓ સમૃદ્ધ થયા.
13. શક્તિપૂજ ઈન્દ્રએ તેમના સાત (7) અજેય શહેરોનો ઝડપથી નાશ કર્યો. તેણે અનુના પુત્રનું નિવાસસ્થાન છીનવી લીધું અને તે ત્રિત્સુને ભેટમાં આપ્યું. આપણે, ઇન્દ્રની કૃપાથી, દુષ્ટ-ભાષી લોકો પર વિજય મેળવીએ.
14. 66 હજાર છસો સાઈઠ અનુ અને દ્રહ્યુસ યોદ્ધાઓ, જે મહાન સુદાસના પશુઓને હરણ કરવા ઈચ્છતા હતા, તેઓ ઈન્દ્રના ભવ્ય કૃત્યથી નાશ પામ્યા હતા.
15. ઉદ્ધત પ્રિતસુ આકસ્મિક રીતે ઇન્દ્ર સાથે મુશ્કેલીમાં આવી ગયો પરંતુ પાછળથી સુદાસ માટે બધી સંપત્તિ છોડીને નદીના મજબૂત પ્રવાહની જેમ ભાગી ગયો.

16. ઈન્દ્રએ તેના વરિષ્ઠ સુદાસના દુશ્મનોનો નાશ કર્યો. ઈન્દ્રએ સુદાસના દુશ્મનોને ઉશ્કેર્યા અને તેમને સુદાસની સામે ઊભા કરી દીધા અને તેમને ભાગી જવા મજબૂર કર્યા.
17. ઈન્દ્રએ અકિંચનનું દાન પૂર્ણ કર્યું, બકરી વડે સિંહને મારી નાખ્યો, બલિદાનના સ્તંભનો ખૂણો સોયની ટોચથી કાપી નાખ્યો અને દુશ્મનોની લૂંટમાંથી મળેલી સંપત્તિ સુદાસને આપી દીધી.
18. હે ઇન્દ્ર, દુષ્કર્મી ભેદે તેના અસંખ્ય દુશ્મનોને ગુલામ બનાવ્યા છે. જેઓ તમને ક્રૂર કહે છે તેઓનું તે રક્ષણ કરે છે. તેને વીજળી વડે પ્રહાર કરો.
19. યમુના કાંઠાના રહેવાસીઓ અને વિટ્શુઓએ યુદ્ધમાં મેડાને મારવા માટે ઈન્દ્રને પ્રાર્થના કરી. અજા, શિગ્રુ અને યક્ષ લોકોએ ઇન્દ્ર માટે યજ્ઞ કર્યો અને ઘોડાઓના મસ્તકનો ભોગ લગાવ્યો.
20. ઈન્દ્ર, તારી સેના અને સમૃદ્ધિ અપાર છે. દરેક અસરની ગણતરીની જેમ જૂના અને નવાની ગણતરી અશક્ય છે. તેં મન્યમાન અને શમ્બરના પુત્ર દેવકને મારી નાખ્યો.

આ યુદ્ધમાં જે રાજાઓ સુદાસ સામે લડ્યા તે નીચે મુજબ છે. :- 1. શિન્યુ, 2. તુર્વષ, 3. દ્રુહ્ય, 4. કવશ, 5. પુરુ, 6. અનુ, 7. મેદ, 8. શમ્બર, 9. વૈકર્ણ, 10. વૈકર્ણ (બીજો), 11. યદુ, 12. મત્સ્ય , 13. પક્થ, 14. ભાલના, 15.અલીન, 16. વિન્શાનીન, 17. અજ, 18. શિનિ, 19. શિગૃ, 20. યક્ષુ, 21. યધ્યામધિ, 22. યાદ્યા, 23. દેવક મન્યામાન, 24. ચ્યમન કવિ, 25. સુતુક, 26. ઉવથ, 27. શ્રુત, 28. વ્રધા, 29. મન્યુ અને 30 પૃથ.

સ્વાભાવિક છે કે યુદ્ધ તેના નામ કરતાં ઘણું મોટું અને ભારતીય આર્યોના ઇતિહાસમાં મહત્ત્વની ઘટના હશે. એ વાતમાં કોઈ અતિશયોક્તિ નથી કે યુદ્ધના વિજેતા સુદાસને તેમના સમયનો મહાન વીર કહેવામાં આવતો હતો. યુદ્ધનું કારણ શું હતું તે બરાબર જાણી શકાયું નથી. ઋગ્વેદમાં (7.83.7), સુદાસનો વિરોધ કરનારા રાજાઓને અધર્મી કહ્યા છે. આમ, શક્યતા રહે છે કે તે ધાર્મિક યુદ્ધ હતું. (ચાર) સાયણાચાર્ય અને લોકકથા અનુસાર, નીચેના રાજાઓ ઋગ્વેદના નીચેના મંત્રોના સર્જક હતા:-

10.9 :- વિહતવ્ય (ભારદ્વાજ)

10.75 :- સિંધુદ્વીપ, અંબરીશનો પુત્ર (ત્રિસરસ, યતવિષ્ઠનો પુત્ર).

10.133 :- સિંધુક્ષિત, પ્રિયમધનો પુત્ર.

10.134 :- સુદાસ, પીજવાનનો પુત્ર.

10.179 :- માંધાત્રી, યુવાસ્વના પુત્ર.

10-148:- સિવી, અસિનારનો પુત્ર, કાશીના રાજા પ્રતર્ધન, દિવોદાસ

અને રોહિડાશ્વનો પુત્ર વસુમાનસને પૃથ્વી વૈન્યનો ધારક જાહેર કરવામાં આવ્યો છે.

ઉપરના કોષ્ટકમાં, વૈદિક મંત્રોના સર્જક તરીકે સુદાસના નામનો ઉલ્લેખ કરવામાં આવ્યો છે.

(પાંચ) ઋગ્વેદ (3.53) અનુસાર, સુદાસે અશ્વમેધ યજ્ઞ કર્યો હતોઃ-

9. મહામુનિ દેવગણે જનકના દેવતાઓને આકર્ષ્યા. જ્યારે વિશ્વામિત્રે સુદાસનો યજ્ઞ કર્યો ત્યારે તેણે નદીઓના પ્રવાહને અટકાવ્યો, ઈન્દ્ર અને કુશિક પ્રસન્ન થયા.

11. હે કુશિક, તમે આગળ વધો અને સુદાસના ઘોડાને પ્રોત્સાહિત કરો અને તેને રાજ્યની સમૃદ્ધિ માટે વિજય પ્રાપ્ત કરવા પ્રેરણા આપો. દેવરાજ ઈન્દ્રએ પૂર્વ, પશ્ચિમ અને ઉત્તર દિશામાં વૃત્રનો નાશ કર્યો છે. તેથી સુદાસે પૃથ્વી પરના પવિત્ર સ્થાનો પર ઈન્દ્રની પૂજા કરવી જોઈએ.

(6) સુદાસ, બ્રાહ્મણો પ્રત્યેના તેમના દાન માટે પ્રખ્યાત હતા, તેઓ અતિથિગ્ય તરીકે જાણીતા હતા. બ્રાહ્મણો તેમના દાનને લીધે કેવી રીતે તેમની પ્રશંસા કરતા હતા, ઋગ્વેદમાં જુઓઃ- 47.6:- હે અશ્વિન, તમારા રથમાં ધન ચઢાવો અને સુદાસને સંપત્તિ આપો, સમુદ્ર અથવા આકાશ દ્વારા સંપત્તિ

મોકલો જેથી અમને અપાર દક્ષિણા મળે.

63.7:- પુરકુત્સાના સાત નગરોનો નાશ કરનાર, સુદાસની મુશ્કેલીઓનો નાશ કરનાર ઈન્દ્ર હવે પુરુ પર વરસાદ વરસાવે છે.

1.112.19:- હે અશ્વિન, કીર્તિ અને શક્તિ આપનારી શક્તિ સાથે સુદાસ પાસે આવ.

7.19.3:- ઇન્દ્ર, સુદાસની સ્તુતિ પર, તમે દરેક પ્રકારની મદદ કરીને તેની રક્ષા કરી. તમે પુરકુત્સાના પુત્ર ત્રાસાદસ્યુને બચાવ્યો અને પુરુને તેના દુશ્મનોને મારી નાખવામાં તેની શ્રેષ્ઠ ક્ષમતાથી મદદ કરી.

7.20.2:- ઇન્દ્ર, વૃત્રનો નાશ કરનાર, તેના ભક્તોનું રક્ષણ કરે છે, સુદાસને સ્થાન (સન્માન) આપે છે અને તેના ભક્તોને સંપત્તિ આપે છે.

7.25.3:- સુદાસને સો વખત મદદ કરો. ઇચ્છિત ભેટ આપો અને સમૃદ્ધિ આપો. વિનાશક શસ્ત્રોનો નાશ કરો. અમને ખ્યાતિ અને સંપત્તિ આપો.

7.32.10:- ઈન્દ્ર અને મરુતથી સુરક્ષિત સુદાસના રથને રોકવાની કોઈની શક્તિ નથી. તે પ્રાણીઓથી ભરેલા ગોચરમાં મુક્તપણે ફરે છે.

7.53.3:- હે આકાશ અને વસુંધરા, સુદાસને અપાર સંપત્તિ ભેટ આપો.

7.60.8:- અદિતિ, મિત્ર અને વરુણ સુદાસને રક્ષણ આપે છે, તેથી,

હે ઉપાસકો, આપણે દેવતાઓ સામે કોઈ ગુનો ન કરવો જોઈએ. હે આર્યમાન, અમને અમારા શત્રુઓથી મુક્ત કરો. હે પરાક્રમી દેવતા, સુદાસને પુષ્કળ પ્રસાદ આપો.

આ ઋગ્વેદમાંથી સંકલિત અને મહાભારતના શાંતિ પર્વમાં વર્ણવેલ પૈજવનના જીવનચરિત્રના અંશો છે. ઋગ્વેદ પરથી આપણે જાણીએ છીએ કે તેમનું સાચું નામ સુદાસ હતું. મહાભારતમાં તેમને શુદ્ર તરીકે વર્ણવવામાં આવ્યા છે જે તદ્દન નવી વાત છે. શુદ્ર આર્ય છે, શુદ્ર ક્ષત્રિય છે અને શુદ્ર રાજા છે. આનાથી વધુ આશ્ચર્યજનક ક્રાંતિકારી શું હોઈ શકે?

જીવનચરિત્રની શોધ સમાપ્ત કરતા પહેલા, ત્રણ મહત્વપૂર્ણ પ્રશ્નો ધ્યાનમાં લેવા જરૂરી છે:

1. શું સુદાસ આર્ય હતા?
2. જો સુદાસ આર્ય હતા તો તેમની જાતિ કઈ હતી?
3. જો સુદાસ શુદ્ર હતા તો શુદ્રનો અર્થ શું?

આપણે બીજા પ્રશ્નથી પ્રારંભ કરીએ તે વધુ સારું રહેશે. આના ઉકેલ માટે આપણે ઋગ્વેદનો આશરો લઈએ છીએ. ઋગ્વેદમાં ત્રિત્સુ, ભરત, તુર્વશ, દ્રહ્યુ, યદુ, પુરુ અને અનુ વગેરે જેવી અનેક જાતિઓનું વર્ણન છે. ઋગ્વેદમાં જ પુરાવા મુજબ, સુદાસ પુરુ, ત્રિત્સુ અને ભરત જાતિઓ સાથે સંબંધિત હતા. તેથી, આ ત્રણ જ્ઞાતિઓ સુધી અમારી શોધને મર્યાદિત કરીએ તે આપણા માટે સારું રહેશે.

ઋગ્વેદમાં સુદાસ અને ત્રિતુસ વચ્ચેનો સંબંધ નીચે પ્રમાણે દર્શાવવામાં આવ્યો છે

1. મંત્ર 1.63.7 માં, દિવોદાસને પુરુ ગણનો રાજા કહેવામાં આવ્યો છે.
2. દિવોદાસ પૌરવનું વર્ણન મંત્ર 1.130.7 માં કરવામાં આવ્યું છે. એટલે પુરુના વંશજ.
3. મંત્ર 7.18.15 અનુસાર, સુદાસે ત્રિત્સુના છુપાયેલા સ્થળો પર હુમલો કર્યો. ત્રિત્સુ ભાગી ગયો અને તેની મિલકત સુદાસના હાથમાં આવી ગઈ. એટલે કે, સુદાસ ત્રિત્સુનો ઉલ્લેખ નહોતો:-
4. મંત્ર 7.83.6. સુદાસ અને ત્રિત્સુ દાસરાજન અનુસાર યુદ્ધમાં એક પક્ષ હતા, પરંતુ તેઓ અલગ-અલગ બતાવવામાં આવ્યા છે.
5. મંત્ર 7.35.5. અને 7.83.4 માં સુદાસને ત્રિત્સુના રાજા તરીકે વર્ણવવામાં આવ્યા છે. ત્રિત્સુ અને ભરત અને તેમની અને સુદાસ વચ્ચેના સંબંધ વિશે ઋગ્વેદમાં નીચેના પુરાવા ઉપલબ્ધ છે.
6. મંત્ર 7.33.6. આમાં ત્રિત્સુ અને ભરતને એક તરીકે વર્ણવવામાં આવ્યા છે.

7. મંત્ર 7.16.4, 6.19 માં સુદાસના પિતા દિવોદાસના ભરત સાથેના સંબંધનો ઉલ્લેખ કરવામાં આવ્યો છે.

ઉપરોક્ત ઘટનાઓ પરથી સ્પષ્ટ થાય છે કે પુરૂ, ત્રિત્સુ અને ભરત કાં તો એક જ્ઞાતિની જુદી જુદી શાખાઓ હતી અથવા અલગ-અલગ જાતિઓ હતી જે સમય જતાં એક થઈ ગઈ હતી. આ અશક્ય પણ નથી. જો આપણે માની લઈએ કે ત્રણેય જ્ઞાતિઓ અલગ-અલગ હતી તો સ્વાભાવિક રીતે જ પ્રશ્ન થાય કે સુદાસની જાતિ કઈ હતી? સુદાસના પિતા દિવોદાસના પુરુ અને ભરત સાથેના સંબંધને જોતા એ માનવું સ્વાભાવિક બને છે કે સુદાસ મૂળ પુરૂ કે ભરત સાથે સંબંધ ધરાવતા હતા અને તે કહેવું મુશ્કેલ છે. જો સુદાસના પિતા દિવોદાસને ભરત માનવામાં આવે છે, તો સુદાસ પણ ભરત ગણાશે.

હવે સવાલ એ થાય છે કે ભરત કોણ હતો? શું તેઓ એ જ છે જેમના નામ પરથી આ દેશનું નામ ભારતભૂમિ રાખવામાં આવ્યું? આ એક મહત્વપૂર્ણ પ્રશ્ન છે કારણ કે મોટાભાગના લોકો આ સત્યથી વાકેફ નથી. જ્યારે પણ હિંદુઓ ભારત વિશે વાત કરે છે, ત્યારે દુષ્યંત અને શકુંતલાના પુત્ર ભરત તેમના મગજમાં રહે છે અને તેઓ અન્ય કોઈ ભારતનું નામ પણ જાણતા નથી. તેથી, તેઓ માને છે કે દુષ્યંતના પુત્ર ભરતના નામ પરથી તેનું નામ ભારત રાખવામાં આવ્યું છે.

બે ભરત જાતિઓ એકબીજાથી અલગ છે. એક દુષ્યંતનો પુત્ર ભરત, જેનું વર્ણન મહાભારતમાં જોવા મળે છે અને બીજો ભરત ઋગ્વેદમાં ઉલ્લેખિત મનુનો વંશજ છે, જેમાંથી સુદાસ છે. આ દેશનું નામ ઋગ્વેદના ભરતના નામ પરથી ભારત રાખવામાં આવ્યું છે, દુષ્યંતના ભારત પરથી નહીં. ભાગવત પુરાણમાં આ વાત સમજાવવામાં આવી છે.

प्रियंवदो नाम सुतो मनोः स्वायंभुवतस्य ह। तस्याग्रीध्रस्ततो नाभिक्रषभश्च सुतस्ततः ॥

अवतीर्ण पुत्रशतं तस्यासी द्रहयपारगम्। तेषां वे भरतों ज्येष्ठों नारायणपरायणः ।

विख्यातं वर्षमेतद्यन्नाम्ना भारतमुत्तप्रम् ॥

અર્થઃ ખુદભુના પુત્ર મનુને એક પુત્ર પ્રિયંવદ હતો. તેનો પુત્ર અગ્નિધ્ર હતો. અગ્નિધ્રનો પુત્ર નાભિ હતો અને નાભિનો પુત્ર ઋષભ હતો. ઋષભને બીજો વેદવિદ પુત્ર હતો, જેમાં નારાયણના મહાન ભક્ત ભરત જ્યેષ્ઠ હતા. તેમના નામ પરથી આ દેશનું નામ ભારત રાખવામાં આવ્યું.

ઉપરથી જાણવા મળે છે કે સુદાસ કયા પ્રતાપી રાજાઓના વંશજ હતા.

હવે એ શોધવું પડશે કે સુદાસ આર્ય હતા કે નહિ. ભરત આર્ય હતો તેથી સુદાસ પણ આર્ય હશે. ઋગ્વેદના મંત્રો 7.18.7. આનાથી સુદાસ આર્ય હોવા અંગે શંકા પેદા કરે છે. કારણ કે આના પરથી જણાય છે કે

ત્રિત્સુ આર્ય ન હતા. તેમના મતે, ઇન્દ્રએ આર્ય ગાયોને ત્રિત્સુઓમાંથી મુક્ત કરી અને ત્રિત્સુનો સંહાર કરીને આર્યોને બચાવ્યા. આથી ત્રિત્સુ આર્યોનો દુશ્મન હતો. શ્રી ગ્રિફિથ પણ મૂંઝવણમાં મુકાઈ ગયા જ્યારે ત્રિત્સુને બિન-આર્ય કહેવાયા. આ મંત્રના શાબ્દિક અર્થને કારણે થયું કારણ કે તે ભૂલી ગયા કે ઋગ્વેદ ધર્મ અને જાતિના આધારે બે અલગ અલગ આર્ય જાતિઓનું વર્ણન કરે છે. તથ્યોના પ્રકાશમાં, એવું લાગે છે કે આ મંત્રની રચના સમયે, ત્રિત્સુ અને આર્ય ધર્મના આધારે એક થયા ન હતા. તેમ છતાં, આનો અર્થ એ નથી કે તેઓ આર્યો ન હતા. તે આર્ય હતા. તે પણ નિર્વિવાદપણે સાબિત થયું છે કે ત્રિત્સુ આર્ય હતા. સુદાસ ભરત અથવા ત્રિત્સુ હોઈ શકે, તે આર્ય હતા.

છેલ્લો પ્રશ્ન એ છે કે ‹શુદ્ર›નો અર્થ શું છે? સુદાસ શુદ્ર સાબિત થયા પછી આ શબ્દનો અર્થ બદલાઈ ગયો છે. આ નવી શોધ અગાઉના સંશોધકો માટે આશ્ચર્યજનક છે કારણ કે તેઓ માત્ર અસંસ્કારી અને જંગલી આદિમ જાતિઓને શુદ્ર માનતા હતા. તેનું કારણ એ હતું કે વૈદિક આર્યોની સામાજિક રચનાનો સંપૂર્ણ અભ્યાસ કરવામાં આવ્યો ન હતો. પ્રાચીન સમાજ જાતિ, પેટાજાતિ, કુળ અને ગોત્રના આધારે ઘણા નાના જૂથોમાં વહેંચાયેલો હતો. તેથી શુદ્ર કઈ જાતિ, કુળ કે વંશનું નામ હતું તે કહેવું મુશ્કેલ છે.

જ્યારે એક કુળના લોકો સમાન વંશના આધારે બીજા કુળમાં જોડાય છે, ત્યારે તેઓ એક મોટો સમુદાય બનાવે છે અને જો તેમની સમાન સામાજિક હિતો અને તહેવારો હોય, તો તે એક બંધુત્વ બની જાય છે. આ બંધન કંઈક અંશે ઢીલું છે અને તેમનો સંયોગ ઔપચારિક અથવા બંધબેસતું હોવા સિવાય બીજું કંઈ નથી. ભાઈચારાની આ લાગણી સગપણમાં વિકસે છે અને સમગ્ર કુળ બે કુળનું મિલન બની જાય છે. આ તમામ વર્ગો, ભલે તે કુળ, બંધુત્વ કે સગપણથી સંબંધિત હોય, તેમની વચ્ચે એક સંબંધ રચાય છે.

નિઃશંકપણે વૈદિક આર્યોમાં પણ આવા સામાજિક સમુદાયો હતા. આ યાદીમાંથી સ્પષ્ટ થાય છે તેમ પ્રો. સેનાર્ટે કહ્યું છેઃ-

“વૈદિક સ્તોત્રોમાં બાહ્ય અને સામાજિક સંબંધો વિશે અનિશ્ચિતતા છે. ઓછામાં ઓછું આપણે તેમના વિશે જાણીએ છીએ કે આર્ય સમુદાયમાં ઘણી જાતિઓ અથવા લોકો હતા જે કુળોમાં વિભાજિત હતા. તેમની વચ્ચે ‘વિશા’ પ્રચલિત હતા. પછી તેઓ વિભાજિત થયા હતા. આ સંદર્ભે, ઋગ્વેદ

પરિભાષામાં કેટલીક અપૂર્ણતા છે. પરંતુ સામાન્ય હકીકત સ્પષ્ટ છે. વેદના ‹વિષ› શબ્દ દ્વારા જાતિ અને જાતિ ભાઈનો અર્થ સૂચવવામાં

આવે છે. જ્યારે જ્ઞાતિનું વ્યાપક મહત્વ છે, જે કુળનું સ્વરૂપ છે, તે જાતિ બની. ‹વિશ›, ‹વ્રજ›, ‹વ્રજ›, ‹વ્રત› આદિવાસીઓના વિભાજનના પર્યાય છે, તે સમયના મંત્રોમાં એવા સંદર્ભો છે કે તેઓની પરંપરાઓને આધારે સંગઠનોમાં વિભાજિત કરવામાં આવ્યા હતા. આદિવાસીઓ સમકાલીન નામોની પરંપરા દર્શાવે છે કે તેઓ વિચરતા હતા.»

જો કે, અમારી પાસે એવી કોઈ માહિતી નથી કે ઉપર જણાવેલ કુળમાંથી કયો સમૂહ છે, કયો સમુદાય છે અને તે કયા કુળ સાથે સંબંધિત છે? આ સંજોગોમાં એમ કહી શકાય નહીં કે શુદ્ર એ કોઈ કુળ કે સમુદાય કે કોઈ જાતિનું નામ છે. હજુ પણ પ્રો. બેબરના વિચારો ખૂબ જ રસપ્રદ છે. તે શતપથ બ્રાહ્મણ (1.1.4.12)ના એક નિવેદનનો ઉલ્લેખ કરે છે કે યજ્ઞશાળાના આહ્વાન માટે યજમાને શું કહેવામાં આવ્યું હતું? બ્રાહ્મણોને ‹ઝડપથી આવો› કહેવામાં આવે છે, ક્ષત્રિયોને ઝડપથી આવવાનું કહેવામાં આવે છે, વૈશ્યોને ઝડપથી આવવાનું કહેવામાં આવે છે અને શુદ્રોને દૂર જવાનું કહેવામાં આવે છે. પ્રો. બેબરના જણાવ્યા મુજબ:-

“આ સમગ્ર વાત ખૂબ જ મહત્વપૂર્ણ છે કારણ કે તે દર્શાવે છે (રોથે તેના જર્નલના પ્રથમ વોલ્યુમના પૃષ્ઠ 83 પર જે કહ્યું છે તેનાથી વિપરીત) કે શુદ્રોએ આર્યોના બલિદાનમાં ભાગ લીધો હતો. તેઓ તેમની ભાષા સમજી શકતા હતા, જો કે તેઓ તે બોલી શકતા ન હતા. પાછળથી તે જરૂરી નથી કે આ નિષ્કર્ષ છે, પરંતુ તે ખૂબ જ સંભવ છે અને હું સ્વીકારવા તૈયાર છું કે તે શૂદ્રો હતા જે ભારતમાં આવ્યા હતા.

તેના નિષ્કર્ષના આધારે, આપણે એવું વિચારવા મજબૂર છીએ કે શુદ્રો આર્યો હતા. શંકાનો મુદ્દો એ છે કે શુદ્ર કુળ હતું કે કેમ? તે અસંદિગ્ધ છે કે તેઓ આર્ય અને ક્ષત્રિય હતા.

■

૪.

વર્ણો ત્રણ છે કે ચાર?

આર્ય સમુદાયમાં પ્રાચીન કાળથી જાતિ પ્રથા અસ્તિત્વમાં છે. જે તમામ હિંદુ અને પશ્ચિમી વિદ્વાનો દ્વારા સ્વીકારવામાં આવે છે, જો અગાઉના પ્રકરણમાં શૂદ્રો ક્ષત્રિય હતા તે પૂર્વધારણાને સ્વીકારવામાં આવે તો આ સિદ્ધાંત ખોટો છે. જો એમ હોય તો, એક સમયે ફક્ત ત્રણ જ વર્ણો હતા, એટલે કે બ્રાહ્મણ, ક્ષત્રિય અને વૈશ્ય. જો આ એક સમસ્યા હલ કરે છે, તો બીજી સમસ્યા ઊભી થાય છે. ખબર નથી કોઈ તેનું મહત્વ સમજશે કે નહિ. એવું કહેવાય છે કે જ્યાં સુધી એ સાબિત ન થાય કે પ્રાચીનકાળમાં માત્ર ત્રણ જ વર્ણો હતા ત્યાં સુધી એવું માની શકાય નહીં કે શુદ્રો ક્ષત્રિય હતા. સદનસીબે, એવા પુરાવા છે કે પ્રાચીન સમયમાં આર્યોમાં માત્ર ત્રણ જ જાતિઓ હતી.

મને એક સિદ્ધાંત મળ્યો હોત જેણે આ સમસ્યાનું નિરાકરણ લાવવાનું મારું વચન પાળ્યું હોત, પરંતુ તેનાથી બીજી સમસ્યા સર્જાઈ હોત. સદનસીબે, મને મજબૂત પુરાવા મળ્યા છે કે શરૂઆતમાં આર્યોની માત્ર ત્રણ જ જાતિઓ હતી.

પ્રથમ પુરાવા ઋગ્વેદમાંથી મળે છે. તે જ હું માનું છું. કેટલાક વિદ્વાનોનો અભિપ્રાય છે કે ઋગ્વેદના સમયગાળા દરમિયાન જાતિ વ્યવસ્થા નહોતી. તેમનો અભિપ્રાય છે કે ઋગ્વેદમાં પુરૂષ સૂક્ત ખૂબ પાછળથી પ્રક્ષેપિત છે.

જો એવું માની લેવામાં આવે કે પુરૂષ સુક્ત પછીનું પ્રક્ષેપણ છે, તો પણ એવું માની શકાય નહીં કે ઋગ્વેદના સમયમાં વર્ણ પ્રણાલી નહોતી. ઋગ્વેદ સાથે આ પ્રણાલીનો વિરોધાભાસ છે કારણ કે પુરૂષ સૂક્ત સિવાય ઘણી જગ્યાએ બ્રાહ્મણો, ક્ષત્રિયો અને વૈશ્યોનું વર્ણન ઋગ્વેદમાં એકસાથે આવ્યું છે. વર્ણના અર્થમાં બ્રાહ્મણોનો ઉલ્લેખ પંદર વખત અને ક્ષત્રિયોનો નવ વખત ઉલ્લેખ થયો છે, પરંતુ ‹શૂદ્ર› નામ ક્યાંય એ અર્થમાં આવ્યું

નથી કે તે વર્ણનું નામ છે. જો કોઈ ચોક્કસ જાતિનું નામ ‹શુદ્ર› હોત તો તેનો ઉલ્લેખ ઋગ્વેદમાં ચોક્કસપણે કરવામાં આવ્યો હોત. આમાંથી એક જ તારણ નીકળે છે કે શુદ્ર નામનો કોઈ ચોથો વર્ણ નહોતો.

બીજો પ્રથમ તૈત્તિરીય અને શતપથ બ્રાહ્મણનો છે. બે બ્રાહ્મણો વચ્ચે માત્ર ત્રણ વર્ણનો

ઉલ્લેખ છે. શુદ્રોની અલગ જાતિનો ઉલ્લેખ નથી.

શતપથ બ્રાહ્મણ (2.1.4.11) માં કહેવાયું છે કે - પ્રજાપતિએ ભૂઃ, ભુવઃ કહીને પૃથ્વીની રચના કરી.

એમ કહીને તેણે વાયુ અને સ્વમાંથી આકાશનું સર્જન કર્યું. આ ત્રણેય શબ્દો અને બ્રહ્માંડનું સર્જન એકસાથે થયું હતું. ત્રણેય સાથે અગ્નિની રચના કરી. ભુઃનું ઉચ્ચારણ કરીને તેણે બ્રાહ્મણની રચના કરી, ભુવઃ કહીને ક્ષત્રિયની રચના કરી અને સ્વઃ કહીને વૈશ્યની રચના કરી. સૌને સાથે અગ્નિ બનાવ્યો, પ્રજાપતિ પોતાને ભૂઃ કહીને રચ્યા. ભૂવઃમાંથી જીવો અને સ્વઃમાંથી પ્રાણીઓનું સર્જન કર્યું.

જગત પ્રજાપતિ, જીવો અને પ્રાણીઓનું છે અને અગ્નિ ત્રણેયનો છે.

તે તૈત્તિરીય બ્રાહ્મણ (3.12.9.2) માં લખ્યું છેઃ-

સમગ્ર સૃષ્ટિનો જન્મ બ્રહ્માથી થયો છે. વૈશ્યનો જન્મ ઋગ્વેદમાંથી થયો હતો, ક્ષત્રિયોનો જન્મ ઋગ્વેદમાંથી થયો હતો અને બ્રાહ્મણોનો જન્મ સામવેદમાંથી થયો હતો. આ પ્રાચીન કાળમાં કહેવામાં આવ્યું છે.

ઋગ્વેદ અને બંને બ્રાહ્મણ ગ્રંથોથી વધુ સારી સાબિતી શું હોઈ શકે. જેની માન્યતા વેદવત છે તે બંને શ્રુતિ છે. બંનેમાં માત્ર ત્રણ વર્ણોનો ઉલ્લેખ છે. શુદ્ર અલગ વર્ણ છે કે ચોથો વર્ણ છે તે અંગે કોઈ વિધાન નથી. મારા નિવેદનનો આનાથી મોટો કોઈ પુરાવો હોઈ શકે નહીં કે મૂળમાં ફક્ત ત્રણ જ વર્ણો હતા.

II

મારી પાસે આવા પુરાવા છે. પરંતુ આનાથી વિપરીત પુરૂષ સૂક્ત છે જેમાં કહેવામાં આવ્યું છે કે ચાર વર્ણો પ્રાચીન સમયથી અસ્તિત્વમાં છે. કોને યોગ્ય ગણવું? મીમાંસાના સિદ્ધાંતો અનુસાર પુરૂષ સૂક્તના બંને ચાર વર્ણો અને ઉપરોક્ત બ્રાહ્મણ ગ્રંથો અનુસાર ત્રણ વર્ણોના સિદ્ધાંતનું પાલન કરવાનું રહેશે. પરંતુ આ અન્યાયી છે. ત્રણ અને ચાર વર્ણો છે એમ કહેવાનો કોઈ અર્થ નથી. તેથી, ઇતિહાસકારોનો અભિપ્રાય સ્વીકારવો પડશે કે પ્રથમ કોણ આવ્યું? શું પુરુષ સુક્ત મૂળ ઋગ્વેદ પછી રચવામાં આવ્યું હતું? આ માટે પુરુષ સુક્તની ભાષા અને બાકીના ઋગ્વેદનો મેળ ખાવો પડશે. બધા વિદ્વાનોનો અભિપ્રાય છે કે પુરુષ સુક્ત પછીથી રચાયેલ છે.

કોલબુકનું નિવેદન છેઃ- આ મંત્રના શ્લોક, શૈલી અને ભાષા એટલે કે પુરુષ સૂક્ત ઋગ્વેદની બાકીની પ્રાર્થનાઓથી સંપૂર્ણપણે અલગ છે. આ વધુ આધુનિક લાગે છે. તે એવા સમયે રચાયેલ હોવું જોઈએ જ્યારે સંસ્કૃત ભાષા અને વ્યાકરણ એકદમ સુસંસ્કૃત બની ગયા હતા. તેની ભાષા બતાવે છે કે અગાઉ મોટાભાગના મંત્રો સરળ લોકભાષામાં લખવામાં આવતા હતા અને વેદોનો વર્તમાન સંગ્રહ તે સમયથી છે જ્યારે શ્લોકોનો ઉપયોગ થવા લાગ્યો હતો અને ગીતાત્મક મંત્રના શ્લોકો પુરાણો અને કાવ્યોમાં લખાવા લાગ્યા હતા.

પ્રો. મેક્સ મુલરનો મત છેઃ- આમાં શંકાને કોઈ અવકાશ નથી. ઉદાહરણ તરીકે, નવમો વિભાગ લાક્ષણિકતાઓ અને શૈલીની દ્રષ્ટિએ ૧૦મો મંત્ર અર્વાચીન છે. તેમાં યજ્ઞની વિધિની સંપૂર્ણ ઝલક છે, તેમાં તકનીકી દાર્શનિક પરિભાષા છે, ત્રણ ઋતુઓનો ક્રમ નીચે મુજબ છેઃ વસંત, ઉનાળો અને પાનખર. ઋગ્વેદનો આ એકમાત્ર સંદર્ભ છે જ્યાં ચાર વર્ણોની ગણતરી કરવામાં આવી છે. આ સંગ્રહ પ્રથમ બનવાની પ્રબળ શક્યતાઓ છે. ઉદાહરણ તરીકે, ઋગ્વેદમાં ક્યાંય ઉનાળાનો ઉલ્લેખ નથી. પ્રાચીન વૈદિક મંત્રોમાં પણ વસંત શબ્દ જોવા મળતો નથી. તે ઋગ્વેદ (10.161.4.) માં એકવાર પુનરાવર્તિત થાય છે, જ્યાં શરદ, હેમંત અને વસંત તરીકે ત્રણ ઋતુઓનો ઉલ્લેખ કરવામાં આવ્યો છે.

પ્રોફેસર વેબર કહે છેઃ પુરૂષ સુક્ત એ ઋગ્વેદના મંત્રોમાં નવીનતમ ઉમેરો હોવાનું જણાય છે. આ તેના સમાવિષ્ટો પરથી સ્પષ્ટ છે. પછી સામ સંહિતામાં તેમાંથી કોઈ મંત્ર લેવામાં આવ્યો નથી. આ પણ એક પુરાવો છે. નવેગેય સિદ્ધાંતમાં નિશ્ચિતપણે ન હોવા છતાં, તેણે પ્રથમ અર્ચિકાના સાતમા પ્રપથકમાં પ્રથમ પાંચ મંત્રો લીધા છે. આ એક વિશેષતા છે.

III

આ એક દલીલ છે જે આપણને એ નક્કી કરવામાં મદદ કરે છે કે શું પુરુષ સૂક્ત પાછળથી રચવામાં આવ્યું હતું કે પહેલા. આ માટે વેદોની કેટલી સંહિતાઓએ પુરૂષ સૂક્ત અપનાવ્યા છે તે જોવું પડશે. અભ્યાસ કર્યા પછી, વેદ અને સંહિતાઓની સ્થિતિ નીચે મુજબ છે.

તેના સામવેદમાં માત્ર 5 મંત્રો છે. શુક્લ યજુર્વેદમાં પુરૂષ સૂક્તના મંત્રો અને યજુર્વેદની વાજસનેયી સંહિતામાં છે પણ બંનેમાં ઘણો તફાવત છે. ઋગ્વેદમાં પુરૂષ સુક્તમાં માત્ર 16 મંત્રો છે પરંતુ વાજસનેયી સંહિતામાં 22 મંત્રો છે. કૃષ્ણ યજુર્વેદ, તૈત્તિરીય, કઠ અને મૈત્રાયણીની ત્રણ સંહિતાઓમાંથી કોઈપણમાં પુરુષ સૂક્ત નથી. માત્ર અથર્વવેદમાં જ પુરૂષ સૂક્તનો સમાવેશ કરવામાં આવ્યો છે.

જુદા જુદા વેદોમાં પુરૂષ સુક્તના મંત્રોની સંખ્યા, ક્રમ અને પઠન એક જ ક્રમમાં નથી, છેલ્લા 6 મંત્રો વાજસનેયી સંહિતામાં વધુ છે. તે ઋગ્વેદ, સામવેદ અને અથર્વવેદમાં જોવા મળતું નથી. તેવી જ રીતે, અથર્વવેદના સૂક્તનો 16મો મંત્ર ન તો ઋગ્વેદમાં જોવા મળે છે કે ન તો યજુર્વેદમાં. ત્રણેય વેદોમાં પંદર મંત્રો પણ એક સરખા નથી અને તેમનો ક્રમ પણ એકસરખો નથી. આ તફાવત નીચેની સૂચિમાંથી સ્પષ્ટ થશે. આ સૂચિ 7 માં, ચિહ્ન (x) નો અર્થ છે કે મળ્યું નથી અને ચિહ્ન (+) નો અર્થ છે ટેક્સ્ટમાં ભિન્નતા છે. જુઓ:

યજુર્વેદ	ઋગ્વેદ	સામવેદ	અથર્વવેદ
1	1	3	1
2	2	5	4
3	3	6	3
4	4	4	2
5	5	7	9
6	8	x	10
7	9	x	11
8	10	x	14
9	7	x	13
10	11	x	12
11	12	x	5
12	13	x	6
13	14	x	7
14	6	x	8
15	15	x	15
16+	16	x	16+
17	x	x	x
18	x	x	x
19	x	x	x
20	x	x	x
21	x	x	x
22	x	x	x

પરિસ્થિતિ એ છે કે જો પુરુષસૂક્ત પ્રાચીન હોત તો અન્ય વેદોમાં આવી સ્વતંત્રતા સાથે તેને કાપવાની તક ન મળી હોત.

વિવિધ વેદોમાં પણ પુરૂષ સૂક્તનું સ્થાન ઘણું મહત્વ ધરાવે છે. આ સિવાય ઋગ્વેદના મિશ્ર ભાગમાં પુરૂષ સૂક્ત જોવા મળે છે. જો તે જૂનું હતું, તો શું તેની સાથે છેડછાડ થઈ શકી હોત? તેમાં આવી કાપણી કરી શકાઈ હોત? જુદા જુદા વેદોમાં પુરુષ સૂક્તનું સ્થાન અલગ-અલગ છે. તે ઋગ્વેદમાં વિવિધ સ્વરૂપોમાં આપવામાં આવ્યું છે. અથર્વવેદમાં આ એક પૂરક પરિશિષ્ટ છે. શા માટે ત્યાં તફાવત છે?

તો આ મૂંઝવણનું પરિણામ એ છે કે:-

1. કૃષ્ણ યજુર્વેદની તૈત્તિરીય સંહિતા, કઠ અને મંત્રાયણી સંહિતામાં પુરૂષ સૂક્ત જોવા મળતું નથી, તેથી તે સાબિત કરે છે કે આ સૂક્ત આ સંહિતાઓ પછી ઋગ્વેદમાં ઉમેરવામાં આવ્યું હતું.
2. તે ઋગ્વેદ અને યજુર્વેદના પરિશિષ્ટમાં સમાવિષ્ટ હોવાથી તે સાબિત કરે છે કે તેની રચના આ પછી થઈ હતી.
3. વેદના સ્તોત્રોમાં મનસ્વી કાપકૂપ અને અવગણના કરવામાં આવી હોવાથી, આ સાબિત કરે છે કે આ કોઈ પ્રાચીન મંત્ર નહોતો કે તેની એટલી પ્રતિષ્ઠા પણ નહોતી. આ બાબતો સામાન્ય પુરાવા આપે છે, જે પ્રો. મેક્સ મુલર અને અન્ય વિદ્વાનો એ વિધાનની તરફેણમાં છે કે પુરુષ સૂક્ત ક્ષેપક છે.

IV

પુરુષ સૂક્તના મંત્રોની રચના શૈલીમાં પણ તફાવત છે. બધા મંત્રો શ્રેણીમાં છે પરંતુ મંત્ર 11 અને 12 પ્રશ્નો અને જવાબોના સ્વરૂપમાં છે. આ બે મંત્ર વર્ણોપાકોને કહે છે. આ વિક્ષેપ શા માટે સમજૂતીના ક્રમમાં થયો. એવું લાગે છે કે તે બે મંત્રો પાછળથી સુક્તમાં ઉમેરવામાં આવ્યા હતા. તેથી માત્ર પુરુષ સૂક્ત પછી ઉમેરવામાં આવ્યું નથી. સમયાંતરે તેમાં વધુ મંત્રો પણ ઉમેરાતા ગયા. કેટલાક વિદ્વાનોનો એવો પણ અભિપ્રાય છે કે પુરૂષ સુક્ત એ માત્ર પ્રક્ષેપણ છે અને તેના કેટલાક મંત્રો પાછળથી ઉમેરવામાં આવ્યા છે.

કેટલાક લોકો એવું પણ કહે છે કે પુરૂષ સૂક્ત એક છેતરપિંડી છે, બનાવટી છે અને બ્રાહ્મણોએ તેમની શ્રેષ્ઠતા બતાવવા માટે તેને ઉમેર્યું છે. બ્રાહ્મણોએ પુરોહિતો દ્વારા અવારનવાર આવા અનેક ગોટાળા કર્યા છે. પ્રોફેસર મેક્સ મુલર કહે છે કે ઋગ્વેદમાં આગ્રાને અગ્નિમાં બનાવવામાં આવ્યું હતું, જેણે વિધવાઓને બાળવાના અર્થને જન્મ આપ્યો હતો.

ઈસ્ટ ઈન્ડિયા કંપનીના સમયમાં, એક દાવામાં વાદીના સમર્થનમાં એક સંસ્મરણ રચવામાં આવ્યું હતું. તેથી, તે આશ્ચર્યજનક નથી કે 11મા અને 12મા મંત્રોની રચનાને ઉમેરવામાં આવ્યા હતા. બાદમાં ચોથું વર્ણ રજૂ કરવામાં આવ્યું અને વેદોમાં ચાતુર્વર્ણ્યે સ્થાન લીધું.

V

શું પુરૂષ સુક્ત બ્રાહ્મણ ગ્રંથો પહેલા આવ્યા હતા? જો પુરુષ સૂક્ત ઋગ્વેદનો એક ભાગ છે. આ વાત બ્રાહ્મણો સમક્ષ કરવી જોઈતી હતી. જો બ્રાહ્મણ ગ્રંથોમાં ઋગ્વેદ પ્રથમ છે તો પુરુષ સૂક્ત પણ પહેલાના હોવા જોઈએ. તેથી, આ અંગે અલગ સંશોધન પણ યોગ્ય છે.

પ્રો. મેક્સ મુલરે વૈદિક સાહિત્યના ક્રમનું વર્ણન આ રીતે કર્યું છે:-

પહેલા વેદોની રચના થઈ, પછી બ્રાહ્મણો અને પછી સૂત્રો. જો આ વિધાન સાચું હોય તો બ્રાહ્મણો સમક્ષ પુરુષ સૂક્ત આવ્યું. પ્રશ્ન એ ઊભો થાય છે કે શું પ્રો. શું મેક્સ મુલરની થિયરીને શાબ્દિક રીતે સ્વીકારવી જોઈએ? જો ધ્યાનમાં લેવામાં આવે તો આમાંથી બે પરિણામો બહાર આવે છે: -

1. ઋગ્વેદના સમયે ચાર વર્ણો હતા, પરંતુ શતપથ બ્રાહ્મણના સમયે માત્ર ત્રણ વર્ણો જ રહ્યા હતા, અથવા 2. શતપથ બ્રાહ્મણમાં કોઈ સંપૂર્ણ સમજૂતી નથી.

પ્રથમ પરિણામ દેખીતી રીતે અશક્ય છે. આમ પ્રથમ પ્રશ્ન અર્થહીન છે. બીજું પણ કારણ કે

તે સ્વીકાર્ય નથી, કારણ કે બંને બ્રાહ્મણોમાં પુરૂષ સૂક્ત અંગે મતભેદ છે. જાતિ વ્યવસ્થાનું સંપૂર્ણ વર્ણન કરવામાં આવ્યું છે. તેથી, જો મેક્સ મુલરનું નિવેદન માનીએ કે ચારેય વૈદિક સંહિતાઓની રચના પછી બ્રાહ્મણોનું સર્જન થયું હતું, તો તે સંપૂર્ણપણે પાયાવિહોણું છે અને સ્વીકારવા યોગ્ય નથી. તેનાથી વિપરીત, બેલવલકર અને રાનડે કહે છે કે કેટલાક ભાગો વેદ પહેલાં અને કેટલાક પછી રચાયા હતા. તેથી, તે અશક્ય નથી કે બ્રાહ્મણ ગ્રંથોના કેટલાક ભાગની રચના વેદોની પૂર્ણતા પહેલા કરવામાં આવી હતી. જો આ સાચું હોય તો એવું લાગે છે કે બ્રાહ્મણ ગ્રંથો શતપથ અને તૈત્તિરીય બ્રાહ્મણ, જે ફક્ત ત્રણ વર્ગોનું વર્ણન કરે છે, તે પુરૂષ સૂક્ત પહેલા રચાયેલા હતા. પુરૂષ સૂક્તના વિશ્લેષણમાંથી શું નિષ્કર્ષ નીકળે છે? પુરુષ સૂક્ત ઋગ્વેદમાં એક પ્રક્ષેપ છે. તેથી આર્ય સમુદાયમાં આરંભમાં ચાર વર્ણો હતા એમાં કોઈ દલીલ નથી.

ઉપરોક્ત દલીલોના આધારે, પ્રકરણની શરૂઆતમાં જણાવ્યા મુજબ, શુદ્રોની ઉત્પત્તિ અંગેના મારા સિદ્ધાંતમાં કોઈ સમસ્યા નથી. જો કોઈ સમસ્યા ઉભી થાય તો પણ તેનું કારણ પુરૂષ સૂકત માન્ય છે તે સમજવાનું છે. કહેવામાં આવ્યું છે કે આ ધારણા પાયાવિહોણી છે. તેથી, મને એ સમજવામાં કોઈ મુશ્કેલી નથી કે આર્યો પાસે માત્ર ત્રણ વર્ણ હતા અને શુદ્રો બીજા વર્ણ - ક્ષત્રિય સાથે સંબંધિત હતા.

■

9.

બ્રાહ્મણ વિરુદ્ધ શુદ્ર

શૂદ્રો ક્ષત્રિય હતા અને પછીથી તેઓ ચોથા વર્ણ બન્યા તે સિદ્ધાંતને આગળ કરીને સમસ્યાનું સમાધાન થતું નથી. આનાથી બીજો પ્રશ્ન ઉભો થાય છે કે તેઓ સામાજિક પ્રતિષ્ઠામાંથી કેવી રીતે નીચે પડ્યા?

આ સમસ્યા નવી છે. તે પ્રશ્ન અગાઉ ઊભો થયો ન હતો. આનો જવાબ પુસ્તકોમાંથી મળી શકતો નથી. હું તે જ છું જેણે પહેલીવાર આ પ્રશ્ન ઉઠાવ્યો છે. આ પ્રશ્ન શૂદ્રો વિશેના મારા સિદ્ધાંત પર આધારિત છે. આનો સંતોષકારક જવાબ આપવો એ પણ મારી જવાબદારી છે. મને વિશ્વાસ છે કે હું સંતોષકારક જવાબ આપી શકીશ. મારો જવાબ છે કે શુદ્રો અને બ્રાહ્મણો વચ્ચેના સંઘર્ષને કારણે શુદ્રો નીચે આવ્યા. આના પૂરતા પુરાવા છે.

I

શુદ્ર રાજા સુદાસ અને વશિષ્ઠ વચ્ચે ઝઘડો થયો, જે બ્રાહ્મણ હતા. પરંતુ પુસ્તકોમાં આપવામાં આવેલ આ વિવાદનો હિસાબ ભ્રામક છે. મેં તેને સ્પષ્ટ અને વ્યવસ્થિત રીતે ઉકેલવાનો પ્રયાસ કર્યો છે.

વિવાદને સમજતા પહેલા વશિષ્ઠ અને વિશ્વામિત્ર વચ્ચેનો સંબંધ જાણવો જરૂરી છે. વશિષ્ઠ અને વિશ્વામિત્ર વચ્ચે હંમેશા વિરોધ અને દુશ્મની રહી છે. એવી કોઈ પરિસ્થિતિ નથી કે જેમાં એક તરફેણમાં હોય તો બીજા તરફેણમાં ન હોય. હું કેટલીક ઘટનાઓનો ઉલ્લેખ કરવા માંગુ છું.

આ વાર્તા હરિવંશ પુરાણમાં આ પ્રમાણે છે:-

એ દરમિયાન, વશિષ્ઠ, સત્યવ્રતના પિતાના ગુરુ હોવાથી, અયોધ્યા શહેર અને રાજમહેલનું સંચાલન કરવાનું શરૂ કર્યું. પરંતુ મૂર્ખતાને કારણે કે કમનસીબે સત્યવ્રતનો વશિષ્ઠ પ્રત્યેનો ગુસ્સો વધુ વધી ગયો. વશિષ્ઠે

સત્યવ્રતને ટેકો આપ્યો જ્યારે તેમના પિતાએ તેમને તેમના રાજ્યથી વંચિત રાખ્યા. સત્યવ્રતે કહ્યું હતું કે સપ્તપદી પર લગ્ન સંપન્ન થાય છે. જ્યારે મેં છોકરીનું અપહરણ કર્યું ત્યારે સાતમો ભંવર આવ્યો ન હતો, જો કે તમામ ધર્મોના જાણકાર વશિષ્ઠે મને સાથ ન આપ્યો. તેથી સત્યવ્રત વશિષ્ઠ પર ગુસ્સે થયા. જોકે વશિષ્ઠનું આચરણ ધાર્મિક હતું. રાજાની આજ્ઞા પર સત્યવ્રત જે મૌન વ્રતનું પાલન કરાવવામાં આવ્યું હતું તેનો હેતુ પણ તે સમજી શક્યો નહીં. રાજાએ કુટુંબની પ્રતિષ્ઠા ખાતર આ કર્યું. મહાન ઋષિ વશિષ્ઠે રાજાને આમ કરવાથી રોક્યા નહીં અને તેના બદલે તેમના પુત્રને રાજા બનાવવાનું નક્કી કર્યું. સત્યે બાર વર્ષની તપશ્ચર્યા પૂર્ણ કરી અને ભૂખ, મૂર્ખતા અને ક્રોધને લીધે જ્યારે ખાવા માટે કોઈ માંસ બચ્યું ન હતું, ત્યારે તેણે વશિષ્ઠની કામધેનુ ગાયને મારી નાખી અને તેનું માંસ પોતે અને વિશ્વામિત્રના પુત્રોને ખવડાવ્યું. તેનાથી ક્રોધિત થઈને વશિષ્ઠે તેનું નામ ત્રિશંકુ રાખ્યું, કારણ કે તેણે ત્રણ પાપ કર્યા હતા. ત્રિશંકુએ વિશ્વામિત્રની પત્નીને મદદ કરી હોવાથી તે તેના પ્રત્યે દયાળુ બન્યો.

તેને વરદાન માંગવા કહ્યું. ત્રિશંકુએ કહ્યું, મારે શારીરિક રીતે સ્વર્ગમાં જવું છે. જ્યારે બાર વર્ષનો દુષ્કાળ સમાપ્ત થયો ત્યારે વિશ્વામિત્રએ ત્રિશંકુને સિંહાસન પર બેસાડીને યજ્ઞ કર્યો અને જ્યારે દેવતાઓ અને વશિષ્ઠે વિરોધ કર્યો ત્યારે તેમને સ્વર્ગમાં મોકલી દીધા.

બીજી વાર્તા ત્રિશંકુના પુત્ર હરિશ્ચંદ્રની છે. વિષ્ણુ પુરાણ અને માર્કંડેય પુરાણમાં આ લખ્યું છે. વાર્તા નીચે મુજબ છેઃ-

એકવાર જ્યારે રાજા હરિશ્ચંદ્ર શિકાર કરી રહ્યા હતા ત્યારે તેમણે કેટલીક સ્ત્રીઓના રડવાનો અવાજ સાંભળ્યો. વિશ્વામિત્રની તપસ્યાથી સ્ત્રીઓ વ્યથામાં રડી રહી હતી. ક્ષત્રિય ધર્મના પ્રભાવ હેઠળ લાચાર રાજાએ બૂમ પાડી, મારા જેવા પ્રતાપી રાજાની સામે કપડામાં અગ્નિ બાંધનાર આ કોણ પાપી છે. આજે તે મારા કરડવાથી મરી જશે. આ સાંભળીને વિશ્વામિત્ર ગુસ્સે થઈ ગયા અને ક્રોધને કારણે તેમનું વિજ્ઞાન નાશ પામ્યું. તેઓના ક્રોધથી ગભરાઈને રાજા પીપળાના ઝાડની જેમ ધ્રૂજતા તેમની સામે ઊભા રહ્યા અને વિનંતી કરી કે હું બ્રાહ્મણોને આપવામાં આવેલા રાજધર્મનું પાલન કરું છું એટલે કે અસહાયનું રક્ષણ કરીશ અને શત્રુઓને દબાવીશ અને વિનંતી કરી કે જે જોઈએ તે હું દાન આપીશ. ભલે તે સોનું, પુત્ર, સ્ત્રી, શરીર, જમીન, રાજ્ય અને પુણ્ય લાભ હોય. વિશ્વામિત્રે સમગ્ર રાજ્યની માંગણી કરી, જેમાં રાજાનું શરીર, તેની પત્ની અને પુત્રનો સમાવેશ ન હતો. રાજાએ ખુશીથી ભેટ સ્વીકારી. ઋષિએ કહ્યું, «તમારા આભૂષણો ઉતારો અને તમારી પત્ની અને પુત્રને શુદ્ધ વસ્ત્રો

પહેરાવીને રાજ્યની બહાર જાઓ.» જ્યારે રાજા વિદાય કરવા લાગ્યા ત્યારે વિશ્વામિત્રએ રાજસૂય યજ્ઞ કરવા માટે દક્ષિણા માંગી. રાજાએ કહ્યું, આ દેહ, પત્ની અને પુત્ર સિવાય મારી પાસે શું છે? આના પર રાજાએ એક મહિનાનો સમય માંગ્યો અને લોકોને શોકમાં મૂકીને કાશી ગયા. વિશ્વામિત્ર પણ ત્યાં પહોંચી ગયા અને મહિનો પૂરો થતા પહેલા જ તેમની દક્ષિણા માંગી. ત્યારે શૈવ્યાએ રાજાને કહ્યું, મને વેચો. રાજા બેભાન થઈ ગયો અને રાણી પણ બેભાન થઈ ગઈ. વિશ્વામિત્ર તેને ભાનમાં લાવ્યા. દક્ષિણા માંગી અને કહ્યું - જો મને સૂર્યાસ્ત પહેલા દક્ષિણા નહીં મળે તો હું શ્રાપ આપીશ. રાજાએ પોતાને ઠપકો આપ્યો અને તેની પત્નીને વેચી દીધી. એક શ્રીમંત બ્રાહ્મણે તેને ગુલામ તરીકે ખરીદી. છોકરો પણ તેની માતા સાથે તેને મા કહીને ગયો હતો. રાણીની વિનંતી પર બ્રાહ્મણે છોકરાને પણ ખરીદી લીધો.

રાજા વિશ્વામિત્ર પાસે આવ્યા અને તેમની પત્ની અને પુત્રની કિંમતમાં જે કંઈ મળ્યું તે તેમને આપ્યું. જ્યારે વિશ્વામિત્ર આટલા ઓછા પૈસાથી સંતુષ્ટ ન થયા, ત્યારે રાજાએ તેમને પોતાને પણ વેચી દેવા કહ્યું. પછી ધર્મ ચાંડાલના રૂપમાં આવ્યો અને રાજાને ખરીદવા માંગતો હતો. સૂર્યવંશી હોવાને કારણે રાજા ચાંડાલનું નીચ કામ કરવા તૈયાર નહોતા અને વિશ્વામિત્રને કહ્યું- તમે જાતે જ મને ગુલામ તરીકે ખરીદો. વિશ્વામિત્ર બોલ્યા - સારું, જો એવું હોય તો તમે મારા ગુલામ છો અને હું તમને એક લાખ ચલણના બદલામાં ચાંડાલને વેચી દઉં છું.

ચાંડાલ ખુશીથી આ પૈસા ચૂકવે છે અને દુઃખી હરિશ્ચંદ્રને તેના નિવાસસ્થાને લઈ જાય છે. ચાંડાલ તેને સ્મશાનમાં જઈને કફન ચોરવાનું કહે છે. તે કહે છે કે આમાંથી તેને 2/6મો હિસ્સો મળશે જે તેનો (ચાંડાલ) નો હશે અને 1/6મો હિસ્સો રાજાને જશે. રાજાએ આ ભયાનક પ્રદેશમાં 12 વર્ષ અધમ કાર્યો કર્યા, જે તેને સો વર્ષ સમાન લાગતું હતું. તે પછી જ્યારે તે સૂઈ જાય છે, ત્યારે તેને તેના જીવન વિશે ઘણા સપના આવે છે. જ્યારે તે જાગી ગયો, ત્યારે તેની પત્ની તેમના પુત્રના અંતિમ સંસ્કાર કરવા માટે આવી, જે સાપના ડંખથી મૃત્યુ પામ્યો હતો. પહેલા પતિ-પત્ની એકબીજાને ઓળખતા નહોતા, કારણ કે દુઃખના કારણે તેમના આકાર વિકૃત થઈ ગયા હતા. હરિશ્ચંદ્રએ તેના વિલાપથી તરત જ ઓળખી લીધું કે તે તેની પત્ની હતી જે દુર્ભાગ્યથી ત્રસ્ત હતી. તે બેભાન થઈ જાય છે. રાણી પણ તેને ઓળખે છે, તે પણ બેહોશ થઈ જાય છે. જ્યારે તેમની મૂર્છા તૂટી જાય છે, ત્યારે તે બંને રડવા લાગે છે. પિતા તેના પુત્રના મૃત્યુ પર રડે છે અને રાણી તેના પતિની અધોગતિ પર રડે છે. તે તેને ગળે લગાડીને કહે છે, હું ભ્રામક છું, આ સ્વપ્ન છે કે વાસ્તવિકતા? જો આ

સાચું હોય, તો જેઓ તેનું પાલન કરે છે તેઓ ધર્મની અનુભૂતિ કરી રહ્યા છે. હરિશ્ચંદ્ર પોતાના પુત્રના અંતિમ સંસ્કારને અગ્નિદાહ આપતા પહેલા માલિક માટે કોઈ ફી લીધા વિના અચકાય છે. પરંતુ પાછળથી તે તમામ પરિણામોનો સામનો કરવાનો નિર્ણય કરે છે અને તેમ કરે છે અને પોતાને આશ્વાસન આપે છે કે જો મેં દાન આપ્યું હોય અને ઋષિઓ મારા યજ્ઞ, કાર્યો વગેરેથી સંતુષ્ટ થાય તો હું મારા પુત્ર અને મારી પત્નીને સ્વર્ગમાં જઈને મળીશ. પોતે અને રાણી પણ એ જ રીતે મરવાનું નક્કી કરે છે. જ્યારે હરિશ્ચંદ્ર તેમના પુત્રને અંતિમ સંસ્કાર પર મૂકીને ભગવાન શ્રી નારાયણ કૃષ્ણનું સ્મરણ અને ધ્યાન કરી રહ્યા હતા, ત્યારે વિશ્વામિત્રની સાથે ધર્મમાં સૌથી આગળ બધા દેવતાઓ હાજર થયા. ધર્મ ક્રોધથી રાજાને કઠોર કાર્યો કરવાની મનાઈ કરવા લાગ્યો. ઇન્દ્રએ જાહેરાત કરી કે રાજા, તેની પત્ની અને તેના પુત્રએ તેમના સારા કાર્યોથી સ્વર્ગ જીતી લીધું છે. દેવતાઓએ આકાશમાંથી અમૃત અને પુષ્પોની વર્ષા કરી અને રાજાનો દીકરો પાછો જીવતો થયો અને સ્વસ્થ થયો.

રાજા અને રાણી, સ્વર્ગીય વસ્ત્રો અને માળાથી સજ્જ, તેમના પુત્રને ભેટી પડ્યા. હરિશ્ચંદ્રએ કહ્યું કે જ્યાં સુધી હું મારા ગુરુ ચાંડાલની અનુમતિ મેળવીને તેને પુષ્કળ સંપત્તિ ન આપું ત્યાં સુધી હું સ્વર્ગમાં જઈ શકતો નથી. ધર્મ પણ રાજાને રહસ્ય કહે છે કે મેં પોતે ધર્મનું રૂપ ધારણ કર્યું છે. પછી રાજા ફરીથી કહે છે કે જ્યાં સુધી મારી પ્રજાને મારી સાથે સ્વર્ગમાં જવાની મંજૂરી ન મળે ત્યાં સુધી હું અહીંથી રજા લઈ શકતો નથી, કારણ કે તેઓ એક દિવસ માટે જ જાય તો પણ મારા પુણ્યમાં તેમનો પણ હિસ્સો છે. ઈન્દ્ર આ વાત સ્વીકારે છે. વિશ્વામિત્ર રાજાના પુત્ર રોહિતાશ્વને સિંહાસન પર બેસાડે છે અને પછી હરિશ્ચંદ્ર, તેના સાથીઓ અને અનુયાયીઓ એકસાથે સ્વર્ગમાં જાય છે. આ પરાકાષ્ઠા પછી, જ્યારે વશિષ્ઠ, જે હરિશ્ચંદ્રના પારિવારિક પૂજારી હતા, તેમણે બાર વર્ષ સુધી ગંગાના જળમાં રહીને આ વાર્તા સાંભળી, ત્યારે તે મહાન રાજાને જે દુઃખ સહન કરવું પડ્યું તેના કારણે તે ખૂબ ગુસ્સે થયો, જેના ગુણોની અને ભગવાનની અને તેણે બ્રાહ્મણ ભક્તિની પ્રશંસા કરી. તેમણે કહ્યું કે જ્યારે વિશ્વામિત્રએ તેમની સો પુત્રીઓને મારી નાખી ત્યારે તેમને ક્યારેય આટલો ગુસ્સો આવ્યો ન હતો. તેણે વિશ્વામિત્રને બગલા બનવાનો શ્રાપ આપ્યો. તેણે કહ્યું કે મારા શ્રાપને કારણે તે દુષ્ટ વ્યક્તિ, બ્રાહ્મણ દેશદ્રોહી, બુદ્ધિશાળી માણસોના સમાજમાંથી બહિષ્કૃત થઈ જશે અને તેની બુદ્ધિ ગુમાવશે અને મૂર્ખ બની જશે. તેના બદલે વિશ્વામિત્રએ વશિષ્ઠને શ્રાપ આપ્યો અને તેને અરી નામના પક્ષીમાં પરિવર્તિત કરી દીધો. આ નવા સ્વરૂપોમાં બંને વચ્ચે ભીષણ યુદ્ધ થયું. અરી બે હજાર યોજન એટલે કે

18,000 માઈલ આકાશમાં ઉડી શકે છે અને બગલો આકાશમાં 3090 યોજનાઓ સુધી ઉડી શકે છે. જ્યારે અરીએ તેના પંજા વડે હુમલો કર્યો, ત્યારે બકે પણ તે જ રીતે તેના વિરોધી પર હુમલો કર્યો. તેમની પાંખો ફફડાટથી ગભરાઈને, ચક્રવાત આવ્યા અને પર્વતો ક્ષીણ થવા લાગ્યા. આખી પૃથ્વી ધ્રૂજવા લાગી. દરિયાનું પાણી કિનારાથી ઉપર આવવા લાગ્યું, પૃથ્વી તૂટીને પાતાળ તરફ જવા લાગી. આ બંને વચ્ચેના યુદ્ધને કારણે ઘણા જીવો મૃત્યુ પામ્યા. આ ભયંકર અરાજકતા જોઈને, બ્રહ્મા બધા દેવતાઓ સાથે ત્યાં દેખાય છે અને બંને પ્રતિસ્પર્ધીઓને યુદ્ધ બંધ કરવાનો આદેશ આપે છે. આ આદેશથી બંનેને ખૂબ જ ગુસ્સો આવે છે, પરંતુ બ્રહ્મા તેમને તેમના મૂળ સ્વરૂપમાં પાછા લાવે છે અને પરસ્પર શાંતિ જાળવી રાખવાની સલાહ આપે છે.

અન્ય એક કથા જેમાં તેઓ એકબીજાનો વિરોધ કરતા બતાવવામાં આવ્યા છે તે અયોધ્યાના રાજા સાથે સંબંધિત છે. વાર્તા નીચે મુજબ છે:-

જ્યારે અંબરીશ યજ્ઞ કરી રહ્યો હતો ત્યારે ઈન્દ્રએ યજ્ઞનું પાત્ર લઈ લીધું. પૂજારીએ કહ્યું કે આ એક શુકન છે જે દર્શાવે છે કે રાજાનું શાસન કુશાસનથી પીડિત છે અને તેના માટે એક વિશાળ પ્રાયશ્ચિતની જરૂર છે અને તે પ્રાયશ્ચિત માનવ બલિદાન છે. ઘણી શોધ કર્યા પછી, રાજર્ષિ અંબરીશ એક બ્રાહ્મણ ઋષિ રિચિકા પાસે ગયા જે ભૃગુના વંશજ હતા. અંબરીશ ઋચિકને તેના એક પુત્રને બલિદાન માટે વેચવા કહ્યું, જેના માટે તેને એક લાખ ગાય આપવામાં આવશે. ઋચિકે જવાબ આપ્યો કે તે તેના મોટા પુત્રને વેચશે નહીં, પરંતુ તેની પત્નીએ કહ્યું કે તે તેના નાના પુત્રને વેચશે નહીં. તેમણે કહ્યું કે મોટા પુત્રને સામાન્ય રીતે પિતા અને નાના પુત્રને સામાન્ય રીતે માતા પ્રેમ કરે છે. પછી વચલા પુત્ર શુનઃશેપે કહ્યું કે આ તે છે જેને વેચી દેવાનો છે અને રાજાને તેને લઈ જવા કહ્યું. શુનઃશેપના બદલામાં એક લાખ ગાયો, એક કરોડ સોનાના સિક્કા અને ઘણા બધા ઝવેરાત આપવામાં આવ્યા હતા. પછી જ્યારે તેઓ પુષ્કરમાંથી પસાર થઈ રહ્યા હતા, ત્યારે તેઓ તેમના મામા વિશ્વામિત્રને મળ્યા જેઓ અન્ય ઋષિઓ સાથે ત્યાં યજ્ઞ કરી રહ્યા હતા. શુનઃશેપ તેના ખોળામાં પડ્યો અને તેની તકલીફ વર્ણવતા તેના કાકા પાસે દયાની ભીખ માંગી.

વિશ્વામિત્રએ તેમને આશ્વાસન આપ્યું અને તેમના પુત્રોને શુનઃશેપની જગ્યાએ તેમાંથી એકનું બલિદાન આપવા દબાણ કર્યું. મધુચ્છંદ અને રાજર્ષિના અન્ય પુત્રો આ પ્રસ્તાવ માટે સહમત ન હતા. તેણે મક્કમતાથી કહ્યું કે તમે કેવી રીતે કહી શકો કે તમારા પોતાના પુત્રનું બલિદાન આપવામાં આવે અને તેની જગ્યાએ બીજા કોઈને બચાવી લેવામાં

આવે? અમને નથી લાગતું કે તે યોગ્ય છે. આ એવું જ થયું કે જાણે કોઈ વ્યક્તિ પોતાનું માંસ ખાય. આ જોઈને રાજર્ષિ ખૂબ ગુસ્સે થયા અને તેમના પુત્રોને શ્રાપ આપ્યો કે વશિષ્ઠના પુત્રોની જેમ તેઓ ખૂબ જ નીચ જાતિમાં જન્મે અને હજારો વર્ષ સુધી કુતરાનું માંસ ખાય. પછી તેણે શુનઃશેપને કહ્યું કે પછી તને દોરડાથી બાંધી દેવો જોઈએ, તારી ગરદનમાં લાલ દોરડું બાંધવું જોઈએ, જ્યારે સુગંધિત મલમ તને લગાડવામાં આવે અને જ્યારે તને વિષ્ણુના યજ્ઞ સ્તંભ પાસે લઈ જવામાં આવે, ત્યારે તારે અગ્નિને પ્રાર્થના કરવી જોઈએ. અંબરીષના કાનમાં આ બે શ્લોક વાંચવાથી સફળતા મળશે. પછી શૂનઃશેપે અંબરીષને યજ્ઞ કરવાનું કહ્યું. જ્યારે શૂનઃશેપને લાલ વસ્ત્રો પહેરીને બલિદાન માટે લઈ જવામાં આવ્યો, ત્યારે તેણે ઈન્દ્ર અને વિષ્ણુને આહ્વાન કર્યું, હજાર આંખોવાળા ઈન્દ્ર તે પવિત્ર મંત્રથી પ્રસન્ન થયા અને શૂનઃશેપને લાંબુ આયુષ્ય આપ્યું.

છેલ્લી વાર્તા જેમાં તેઓ એકબીજાનો વિરોધ કરતા બતાવવામાં આવ્યા છે તે રાજા કલ્મશાપદ સાથે સંબંધિત છે. આ ઘટના મહાભારતના આદિ પર્વની છેઃ-

કલ્મશાપદ ઇક્ષ્વાકુ વંશનો રાજા હતો. વિશ્વામિત્ર તેમના પૂજારી બનવા માંગતા હતા. પણ તેણે વશિષ્ઠને પૂજારી બનાવવાનું વધુ સારું માન્યું. એક દિવસ રાજા શિકાર કરવા ગયો અને શિકાર કરતી વખતે તે ભૂખ અને તરસને કારણે ખૂબ થાકી ગયો. રસ્તામાં વશિષ્ઠના મોટા પુત્ર શક્તિ રાજા તેમને મળ્યા. રાજાએ રસ્તો છોડવાનું કહ્યું. શક્તિએ નમ્રતાપૂર્વક કહ્યું, હે રાજા, માર્ગ મારો છે. રાજાએ બ્રાહ્મણને રસ્તો આપવો જોઈએ એવો પ્રાચીન નિયમ છે. આ બાબતે બંને વચ્ચે ઝઘડો થયો હતો. બંનેમાંથી કોઈ નમવા તૈયાર નહોતું. રાજાએ ઋષિને કોરડો માર્યો. ઋષિએ શ્રાપ આપ્યો - તમે નરભક્ષી રાક્ષસ બનો. વિશ્વામિત્ર અને વશિષ્ઠ વચ્ચે રામ અને કલ્મશાપદના પુરોહિત પદના દાવા અંગે દુશ્મનાવટ હતી. વિશ્વામિત્રે રાજાનો પીછો કર્યો, પરંતુ વશિષ્ઠના પુત્ર શક્તિને જોઈને તે પીછેહઠ કરી ગયો. શ્રાપ સાંભળીને રાજા શક્તિની પ્રાર્થના કરવા લાગ્યા. વિશ્વામિત્રએ તક ઝડપી લીધી અને એક રાક્ષસને રાજાની અંદર પ્રવેશવાનો આદેશ આપ્યો જેથી રાજા અને શક્તિ વચ્ચે કોઈ સંધિ ન થાય. વિશ્વામિત્ર એ દેશ છોડી ગયા. બ્રાહ્મણના શ્રાપ અને વિશ્વામિત્રના આદેશથી રાક્ષસ રાજામાં પ્રવેશ્યો. આ સમયે એક ભૂખ્યો બ્રાહ્મણ રાજા પાસે આવ્યો. રાજાએ તેને ખાવા માટે નર માંસ મોકલ્યું. આનાથી ગુસ્સે થઈને બ્રાહ્મણે રાજાને એવો જ શાપ આપ્યો. તેના પરના બંને શાપની અસરને કારણે રાજાએ પણ પોતાની શક્તિ ગુમાવી દીધી. વિશ્વામિત્રના

આદેશથી રાજાએ વશિષ્ઠના અન્ય છોકરાઓને પણ ઉઠાવી લીધા. જ્યારે વશિષ્ઠે આ સાંભળ્યું, ત્યારે તેણે આ વિપત્તિને ખૂબ ધીરજથી સહન કરી અને શરીર છોડવાનો નિર્ણય કર્યો. તેણે મેરુ પર્વતના શિખર પરથી છલાંગ લગાવી. પણ તે પત્થર પર પડ્યો જાણે કોઈ કપાસ પર પડે છે. જ્યારે તે આ રીતે ટકી ન શક્યો, ત્યારે તે જંગલની આગમાં પ્રવેશ્યો. અગ્નિએ વન બાળ્યું પણ ઋષિને નહિ. પછી તેણે તેના શરીર પર એક પથ્થર બાંધ્યો અને પોતાને સમુદ્રમાં ફેંકી દીધો, પરંતુ મોજાઓએ તેને કિનારા પરની રેતી પર ફેંકી દીધો. પછી તે તેની ઝૂંપડીમાં પાછો ફર્યો. પણ તેને ફરીથી ખાલી જોઈને તે દુ:ખથી વ્યાકુળ થઈ ગયો. વરસાદી ઋતુના કારણે વિપાસા નદી ખૂબ જ ઊંચી હતી. તેણે તેના હાથ-પગ બાંધીને તેનું શરીર નદીમાં ફેંકી દીધું, પરંતુ નદીએ તેને પણ કિનારે ધકેલી દીધો. પછી તેણે પોતાની જાતને શતદ્રુ (સતલજ) નદીમાં ફેંકી દીધી જેમાં ઘણા મગરો હતા. બ્રાહ્મણનું તેજ જોઈને સેંકડો મગરો જુદી જુદી દિશામાં ભાગી ગયા. જ્યારે વશિષ્ઠે જોયું કે તે મરી જવાનો નથી, ત્યારે તે તેની ઝૂંપડીમાં પાછો આવ્યો.

આ બે ઋષિઓ વચ્ચેના વિવાદના આ ફક્ત ત્રણ ઉદાહરણો છે. લડાઈ ચાલુ રહી. મહાભારતનું શલ્ય પર્વ જણાવે છે કે વિશ્વામિત્રએ પણ વશિષ્ઠને મારવાનો પ્રયાસ કર્યો હતો. જેમ કે :-

વશિષ્ઠ અને વિશ્વામિત્ર વચ્ચે તીવ્ર દુશ્મનાવટ હતી. વશિષ્ઠનો વિસ્તૃત આશ્રમ તીર્થના સ્થાનકમાં હતો. વિશ્વામિત્રનો આશ્રમ તેની પૂર્વમાં હતો. તે બંને કઠોર તપ કરી રહ્યા હતા. તેઓ એકબીજાને તેમની શક્તિ દર્શાવતા હતા. વશિષ્ઠની શક્તિ જોઈને વિશ્વામિત્રએ વિચાર કર્યો અને મનન કરતા રહ્યા કે સરસ્વતીએ વશિષ્ઠને ધોઈ નાખો અને તેને મને આપી દો. તેથી હું તેને મારી નાખું છું. આ રીતે ધ્યાન કર્યા પછી અને ક્રોધથી લાલ આંખ કરીને વિશ્વામિત્રએ નદીઓની રાણી (સરસ્વતી)ને બોલાવી. ત્યારે સરસ્વતી ધ્રૂજતી વિધવાના રૂપમાં હાથ જોડીને વિશ્વામિત્રની પાસે આવી અને બોલી – શું હુકમ છે? ક્રોધિત વિશ્વામિત્ર બોલ્યા- વશિષ્ઠને જલ્દી અહીં લાવો, જેથી હું તેને મારી શકું. કમલાક્ષી સરસ્વતી ગભરાઈને હાથ જોડીને ઊભી રહી. ઋષિએ ફરી એ જ આદેશ આપ્યો. સરસ્વતીએ વિચાર્યું, આ સંકલ્પ કેટલો પાપી છે. પરંતુ વિશ્વામિત્રના શ્રાપથી ડરીને તે વશિષ્ઠ પાસે ગઈ અને તેને બધું કહ્યું. તેને નર્વસ, નિસ્તેજ અને ભયભીત જોઈને, વશિષ્ઠે કહ્યું - મને ઋષિ પાસે લઈ જાઓ, નહીં તો તે તમને શાપ આપશે. પછી તે વશિષ્ઠને લઈ ગઈ. સરસ્વતીએ વિચાર્યું કે આ ઋષિ કેટલા મહાન છે. મારે તેમની દયાની વસ્તુ બનવું જોઈએ. તેણે કૌશિક મુનિને કિનારે બેસાડ્યા.

તેને તપસ્યા કરતા જોયા. વશિષ્ઠ જ્યારે વહેવા લાગ્યા ત્યારે તેમણે સરસ્વતીની સ્તુતિ કરી - હે સરસ્વતી, તું બ્રહ્માના કમંડળમાંથી બહાર આવીને સમગ્ર પૃથ્વી પર વહે છે. તમે સ્વર્ગમાં રહો છો અને વાદળોને પાણી આપો છો. તમે શક્તિ, તેજ, ખ્યાતિ, શાણપણનો પ્રકાશ છો. તમે વાણી છો, તમે સ્વાહા છો, આ જગત તમારા નિયંત્રણમાં છે. તમે બધા જીવોમાં ચાર સ્વરૂપોમાં નિવાસ કરો છો. જ્યારે વિશ્વામિત્રે જોયું કે વશિષ્ઠ જતો રહ્યો છે, ત્યારે તેણે તેને મારવા માટે શસ્ત્રો શોધવાનું શરૂ કર્યું. બ્રહ્માને હત્યાથી બચાવવા માટે સરસ્વતી વશિષ્ઠને પૂર્વ તરફ લઈ ગઈ. આ રીતે વિશ્વામિત્રની આજ્ઞાનું પાલન થયું અને વશિષ્ઠનો પણ ઉદ્ધાર થયો. આ જોઈને વિશ્વામિત્રએ સરસ્વતીને શ્રાપ આપ્યો કે હે નદીઓમાં શ્રેષ્ઠ, સરસ્વતી, તેં મને દગો આપ્યો છે, તેથી તારા પાણીની સાથે લોહી પણ વહેશે. શાપિત સરસ્વતી એક વર્ષ સુધી લોહીના પાણીથી વહેતી રહી. જ્યાં વશિષ્ઠનો આશ્રમ હતો, ત્યાં અસુર લોકો આવ્યા અને રક્તપાત કરી અને નાચવા લાગ્યા. સરસ્વતીની આ હાલત જોઈને ઋષિઓએ તેને શ્રાપમાંથી મુક્ત કરી.

વિશ્વામિત્ર અને વશિષ્ઠ વચ્ચેની દુશ્મની માત્ર બે પુરોહિતોની દુશ્મની નહોતી, તે એક બ્રાહ્મણ પૂજારી અને એક ક્ષત્રિય પૂજારીની દુશ્મની હતી. વશિષ્ઠ બ્રાહ્મણ હતા અને વિશ્વામિત્ર ક્ષત્રિય હતા. તે વંશના ક્ષત્રિય હતા. ઋગ્વેદ 3.33.11 માં, વિશ્વામિત્રને કુશિકના પુત્ર તરીકે વર્ણવવામાં આવ્યા છે. વિષ્ણુ પુરાણમાં વિશ્વામિત્રનું વધુ વર્ણન છે. એવું કહેવાય છે કે વિશ્વામિત્ર ગાદીના પુત્ર હતા જે રાજા પુરુરવાના વંશના હતા. આ કથાનું વર્ણન હરિવંશમાં પણ છે.

તે ઋગ્વેદ (3.1.21) થી જાણીતું છે કે વિશ્વામિત્રના વંશમાં યજ્ઞાગ્નિ પેઢી દર પેઢી બાળવામાં આવ્યા હતા. ઋગ્વેદમાંથી જાણવા મળે છે કે વિશ્વામિત્રે આ વેદના ઘણા શ્લોકો રચ્યા હતા અને તેઓ રાજવી ઋષિ ગણાતા હતા. તેમણે ઋગ્વેદ (3.62.10)માં સૌથી પવિત્ર ગાયત્રી મંત્રની રચના કરી. તે ક્ષત્રિય કુળ ભરતના હતા. એવું જણાય છે કે બ્રાહ્મણો અને ક્ષત્રિયો વચ્ચે નીચેની બાબતોને લઈને વિવાદ થયો હતો:-

1. દાન સ્વીકારવાનો અધિકાર. બ્રાહ્મણોએ દાવો કર્યો કે દાન લેવું એ માત્ર બ્રાહ્મણોનો અધિકાર છે.
2. વેદ શીખવવાનો અધિકાર. બ્રાહ્મણોએ દાવો કર્યો કે ક્ષત્રિયને વેદ શીખવવાનો કોઈ અધિકાર નથી. વેદ શીખવવાનો અધિકાર માત્ર બ્રાહ્મણોને છે.
3. યજ્ઞ કરવાનો અધિકાર. બ્રાહ્મણો કહેતા હતા કે ક્ષત્રિય યજ્ઞ ન કરી શકે. યજ્ઞ કરવાનો અધિકાર ફક્ત બ્રાહ્મણોને જ છે.

આ ત્રણેય વચ્ચે ખાસ કરીને ઝઘડામાં બંને એકબીજાની સામે હતા. ત્રિશંકુની વાર્તા દ્વારા આ વાતની પુષ્ટિ થાય છે. રામાયણમાં આ વાર્તા આ રીતે કહેવામાં આવી છે.

ઇક્ષ્વાકુ વંશમાં, રાજા ત્રિશંકુએ એક યજ્ઞ કરવાની ઇચ્છા રાખી હતી જેમાં આ શરીર સ્વર્ગને પ્રાપ્ત કરે. તેણે વશિષ્ઠને બોલાવ્યા અને વશિષ્ઠે કહ્યું કે આ અશક્ય છે. ત્રિશંકુ દક્ષિણ તરફ ગયો જ્યાં વશિષ્ઠના સો પુત્રો તપસ્યા કરી રહ્યા હતા અને તેમને પણ તે માટે પ્રાર્થના કરી. રાજાએ ખૂબ જ નમ્રતાથી પ્રાર્થના કરી કે આપણે આપણા પુરોહિતને સંકટ સમયે મદદગાર ગણીએ. વશિષ્ઠ પછી આપણે આવતીકાલે એવા લોકોને જ દેવ માનીશું. તેઓએ જવાબ આપ્યો, મૂર્ખ, તારા શિક્ષકે તને સાચી વાત કહી હતી. તેમની વાતને ફગાવીને તમે બીજાઓ પાસે આવ્યા છો. તેઓ ઇક્ષ્વાકુ કુળના સૌથી મહાન અને સૌથી જાણીતા ગુરુ છે. જ્યારે વશિષ્ઠ ના પાડે ત્યારે આપણે તે કેવી રીતે કરી શકીએ? હે મૂર્ખ રાજા, તમારી રાજધાની પર પાછા જાઓ. વશિષ્ઠ ત્રૈલોક્યના ગુરુ બનવા લાયક છે. અમે તેમનો અનાદર કરી શકીએ નહીં.

રાજાએ કહ્યું- વશિષ્ઠ અને તમે લોકોએ મારી વિનંતી ન સ્વીકારી તેથી બીજો કોઈ ઉપાય કરવામાં આવશે.

આ સાંભળીને તેઓએ રાજાને ચાંડાલ બનવાનો શ્રાપ આપ્યો. આ શ્રાપની અસરથી રાજાનું રૂપ ચાંડાલ જેવું થઈ ગયું. પછી, તેના દુર્ભાગ્ય પર પસ્તાવો કરીને, રાજા વિશ્વામિત્ર પાસે ગયા. વિશ્વામિત્રને તેના પર દયા આવી. તેમણે વચન આપ્યું કે અમે એવા યજ્ઞનું આયોજન કરીશું, જેના દ્વારા તમે આ ચાંડાલના રૂપમાં સ્વર્ગમાં જઈ શકશો. તમે કૌકિશમાં આવ્યા છો ત્યારથી સ્વર્ગ તમારા હાથમાં છે. વિશ્વામિત્રએ યજ્ઞની તમામ તૈયારીઓ કરવાનો આદેશ આપ્યો. એવું પણ કહેવામાં આવ્યું હતું કે તમામ મહાન ઋષિઓ અને વશિષ્ઠના પુત્રોને પણ નિયંત્રણ આપો. વિશ્વામિત્રના શિષ્યોએ આવીને સંદેશો આપ્યો કે વશિષ્ઠ સિવાયના બધા બ્રાહ્મણો ભેગા થઈ રહ્યા છે. વશિષ્ઠના સો પુત્રો દ્વારા બોલવામાં આવેલ કઠોર શબ્દો સાંભળો. તેમણે કહ્યું- જે યજ્ઞ કરનાર ચાંડાલ છે અને જે ક્ષત્રિય છે તેમાં ભગવાન અને બ્રાહ્મણો કેવી રીતે સામેલ થઈ શકે? બ્રાહ્મણો ચાંડાલનું ભોજન કરીને સ્વર્ગ કેવી રીતે મેળવી શકે? આ સાંભળીને વિશ્વામિત્રએ ગુસ્સામાં શ્રાપ આપ્યો કે વશિષ્ઠના તમામ પુત્રો બળીને રાખ થઈ જવા જોઈએ અને સાત જન્મ માટે અસ્પૃશ્યોના ઘરમાં જન્મ લેવો જોઈએ. તેણે વશિષ્ઠને શ્રાપ આપ્યો - નિષાદ બનો. જ્યારે શ્રાપ ફળદાયી બન્યો ત્યારે તેણે યજ્ઞ કર્યો. અન્ય બ્રાહ્મણોએ પણ ઋષિના

ડરથી યજ્ઞમાં ભાગ લીધો. યજ્ઞપતિ વિશ્વામિત્ર હતા અને ઋત્વિજ અન્ય બ્રાહ્મણ હતા.

વિશ્વામિત્ર અને વશિષ્ઠ વચ્ચેની લડાઈમાં સુદાસે પણ ભાગ લીધો હતો. સુદાસના પૂજારી વશિષ્ઠ હતા. વશિષ્ઠે તેમનો રાજ્યાભિષેક કરાવ્યો હતો. તે વશિષ્ઠ હતા જેણે તેને દસ રાજાઓને જીતવામાં મદદ કરી હતી. આમ છતાં સુદાસે વશિષ્ઠને આ પદ પરથી હટાવીને વિશ્વામિત્રની નિમણૂક કરી. વિશ્વામિત્રએ યજ્ઞ કર્યો. આનાથી વિશ્વામિત્ર અને વશિષ્ઠ વચ્ચે દુશ્મનાવટ વધી. બીજી એક ઘટના બની જેનાથી આ દુશ્મની વધુ વધી ગઈ. સુદાસે વશિષ્ઠના મોટા પુત્ર શક્તિને અગ્નિમાં ફેંકી દીધા, જેના કારણે તે બળીને રાખ થઈ ગયો. આ વાર્તા સત્યયાન બ્રાહ્મણમાં લખાયેલી છે, પરંતુ તેમાં આવા જુલમનું કોઈ કારણ જણાવવામાં આવ્યું નથી. પરંતુ સદગુરુએ ઋગ્વેદના કાત્યાયન અનુક્રમણિકાના ભાષ્યમાં થોડો પ્રકાશ પાડ્યો છે. સદગુરુ શિષ્ય કહે છે કે સુદાસે યજ્ઞ કર્યો હતો. પરંતુ વિશ્વામિત્ર અને શક્તિ વચ્ચે દલીલ થઈ. શક્તિએ તેને મૂંગો બનાવી દીધો. વિશ્વામિત્ર હારી ગયા.

એવું લાગે છે કે વિશ્વામિત્રે પોતાના અપમાનનો બદલો લેવા માટે સુદાસની શક્તિને અગ્નિમાં ફેંકી દીધી હતી. આ બાબતે વશિષ્ઠ અને સુદાસ વચ્ચે દુશ્મનાવટ થવાની હતી. સુદાસના પુત્ર અને વશિષ્ઠના પુત્રો વચ્ચે પણ આ દુશ્મનાવટ ચાલુ રહી. તૈત્તિરીય સંહિતામાં કહેવાયું છે - પુત્રના મૃત્યુ પછી વશિષ્ઠે સુદાસના પુત્રો પાસેથી બદલો લેવા માટે પુત્રની ઈચ્છા કરી. તેણે યજ્ઞ કર્યો અને પુત્ર મેળવીને સુદાસનો બદલો લીધો. કૌશીતકી બ્રાહ્મણ પાસેથી પણ આ જ વાત સાબિત થાય છે.

પુત્રોને મારી નાખ્યા પછી, વશિષ્ઠે વિચાર્યું, હું સુદાસને અપમાનિત કરીશ જેથી બાળકો અને પ્રાણીઓથી ધનવાન બને. તેણે અપમાન કર્યું. વશિષ્ઠે યજ્ઞ કર્યો અને સુદાસને હરાવ્યા.

II

રાજાઓ અને બ્રાહ્મણો એટલે કે સુદાસ અને વશિષ્ઠ વચ્ચેના વિવાદનું એક જ ઉદાહરણ નથી. પુરાણોમાં રાજાઓ અને બ્રાહ્મણો વચ્ચેના અન્ય વિવાદોના વર્ણનો પણ સાર્થક જણાય છે. પહેલી વાર્તા રાજા બનવાની છે. હરિવંશમાં આ વાર્તાનો ઉલ્લેખ નીચે મુજબ છે:-

અંગ નામનો એક પ્રજાપતિ હતો. આ અત્રિના વંશજો હતા. તેઓના પુત્ર પ્રજાપતિ વેન હતા, જેઓ ફરજ પ્રત્યે સમર્પિત હતા. તેનો જન્મ મૃત્યુની પુત્રી સુનીતિથી થયો હતો. માતૃવંશના કારણે આ પુત્ર પોતાનું કર્તવ્ય છોડીને અત્યંત વાસના અને વિલાસી બની ગયો. તે વેદમાં

માનતો ન હતો. તેમના રાજ્યમાં લોકો ધાર્મિક ગ્રંથો વાંચતા ન હતા અને યજ્ઞ કરવામાં આવતો ન હતો. તેમણે આદેશ આપ્યો હતો કે જો કોઈ યજ્ઞ કરે તો તે મારા નામે અને મારા ભલા માટે કરવામાં આવે. ત્યારે મરીચિ જેવા ઋષિમુનિઓએ તેમને આમ કરતા રોક્યા અને કહ્યું કે તમે અગ્નિ યજ્ઞ કરવા માટે અનધિકૃત છો, તમારે આવું ન કરવું જોઈએ. તેણે મૂર્ખતાપૂર્વક ઋષિની મજાક ઉડાવી અને કહ્યું- કર્તવ્યની વાત કહેનાર હું છું. મારે કોઈની વાત માનવી જોઈએ? પૃથ્વી પર મારા જેટલો તેજસ્વી અને ગુણવાન કોણ છે? ત્યારે ઋષિઓ ગુસ્સે થયા. તેઓએ વેનને પકડી લીધો અને તેની ડાબી જાંઘ પર મંથન કર્યું. તેની પાસેથી એક ઘેરા રંગનો ટૂંકો માણસ જન્મ્યો હતો અને હાથ જોડીને ઊભો હતો. તેને ગુસ્સે થતો જોઈને અત્રિએ તેને બેસવા કહ્યું. તેમાંથી નિષાદ વંશનો જન્મ થયો.

બ્રાહ્મણો સાથે વિખવાદ કરનારા બીજા રાજા પુરુરવા હતા. તે ઇલાનો પુત્ર અને વૈવસ્વત મનુનો પૌત્ર હતો. તેમના વિવાદનું વર્ણન મહાભારતના આદિ પર્વમાં આ રીતે કરવામાં આવ્યું છે:-

"પુરુરવા ઇલાનો પુત્ર હતો. તેનું રાજ્ય તેર દ્વીપોમાં હતું, પરંતુ તેના રાજ્યના નામે તેણે બ્રાહ્મણો સાથે દુશ્મનાવટ કરી અને તેમના ઘરેણાં લૂંટી લીધા. બ્રહ્મ લોકમાંથી આવતા સનતકુમારે તેને સમજાવ્યું પણ તેણે સાંભળ્યું નહીં. તેનો અંતરાત્મા નાશ પામ્યો હતો પછી ઋષિઓએ તેને શાપ આપ્યો અને મારી નાખ્યો." ત્રીજી વાર્તા નહુષની છે. નહુષ પુરુરવાનો પૌત્ર હતો. નહુષ સાથે બ્રાહ્મણોનો મુકાબલો મહાભારતમાં બે જગ્યાએ વર્ણવવામાં આવ્યો છે. એક વન પર્વમાં અને એક ઉદ્યોગ પર્વમાં. ઉદ્યોગ પર્વનું વર્ણન નીચે મુજબ છે :

વૃત્રાસુરનો વધ કર્યા પછી, ઇન્દ્ર બ્રહ્માએ હત્યાના ડરથી પોતાને પાણીમાં છુપાવી દીધા. આથી ભારે હોબાળો મચી ગયો હતો. પછી ઋષિઓ અને દેવતાઓએ નહુષને પ્રાર્થના કરી કે તે થોડા દિવસો માટે દેવતાઓનો રાજા બને. પહેલા તો નહુષે પોતાની અસમર્થતા દર્શાવી, પરંતુ પછીથી તે સંમત થયા. રાજા નહુષ ખૂબ જ ધાર્મિક વ્યક્તિ હતા, પરંતુ ઈન્દ્ર બન્યા પછી તે ખૂબ જ કામુક થઈ ગયા. તેણે ઈન્દ્રાણીને જોઈ. તે ઈન્દ્રાણીને મેળવવાની ઈચ્છા કરવા લાગ્યો. ઈન્દ્રાણીએ અંગિરા બૃહસ્પતિનો આશરો લીધો. તેણે ઈન્દ્રાણીની રક્ષા કરવાનું વચન આપ્યું હતું. આ જોઈને નહુષ નારાજ થયા, પરંતુ દેવતાઓએ સમજાવ્યું કે વ્યભિચાર એ એક પીણું છે. પણ નહુષે સાંભળ્યું નહિ.

તેણે કહ્યું - જ્યારે ઇન્દ્રએ અહલ્યા સાથે દુષ્કર્મ કર્યું અને ઘણા અત્યાચાર કર્યા તો તમે ઇન્દ્રને કેમ રોક્યા નહીં? નહુષના આગ્રહ પર, દેવતાઓ ઈન્દ્રાણીને લેવા ગયા, પરંતુ બૃહસ્પતિએ તેને જવા ન દીધી.

બૃહસ્પતિની સલાહ પર ઈન્દ્રાણીએ થોડો સમય માંગ્યો જેથી તે જાણી શકે કે ઈન્દ્ર ક્યાં છે. ઈન્દ્રાણી તેના પતિને શોધવા નીકળી પડી. ઉપશ્રુતિની મદદથી જાણવા મળ્યું કે ઈન્દ્ર હિમાલયની ઉત્તરે એક સરોવરની મધ્યમાં કમળના ફૂલમાં રહેતા હતા. ઈન્દ્રાણીએ નહુષના દુષ્ટ વિચારો ઈન્દ્રને વર્ણવ્યા અને પ્રાર્થના કરી કે તે તેના રાજ્યમાં પાછા ફરે અને તેનું રક્ષણ કરે. ઇન્દ્ર નહુષની શક્તિથી ડરી ગયો. તેણે તરત જ આવવાની ના પાડી. તેણે ઈન્દ્રાણીને એક ઉપાય જણાવ્યો કે તેણે કહેવું જોઈએ કે જો નહુષ ઋષિઓના ખભા પર પાલખી લઈને આવે છે, તો ઈન્દ્રાણી તેની સાથે આનંદ માણવા માટે સંમત થશે. ઈન્દ્રાણીએ નહુષને એ જ સંદેશો મોકલ્યો કે એક અદ્ભુત પાલખી જેનો ઉપયોગ ન તો વિષ્ણુ, રુદ્ર કે રાક્ષસોએ કર્યો હોય અને જે ઋષિએ મારા માટે લાવવા જોઈએ, તો જ હું તમારી સાથે સંભોગ કરીશ. નહુષે વિચાર્યું કે જો હું સૃષ્ટિનો નાશ કરવા ઈચ્છું છું તો સપ્તર્ષિઓ અને બ્રાહ્મણો મારી પાલખી લઈ જાય તેમાં શું નુકસાન છે. તેથી, નહુષના આદેશથી, બધા ઋષિઓ તેની પાલખી સાથે ગયા.

પાલખી લઈ જતી વખતે ઋષિઓએ નહુષને પૂછ્યું કે શું તે બ્રાહ્મણ ગ્રંથોનો આદર કરે છે જેમના મંત્રો રાજા માટે બલિદાનના સમયે ગાવામાં આવ્યા હતા? રાજાએ ના કહી. આ બાબતે ઋષિઓ સાથે નહુષનો વિવાદ થતાં નહુષે ઋષિઓને લાત મારી. ઋષિઓએ ગુસ્સે થઈ તેને શ્રાપ આપ્યો - તું દસ હજાર વર્ષ સુધી સાપ બની જા. નહુષ તરત જ સાપમાં ફેરવાઈ ગયો, કશ્યપે ઈન્દ્રને કહ્યું- બ્રાહ્મણોના શ્રાપથી નહુષનું મૃત્યુ થયું છે, હવે તમારે સ્વર્ગમાં આવવું જોઈએ.

ચોથી વાર્તા રાજા નિમીની છે. વિષ્ણુ પુરાણમાં આ વાર્તા નીચે મુજબ છે.

નિમીએ વશિષ્ઠને એક યજ્ઞ કરવાનું કહ્યું જેમાં હજાર વર્ષ લાગશે. વશિષ્ઠે કહ્યું કે આપણે ઇન્દ્ર પાસેથી પાંચસો વર્ષનું કામ લઈ લીધું છે. તે પછી અમે પાછા ફરીશું. રાજાએ તેનો સ્વીકાર કર્યો છે તે સમજીને વશિષ્ઠ ત્યાંથી ચાલ્યા ગયા. જ્યારે વશિષ્ઠ પાછા ફર્યા ત્યારે તેમણે જોયું કે ગૌતમ ઋષિ યજ્ઞ કરી રહ્યા હતા. આ અપમાનથી ક્રોધિત થઈને વશિષ્ઠે નિમીને શ્રાપ આપ્યો કે તે ઊંઘ દરમિયાન તેનું માનવ શરીર છોડી દેશે. જ્યારે નીમી જાગી ગયો અને જાણ્યું કે વશિષ્ઠે તેને શ્રાપ આપ્યો છે, ત્યારે તેણે વશિષ્ઠને પણ શ્રાપ આપ્યો અને મૃત્યુ પામ્યા. દેવતાઓ યજ્ઞથી પ્રસન્ન થયા અને બોલ્યા, આપણે પછી નિમીને જીવન આપી શકીશું. રાજાએ ના પાડી. પછી દેવતાઓએ નિમીને પલક પર રહેવાનું

સ્થાન આપ્યું. તેથી, પાંપણ પડતા પહેલા જે સમય પસાર થાય છે તેને નિમેષ કહેવામાં આવે છે.

"આ વિવાદો મનુસ્મૃતિમાં પણ દેખાય છે."

મેક્સ મુલરના પુસ્તક ‹સેક્રેડ બુક્સ ઓફ ઈસ્ટ› અનુસાર, મનુસ્મૃતિમાં કહેવાયું છે કે «અભિમાનનો ત્યાગ કરીને ઋષિઓએ પણ રાજ્ય પ્રાપ્ત કર્યું છે અને અભિમાનને કારણે રાજાઓનો નાશ થયો છે, જેમ કે વેન, નહુષના પુત્ર સુદાસ, સામખ અને નિમી. «

કમનસીબે, આ ઘટનાઓના સંદર્ભમાં શુદ્રોની પરિસ્થિતિનો ખ્યાલ આવ્યો ન હતો. તેનું કારણ એ છે કે કોઈએ વિચાર્યું ન હતું કે આ સંઘર્ષ બ્રાહ્મણો અને શુદ્રો વચ્ચે છે. અન્યને શુદ્ર તરીકે વર્ણવવામાં આવ્યા ન હતા પરંતુ તેઓ ઇક્ષવાકુ વંશના હોવાનું કહેવાય છે. તે કહેવું વાજબી છે કે તે બધા શુદ્રો છે, મનુને પણ આ ખ્યાલ ન હતો. તેમણે આ સંઘર્ષને બ્રાહ્મણ વિરુદ્ધ ક્ષત્રિય પણ ગણાવ્યો છે. ડૉ. મુઇર એ સમજવામાં પણ નિષ્ફળ ગયા કે સુદાસ એક શુદ્ર છે અને તેમણે ક્ષત્રિયો અને બ્રાહ્મણો વચ્ચે સંઘર્ષ હોવાનું કહીને ક્લિચેડ થિયરીનો પુરાવો આપ્યો. એક દૃષ્ટિકોણથી આ વાજબી છે કારણ કે શુદ્રો ક્ષત્રિયોની એક શાખા હતા. આ સંઘર્ષ બ્રાહ્મણો અને શુદ્રો વચ્ચે હતો એમ કહેવું વધુ યોગ્ય છે. જે પણ ભૂલ એકવાર થઈ હતી, તે ફરી થતી રહી અને ભારતીય આર્ય સમુદાયનું આ વાસ્તવિક સત્ય ધૂળમાં ઢંકાઈ ગયું. આ ગેરસમજને દૂર કરવા માટે, આ પ્રકરણને આ નામ આપવામાં આવ્યું છે જેથી કરીને બ્રાહ્મણો અને શુદ્રો વચ્ચેના સંઘર્ષને સમજી શકાય અને તે સમજી શકાય કે કેવી રીતે ક્ષત્રિયો વર્ણ વ્યવસ્થાની બીજા પંક્તિમાંથી ચોથા ક્રમમાં આવ્યા.

■

10.

શુદ્રોનું પતન

શૂદ્રોને જાતિ વ્યવસ્થામાં બીજા સ્થાનેથી ચોથા સ્થાને ધકેલવા માટે બ્રાહ્મણોએ કઈ યુક્તિઓ અપનાવી?

અત્યાર સુધી એ સાબિત થયું છે કે શુદ્રો મૂળભૂત રીતે બીજા વર્ણ - ક્ષત્રિય વર્ગનો એક ભાગ હતા અને તેમના પ્રત્યે બ્રાહ્મણોનો દ્વેષ એટલો વધી ગયો હતો કે બ્રાહ્મણોએ શુદ્રોને તેમના બીજા વર્ણમાંથી પદભ્રષ્ટ કરી દીધા પરંતુ તેમને ચોથા વર્ણમાં લાવ્યા. શૂદ્રોના દરજ્જાને નીચો કરવા તેઓ શા માટે પ્રેરાયા તે પ્રશ્નનો વિચાર કરવો પડશે. અહીં પ્રશ્ન એ થાય છે કે શુદ્રોને હરાવવા માટે બ્રાહ્મણોએ કઈ યુક્તિઓ અપનાવી? શુદ્રોને સમાજની નજરમાં નીચી કક્ષાના બનાવવા અને તેમના અપમાનનો બદલો લેવા માટે તેઓએ કઈ પદ્ધતિ શોધી કાઢી?

તેમની યુક્તિઓનો જવાબ શુદ્રોનો ઉપનયન સંસ્કાર કરવાનો ઇનકાર છે. મને કોઈ શંકા નથી કે આ નીતિ દ્વારા જ તેણે તેમને બદનામ કર્યા.

કદાચ અહીં ઉપનયન શું છે અને ભારતીય આર્યોના સમાજમાં તેનું શું મહત્વ હતું તે જાણવું પણ સુસંગત રહેશે. આ વિશેની માહિતી ખાતર ઉપનયન સંસ્કાર પદ્ધતિનું વર્ણન કરવું યોગ્ય રહેશે.

શરૂઆતમાં ઉપનયન સંસ્કાર એક સરળ સંસ્કાર હતો. બાળક સમિધા (એક પ્રકારનું તૃણ) લઈને આચાર્ય પાસે જતો અને અભ્યાસ માટે બ્રહ્મચારી બનવા વિનંતી કરતો અને અભ્યાસ માટે તેમની સાથે રહેવા વિનંતી કરતો. તે સમય સાથે વિસ્તર્યો. અશ્વાલયન ગૃહ સૂત્રમાં ‹ઉપનયન›નું વર્ણન તેના વિસ્તરણને દર્શાવે છે.

બાળકનું માથું મુંડન કરાવવું જોઈએ. તેણે નવા વસ્ત્રો પહેરવા જોઈએ, જો તે બ્રાહ્મણ હોય તો તેણે હરણનું ચામડું ધારણ કરવું જોઈએ, જો તે ક્ષત્રિય છે તો તેણે સરુ ધર્મ ધારણ કરવું જોઈએ અને જો તે વૈશ્ય છે તો તેણે બકરીનું ચામડું પહેરવું જોઈએ. જો કપડાં પહેરવામાં આવે

તો તેનો રંગ આવો હોવો જોઈએ - બ્રાહ્મણ માટે કેસરી, ક્ષત્રિય માટે લાલ, વૈશ્ય માટે પીળો. તેણે માળા પહેરેલો હોવો જોઈએ અને લાકડી લઈ જવી જોઈએ. બાળકે ગુરુનો હાથ પકડવો જોઈએ અને ગુરુએ ઘીનો હવન કરવો જોઈએ અને અગ્નિમાં પૂર્વ, ઉત્તર તરફ મુખ કરીને બેસવું જોઈએ. બાળક ગુરુની સામે પશ્ચિમ તરફ મુખ કરીને બેઠો. ગુરુએ તેની અને બાળકની અંજલિમાં પાણી ભરવું જોઈએ અને ઋગ્વેદ (5.82.1) ના મંત્રનો પાઠ કરવો જોઈએ અને તેના હાથમાંથી પાણી બાળકની અંજલિમાં નાખવું જોઈએ. પછી, ‹સાવિત્રી›ની અનુમતિથી, ‹અશ્વિની› કુમારોએ તેમના હાથ અને પુષણના હાથ લીધા અને મંત્રનો પાઠ કર્યા પછી, બાળકના હાથ પકડ્યા. સાવિત્રીએ તમારો હાથ પકડ્યો, મંત્ર સંભળાવ્યા પછી, ‹અગ્નિ તમારા ગુરુ છે› કહીને બાળકનો હાથ ફરીથી પકડ્યો, ત્રીજી વખત બાળકનો હાથ પકડ્યો. શિક્ષકે સૂચના આપતાં બાળકે સૂર્ય તરફ જોયું. ગુરુએ પછી કહ્યું «દેવી સાવિત્રી, તે બ્રહ્મચારી છે, તેની રક્ષા કરો.» મંત્રનો જાપ કરો. તે પછી ગુરુએ કહ્યું - «તમે કોના બ્રહ્મચારી છો?» તમે જીવનના બ્રહ્મચારી છો. હું તને પ્રજાપતિને આપું છું. પછી ઋગ્વેદના મંત્રો (3-8-4) પાઠ કરતી વખતે, બાળકને જમણી બાજુ ફેરવો અને તેના હૃદયને સ્પર્શ કરો. પછી બ્રહ્મચારીએ ચૂપચાપ લાકડાને અગ્નિમાં મૂકવું જોઈએ. શ્રુતિના મતે પ્રજાપતિનું કામ ચૂપચાપ કરવું જોઈએ. કેટલાક લોકો અગ્નિના મંત્રનો જાપ કરે છે:

અમે આ લાકડું રાખીએ છીએ જેથી તમારી વૃદ્ધિ થાય અને અમને પણ બ્રાહ્મણ દ્વારા વૃદ્ધિ મળે. લાકડું મૂક્યા પછી અને અગ્નિને સ્પર્શ કર્યા પછી, બાળકે ત્રણ વાર કહેવું જોઈએ - «હું ગૌરવથી ધન્ય છું, અગ્નિ મને શાણપણ, વંશ અને શક્તિ આપે. સૂર્ય મને જ્ઞાન, વંશ અને શક્તિ આપે.» «હે અગ્નિ, તમે તેજસ્વી છો - હું તેજસ્વી બનીશ, તમે બળવાન છો - હું બળવાન બનીશ, તમારી પાસે બળવાન શક્તિ છે, મને બળવાન શક્તિ પણ પ્રાપ્ત થાઓ.» આ પછી શિષ્યએ ગુરુના ચરણ સ્પર્શ કરીને કહેવું જોઈએ - મને સાવિત્રી શીખવો, મને શીખવો, મને શીખવો. ગુરુએ બાળકને ધીમે ધીમે ગાયત્રી મંત્ર શીખવવો જોઈએ અને કહેવું જોઈએ - «હું તમારું મન કર્તવ્ય પર કેન્દ્રિત કરું છું. તમારું મન મારા મન જેવું રહે. તમે એકાગ્ર થાઓ અને મારી આજ્ઞાઓનું પાલન કરો. ગુરુ તમને સંપૂર્ણ સેવામાં વ્યસ્ત રાખે.» તે પછી, બાળકની કમરની આસપાસ મેખલા બાંધે અને તેને એક લાકડી પકડી રાખે. તે પછી, બ્રહ્મચારીની ફરજો સમજાવો - «બ્રહ્મચારી બનો, પાણી પીવો, સેવા કરો, દિવસ દરમિયાન ઊંઘશો નહીં, ગુરુમાં શ્રદ્ધા રાખીને વેદોનો અભ્યાસ કરો.»

સવાર-સાંજ ભિક્ષા માંગવી, યજ્ઞ માટે લાકડાં ભેગાં કરવાં, ભિક્ષામાં મળેલી સામગ્રી ગુરુને આપવી અને દિવસ દરમિયાન આરામ ન કરવો.

ઉપનયન સંસ્કાર ગુરુ દ્વારા બાળકને મંત્ર શીખવવા સાથે સમાપ્ત થાય છે. અહીં કહેવું મુશ્કેલ છે કે ઉપનયન પહેલા ગાયત્રી મંત્ર શીખવવો શા માટે જરૂરી છે?

ઉપનયન સંસ્કારના ઉપરોક્ત વર્ણનથી બે બાબતો સ્પષ્ટ થાય છે:

1. ઉપનયનનો હેતુ એક વ્યક્તિને વેદના અભ્યાસ માટે આચાર્ય પાસે મોકલવાનો હતો અને વેદના પાઠની શરૂઆત ગાયત્રીથી થઈ હતી.
2. બીજું, ઉપનયન સંસ્કાર માટે કેટલીક બાબતો ખૂબ જ મહત્વપૂર્ણ હતી, જે નીચે મુજબ છે:- (1) બે કપડાં, જેમાંથી એક શરીરના નીચેના ભાગ માટે હતું, જેને વાસ કહેવામાં આવતું હતું.

અને બીજું શરીરના ઉપરના ભાગ માટેનું વસ્ત્ર હતું જેને ઉત્તરીય કહેવામાં આવતું હતું. (2) લાકડી અને (3) કમર ફરતે બાંધવા માટે દોરડાથી બનેલો પટ્ટો અથવા દોરડું.

આ વર્ણનને આજની ઉપનયન વિધિ સાથે સરખાવીએ તો નવાઈ લાગશે કે પ્રાચીન ઉપનયન વિધિમાં યજ્ઞોપવિત (જનોઈ)નો કોઈ ઉલ્લેખ નથી. આધુનિક ઉપનયનનો મુખ્ય ઉદ્દેશ્ય માત્ર યજ્ઞોપવિત ધારણ કરવાનો જ રહ્યો છે અને આ યજ્ઞોપવિત (યાજ્ઞવલ્ક્ય તેને બ્રહ્મસૂત્ર કહે છે)ની ભૂમિકા એટલી મજબૂત બની છે કે તેની તૈયારી અને ઉપયોગ માટે વિગતવાર નિયમો તૈયાર કરવામાં આવ્યા છે.

યજ્ઞોપવીતમાં નવ તારનાં ત્રણ તાર છે. દરેક શબ્દમાળા દેવતા માટે છે.

પવિત્ર દોરો છાતીની ઉપર કે નાભિની નીચે ન હોવો જોઈએ. વ્યક્તિ એક સમયે એક કરતાં વધુ યજ્ઞોપવિત ધારણ કરી શકે છે.

યજ્ઞોપવિત દરેક સમયે ધારણ કરવી જોઈએ. પવિત્ર દોરો પહેર્યા વિના ભોજન કરવું અથવા પવિત્ર દોરાને જમણા કાન પર લટકાવીને પેશાબ કરવો, સ્નાન કરવું, પ્રાર્થના કરવી, ઉપવાસ કરવો વગેરે તપસ્યા કરવી પડશે. નવ તંતુઓના નવ દેવો છે. દેવતા સ્મૃતિ અનુસાર, આ ઓમકાર, અગ્નિ, નાગ, સોમ, પિતૃ, પ્રજાપતિ, વાયુ, સૂર્ય, વિશ્વદેવ છે. આમાં કેટલાક ફેરફારો પણ આવ્યા છે. મેધાતિથિ કહે છે કે ઈષ્ટિ, પશુબલિ, સોમ યજ્ઞ, ત્રણ સૂત્રોનું એક જ યજ્ઞોપવિત હોવું જોઈએ પણ તેમાં ત્રણ શ્રેણીઓ અહીન, એક અને સૂત્રો, ત્રણ અગ્નિ, સાત સોમસંસ્વા અને સાત ફેરા હોવા જોઈએ.

બ્રહ્મચારીએ માત્ર એક જ પવિત્ર દોરો પહેરવો જોઈએ, સ્નાતક અને

ગૃહસ્થે બે પવિત્ર દોરાઓ પહેરવા જોઈએ, જો કોઈ વ્યક્તિ લાંબુ જીવવા માંગે છે, તો તેણે બેથી વધુ પવિત્ર દોરા પહેરવા જોઈએ. સ્નાતકને હંમેશા બે પવિત્ર દોરો પહેરવા જોઈએ. ગૃહસ્થ 10 જેટલા પવિત્ર દોરા ઇચ્છે તેટલા પહેરી શકે છે. અન્ય વ્યક્તિનો પવિત્ર દોરો અને ચંપલ, માળા, ઝવેરાત અથવા કમંડલ વગેરે જેવી વસ્તુઓ પહેરવાની મનાઈ છે.

યજ્ઞોપવિતને ત્રણ પ્રકારે ધારણ કરવાની જોગવાઈ છે (1) નિવિત, (2) પ્રસનવિત અને (3) ઉપવિત.

જ્યારે તેને ગળામાં બે આંગળીઓ હૃદયની નીચે અને બે આંગળીઓ નાભિની ઉપર પહેરવામાં આવે છે, ત્યારે તેને નિવિત કહેવામાં આવે છે. ઉપવીતને ડાબા ખભાથી જમણી તરફ અને જમણા ખભાથી ડાબી તરફ પહેરવામાં આવે છે.

યજ્ઞોપવીતની શરૂઆત કેવી રીતે થઈ? આ અંગે તિલક સાહેબનો મત એ છે કે વૈદિક ગ્રંથોમાં પ્રજાપતિને ઓરિયન એટલે કે મૃગશિરા કહેવામાં આવે છે, અન્યથા તેને યજ્ઞ પણ કહેવામાં આવે છે. તેથી, કટિ પ્રદેશમાં પહેરવામાં આવતા ભાગને પ્રજાપતિના નામે સ્વાભાવિક રીતે યજ્ઞોપવિત કહેવામાં આવે છે. હવે તેને બ્રાહ્મણોનો પવિત્ર દોરો જનોઈ કહેવા લાગ્યો છે. અહીં પ્રશ્ન ઊભો થાય છે કે જનોઈ એ ઓરિઅનમાંથી કમરબંધ (પટુકા)નું સ્વરૂપ છે. આ નીચેના આધારો પર મને સાચું લાગે છે: -

સ્થાનિક સંશોધકોના મતે, યજ્ઞોપવિત એ યજ્ઞ ઉપવિત શબ્દનું સંયોજન છે. પરંતુ આ બાબતે મતભેદ છે. સંયુક્ત શબ્દનો અર્થ યજ્ઞ માટે ઉપવીત અથવા યજ્ઞ માટે ઉપવીત છે. એક સ્મૃતિ અનુસાર હોત્રીઓએ તેને ભગવાનનો યજ્ઞ કહ્યો છે. આ તેમનું ઉપવિત છે, તેથી તેને યજ્ઞોપવિત કહેવામાં આવ્યું છે. પવિત્ર દોરાને પકડીને સૌથી પવિત્ર યજ્ઞોપવિત પ્રજાતેત્સહજન પુરસ્તબ્ર મંત્રનો પાઠ કરવામાં આવે છે.

આ મંત્ર કોઈપણ સંહિતામાં ઉપલબ્ધ નથી. બોધાયને બ્રહ્મોપનિષદમાં આ લખ્યું છે.

આ મંત્ર હૌમા યષ્ટ જેવો જ છે જેનો અર્થ છે - «યજ્ઞોપવિત ઉચ્ચ અને પવિત્ર છે. તે બ્રહ્માથી જ ઉત્પન્ન થઈ છે.» પુરસ્તાત શબ્દ અવેસ્તામાં પોર્વાનીસ શબ્દનો પર્યાય છે અને ડો. હોગ દ્વારા ઉઠાવવામાં આવેલ પ્રશ્નનો ઉકેલ આવી ગયો છે કે સહજ પ્રજાપતિના ભાગોમાંથી તે ઉદ્ભવ્યું છે, તે મેનુસ્ટેમનો પર્યાય છે. આ સમાનતા સંયોગ નથી. મારા અભિપ્રાય મુજબ, જનોઈ ઓરીયનની પ્લેટમાંથી લેવામાં આવી હોય તેવું લાગે છે. ઉપવીત એટલે વણેલું કાપડ એ કોઈ દોરો નથી. તેથી, એવું લાગે છે કે કમરપટ્ટીનું અધોવસ્ત્રનું સ્વરૂપ એ યજ્ઞોપવિત છે.

તેઓ પ્રત્યક્ષ સ્વરૂપ છે અને પ્રજાપતિ નામ સાથે જોડાયેલા હોવાને કારણે પવિત્ર માનવામાં આવે છે.

તિલક સાહેબના વિચારો બેશક રસપ્રદ છે. પરંતુ આ કેટલીક મુશ્કેલીઓ હલ કરતા નથી. આ ઉપરાંત યજ્ઞોપવીતનો ઉત્તરીય અને વાસ સાથેનો સંબંધ પણ સ્પષ્ટ નથી. શું ઉપરના બે વસ્ત્રો સિવાય યજ્ઞોપવીત હતી? જો એમ હોય તો ઉપનયન વિધિના પ્રાચીન વર્ણનમાં શા માટે તેનો ઉલ્લેખ નથી. જો જનોઈ ઉપરોક્ત વસ્ત્રોનો વિકલ્પ હોય તો ઉપનયનમાં વસ્ત્રો પહેરવાનો ઉલ્લેખ શા માટે છે.

હવે હું બીજી થિયરી રજૂ કરું છું. યજ્ઞોપવિત સંસ્કાર વારસાના અધિકારો માટે કરવામાં આવે છે. તેનો હેતુ વ્યક્તિને ચોક્કસ ગોત્ર સાથે જોડવાનો હતો. તે ઉપનયન સાથે સંબંધિત નથી. ઉપનયન વેદોના અભ્યાસના હેતુથી કરવામાં આવ્યું હતું. મોટાભાગના લોકોને ખબર ન હતી કે પ્રાચીન આર્ય કાયદા અનુસાર, પિતાએ તેના પુત્રને જન્મથી જ તેના પિતાનું ગોત્ર આપવા માટે એક વિશેષ વિધિ કરવી પડતી હતી અને ત્યારે જ પુત્ર તેના પિતાના ગોત્રનો હકદાર બન્યો હતો. આ બાબતે આર્ય સમાજમાં બે નિયમો પ્રચલિત હતા. એક અશુદ્ધતાનો નિયમ હતો અને બીજો અપનાવવાનો. કોઈના મૃત્યુ પછી શોકનો સમયગાળો નજીકના સંબંધીઓ અને દૂરના સંબંધીઓ માટે અલગ હતો. જો પુત્રનો યજ્ઞ ન થયો હોય તો અશુદ્ધિ (સુતક) થોડા દિવસો માટે જ હતી. જ્યાં સુધી દત્તક લેવાનો સંબંધ છે, એવી કોઈ વ્યક્તિને દત્તક લઈ શકાય નહીં કે જેને પહેલેથી જ યજ્ઞોપવિતનો આશીર્વાદ મળ્યો હોય. આ બે નિયમોનો અર્થ શું છે? પુત્ર માટે અશુદ્ધતાનો સમયગાળો ટૂંકો હતો કારણ કે તે પવિત્ર દોરો ન હોવાને કારણે તેના પિતાના ગોત્રને ઔપચારિક રીતે ધારણ કરી શક્યો ન હતો. દત્તક લેવાનો મતલબ દત્તક લેનાર પિતાના ગોત્ર સાથે સંબંધ છે. યજ્ઞોપવિત પૂર્ણ થતાં પુત્ર પિતાના ગોત્રમાં આવશે.

ઉપરોક્ત બે નિયમો પરથી સ્પષ્ટ થાય છે કે યજ્ઞોપવિત ગોત્ર સાથે સંબંધિત હતી ઉપનયન સાથે નહીં. જૈન સાહિત્ય દ્વારા પણ આ વાતની પુષ્ટિ થાય છે. આચાર્ય રવિસેન દ્વારા લખાયેલા પદ્મ પુરાણના ચોથા ભાગના શ્લોક 87માં આનો ઉલ્લેખ છે.

“હે ભગવાન, તમે અમને ક્ષત્રિય, વૈશ્ય અને શુદ્રની ઉત્પત્તિ કહી છે. હવે અમે યજ્ઞોપવિત ધારણ કરનારાઓનું મૂળ જાણવા માંગીએ છીએ.”

“જેઓ યજ્ઞોપવિત ધારણ કરે છે” એ વાક્ય મહત્ત્વનું છે. બેશક આ અભિવ્યક્તિ બ્રાહ્મણ માટે છે. આના પરથી સ્પષ્ટ થાય છે કે એક સમય એવો હતો કે જ્યારે માત્ર બ્રાહ્મણો જ યજ્ઞોપવિત પહેરતા હતા,

અન્ય જાતિઓ કે વર્ણો નહીં, કારણ કે ગોત્રો ફક્ત બ્રાહ્મણોમાં જ હતા. આનાથી એ હકીકત બહાર આવી કે પુત્રને પિતાના ગોત્રમાં લાવવા અથવા પિતાના ગોત્ર સાથે સંબંધ સ્થાપિત કરવા માટે યજ્ઞોપવિત સંસ્કાર કરવામાં આવ્યા હતા. તેનો યજ્ઞોપવિત ઉપનયન સંસ્કાર સાથે કોઈ સંબંધ નહોતો. ઉપનયન વેદોના અભ્યાસના હેતુ માટે હતું.

જો આને યોગ્ય તરીકે સ્વીકારવામાં આવે તો યજ્ઞોપવિત અને ઉપનયન વિધિઓ અલગ હતી પરંતુ સમય જતાં એક થઈ ગઈ. આ એકીકરણ પણ સ્વાભાવિક છે. જો દીકરો પવિત્ર દોરા વગર ભણવા ગયો તો આચાર્ય તેને પોતાના ગોત્રમાં સમાવી લેશે તેવી ભીતિ હતી. આ ડરને દૂર કરવા માટે, લોકો તેમના પુત્રોને જનોઈની વિધિ પૂર્ણ કર્યા પછી જ વેદ અભ્યાસ માટે મોકલતા હતા. કદાચ આ જ કારણ હતું કે સમય જતાં આ બંને યજ્ઞોપવિત અને ઉપનયન વિધિઓ એકસાથે થવા લાગી. ગમે તે હોય, ઉપનયન વેદના અભ્યાસ સાથે સંબંધિત છે.

III

હું મારા સિદ્ધાંતના આધારને નક્કર માનું છું. હજુ પણ લોકોને ચોક્કસપણે શંકા હશે. ઉપરોક્ત વિચાર અંગે નીચેની શંકાઓ થવી સ્વાભાવિક લાગે છે.

1. શું ઉપનયન કરવું શુદ્રત્વની નિશાની નથી?
2. શુદ્રો ક્યારેય ઉપનયન માટે હકદાર હતા?
3. શુદ્રોના પતનનું કારણ ઉપનયનથી કેવી રીતે વંચિત રહે છે?
4. શુદ્રોના ઉપનયનને રોકવાનો બ્રાહ્મણોને શું અધિકાર હતો? આ સંભવિત શંકાઓના ઉકેલો રજૂ કરવાની જવાબદારી મારી છે.

IV

પ્રથમ શંકાના નિવારણ માટે સૌ પ્રથમ એ જાણવું જરૂરી છે કે ભારતની અદાલતોએ શુદ્રોની ઓળખ માટે કયા માપદંડો નક્કી કર્યા છે.

આ સંદર્ભમાં પ્રથમ ઉદાહરણ પ્રિવી કાઉન્સિલ દ્વારા 1937માં એક કેસમાં આપવામાં આવેલ નિર્ણય છે (7. MIA 18).

આમાં એવો મુદ્દો ઉઠાવવામાં આવ્યો હતો કે શું તે સમયે ભારતમાં ક્ષત્રિયો હતા? એક પક્ષે દલીલ કરી કે તેઓ ક્ષત્રિય હતા, બીજી બાજુએ દલીલ કરી કે તેઓ ક્ષત્રિય નથી. ક્ષત્રિયોના અસ્તિત્વને સ્વીકારનાર પક્ષની દલીલ બ્રાહ્મણો દ્વારા પ્રચારિત થિયરી પર આધારિત હતી કે બ્રાહ્મણ પરશુરામે ક્ષત્રિયોનો નાશ કર્યો હતો અને જે બચી ગયા હતા તેઓનું મગધના શુદ્ર રાજા મહાપદમ નંદ દ્વારા શિરચ્છેદ કરવામાં આવ્યા હતા. આથી ક્ષત્રિયોનો સંપૂર્ણ નાશ થયો. માત્ર બ્રાહ્મણો અને શુદ્રો

બાકી છે. પ્રિવી કાઉન્સિલે તેને બ્રાહ્મણોની કલ્પનાની મૂર્તિ તરીકે નકારી કાઢી અને ક્ષત્રિયોના અસ્તિત્વને સ્વીકાર્યું. જો કે, પ્રિવી કાઉન્સિલે એવો કોઈ માપદંડ સ્થાપિત કર્યો ન હતો કે જેના આધારે ક્ષત્રિયો અને શુદ્રોનું અલગ અસ્તિત્વ સ્થાપિત કરી શકાય. તેમ છતાં તેણે ચુકાદો આપ્યો કે દરેક કેસનો નિર્ણય તેના પોતાના તથ્યો પર થવો જોઈએ.

બીજો કેસ (ILR 10 કલકત્તા 688) બિહારના કાયસ્થો ક્ષત્રિય છે કે શુદ્ર છે તે અંગેનો હતો. બિહારના કાયસ્થોએ પ્રાર્થના કરી હતી કે તેમની સ્થિતિ બંગાળ, ઉત્તર પ્રદેશ અને બનારસના કાયસ્થોની સ્થિતિથી અલગ છે. તેથી તેઓ ક્ષત્રિય છે. હાઈકોર્ટે તેમના શ્રેષ્ઠતાના દાવાને ફગાવી દીધો અને તેમને શુદ્ર ગણાવ્યા. અલ્હાબાદ હાઈકોર્ટે (કેસ નંબર ILR-12 અલ્હાબાદ 3283માં) ઉપરોક્ત નિર્ણયને અવિશ્વસનીય ગણાવ્યો હતો. જજ મહેમૂદે પોતાના ચુકાદાને પી. 334 પર કહ્યું:-

બંને નીચલી અદાલતોએ એવો અભિપ્રાય વ્યક્ત કર્યો હોય તેમ લાગે છે કે કાયસ્થ, આ પ્રદેશની શિક્ષિત જાતિ કે જેનાથી આ પક્ષો સંબંધ ધરાવે છે, તે તેમની સ્મૃતિઓમાં અથવા અન્યત્ર મનુ દ્વારા શાસિત શુદ્રોની શ્રેણીમાં આવે છે. હું આ વિચારની માન્યતા પર ઉભા થયેલા નોંધપાત્ર શંકાઓની નોંધ કરું છું. આ પ્રશ્ન વિચારવા જેવો નથી કારણ કે તે જાતિનો મુદ્દો છે પરંતુ તે સમાજના એક મહત્વપૂર્ણ વર્ગ પર હિન્દુ કાયદો લાદવાનો પ્રશ્ન છે. મને નથી લાગતું કે શ્રી નારાયણ મિત્ર વિરુદ્ધ શ્રી મુક્તિ કિરણ, સુંદરી દાસ અથવા મહાશિવ શશિનાથ ઘોષ વિરુદ્ધ શ્રીમતી કૃષ્ણ સુંદરી દાસમાં પ્રિવી કાઉન્સિલના ન્યાયાધીશોનો નિર્ણય લાગુ થવો જોઈએ. બંગાળની નીચલી અદાલતમાં બંને કેસો દાખલ કરવામાં આવ્યા હતા જેમાં ઉત્તર-પશ્ચિમ પ્રાંતો અને અવધ જેવા ઉચ્ચ ભારતની 12 કાયસ્થ જાતિઓથી અલગ ગણવામાં આવે છે, અને હું સમજી શકતો નથી કે વિદ્વાન મુખ્ય ન્યાયાધીશ અને મારા મિત્ર ટાયરેલ મને ચૌધરી હજારી લાલ વિ. વિષ્ણુ દયાલના કેસમાં આપેલ ઉક્ત નિર્ણયને સ્વીકારવા દો, 1886ની પ્રથમ અપીલ નંબર 113, જેનો નિર્ણય 15 જૂન, 1887ના રોજ કરવામાં આવ્યો હતો, જે પોતે આ કેસમાં સ્વીકૃત નિર્ણય હતો. હું તેનો અસ્વીકાર કરું છું.

ત્રીજો કેસ (20 કલકત્તા ડબલ્યુએન 901 વર્ષ 1916) વિવાદ અંગેનો હતો કે

બંગાળના કાયસ્થ શુદ્ર છે કે ક્ષત્રિય? હાઈકોર્ટે તેમને શુદ્ર જાહેર કર્યા હતા. આ નિર્ણયના વિરોધમાં, પ્રિવી કાઉન્સિલે બંગાળના કાયસ્થોનો કેસ જેમનો તેમ છોડી દીધો. 1916 થી 1926 ના સમયગાળામાં, કલકત્તા હાઈકોર્ટે તેના બે નિર્ણયોમાં, શૂદ્રોની તંતી અને ડોમ જાતિઓ સાથે

વૈવાહિક સંબંધો સ્થાપિત કરવાના આધારે બંગાળના કાયસ્થોને શુદ્ર જાહેર કર્યા.

ઉપરોક્ત ન્યાયિક નિર્ણયોને કારણે કાયસ્થોની સ્થિતિ ઘટી. વર્ષ 1926 (ILRR-6 પટના 506), ન્યાયમૂર્તિ જ્વાલા પ્રસાદે દરેક સ્મૃતિ અને પુરાણનો સંપૂર્ણ અભ્યાસ કર્યો જેમાં કાયસ્થોનું વર્ણન હતું અને તેમના 47 પાનાના ચુકાદામાં કલકત્તા હાઈકોર્ટના ચુકાદાથી અલગ હતા, તેમણે બિહારના કાયસ્થોને ક્ષત્રિય જાહેર કર્યા.

તંજોર રાજ્યના પ્રાપ્તકર્તા દ્વારા વર્ષ 1924 (48 મદ્રાસ 1) માં મદ્રાસ હાઈકોર્ટમાં હરીફ દાવો દાખલ કરવામાં આવ્યો હતો જેમાં 1918 માં મરાઠાઓ કાયસ્થ હતા કે શુદ્રો તે અંગે મદ્રાસમાં વિવાદ ઊભો થયો હતો. તે મરાઠા સામ્રાજ્યના સ્થાપક શિવાજીના ભાઈ બેનકોજી (જેનું નામ એકોજી હતું) દ્વારા દાખલ કરવામાં આવ્યું હતું, જેઓ મરાઠા હતા. તાંજોર રાજ્યના મહારાજા અને તેમના તમામ તાત્કાલિક અનુગામીઓ રક્ષણાત્મક પક્ષમાં હતા. 229 પાનાના ચુકાદામાં, મદ્રાસ હાઈકોર્ટે મરાઠાઓને શુદ્ર ગણ્યા અને ક્ષત્રિયો નહીં, કારણ કે બચાવ પક્ષે દલીલ કરી હતી.

મરાઠાઓ સંબંધિત 1928 (I.L.R. 52 બોમ્બે 497)નો બીજો વિવાદ હતો. કોર્ટે ચુકાદો આપ્યો હતો. બોમ્બે પ્રેસિડેન્સીમાં મરાઠાઓના ત્રણ વર્ગ છે - (1) પાંચ પરિવારો, (2) છન્નુ પરિવારો અને (3) અન્ય પ્રથમ બે કુટુંબો કાયદેસર રીતે ક્ષત્રિય છે.

મરાઠાઓ સંબંધિત છેલ્લા કેસમાં (I.L.R. (1927) 52 મદ્રાસ 492) કોર્ટે કહ્યું – બોમ્બે પ્રેસિડેન્સીમાં મરાઠાઓની ત્રણ શ્રેણીઓ છે (1) પાંચ ગૃહો (2) છન્નુ મકાનો અને (3) અન્ય શ્રેણીઓ ક્ષત્રિયોની છે.

છેલ્લા કિસ્સામાં વિવાદ એ હતો કે મદુરાઈના યાદવો ક્ષત્રિય હતા કે શુદ્ર? યાદવોએ ક્ષત્રિય હોવાનો દાવો કર્યો. મદ્રાસ હાઈકોર્ટે તેને ફગાવીને તેમને શુદ્ર જાહેર કર્યા હતા.

આ કોર્ટ પ્રક્રિયા શંકાસ્પદ છે કારણ કે તેનાથી ક્ષત્રિય કોણ છે અને શુદ્ર કોણ છે તે અંગે બહુ ઓછા પરિણામો મળ્યા છે. બિહારના ઉચ્ચ પ્રાંત (હવે ઉત્તર પ્રદેશમાં) અને બનારસના કાયસ્થો ક્ષત્રિય છે અને બંગાળના શુદ્રો. મદ્રાસ હાઈકોર્ટે તમામ મરાઠાઓને શૂદ્ર ગણ્યા છે જ્યારે બોમ્બે હાઈકોર્ટે મરાઠાઓના પાંચ પરિવારો અને છપ્પન કુટુંબોને ક્ષત્રિય અને અન્યને શુદ્ર જાહેર કર્યા છે. કૃષ્ણના વંશજ હોવાના કારણે યાદવ સમુદાયને ક્ષત્રિય માનવામાં આવતો હતો પરંતુ હાઈકોર્ટે તેમને શુદ્ર ગણ્યા છે.

અમારો મુખ્ય હેતુ એ જોવાનો છે કે ઉપરોક્ત કેસોમાં ચુકાદો આપતી વખતે અદાલતોએ કયા પુરાવા અને માપદંડોને ધ્યાનમાં રાખ્યા છે. આ નીચે મુજબ છેઃ-

1. કેસ નંબર I.L. આર. 10 આ ધોરણો કલકત્તા 688 માં અપનાવવામાં આવ્યા હતાઃ-
   (a) અટક તરીકે દાસ શબ્દનો ઉપયોગ કરવો.
   (b) યજ્ઞોપવિત (જનોઈ) ધારણ કરવી.
   (c) યજ્ઞ-હવન કરવાનો અધિકાર (ક્ષમતા).
   (d) અશુદ્ધતાનો સમયગાળો.
   (e) ગેરકાયદેસર પુત્રની વારસદાર બનવાની લાયકાત.
2. કેસ નંબર I.L. આર. પટના 606 મુજબ, જાહેર ખ્યાતિને મુખ્ય આધાર માનવામાં આવતો હતો. પ્રતિષ્ઠાના આધારે જો કોઈ સમુદાય ક્ષત્રિય હોય તો તે ક્ષત્રિય ગણાતો.
3. મુકદમા નંબર 48 મદ્રાસ 1 માં, વિવિધ માપદંડોને ધ્યાનમાં લેવામાં આવ્યા હતા, જેમાં પ્રથમ જાતિ ચેતના, બીજું પવિત્ર દોરો પહેરીને ઉપનયન સંસ્કાર હતો. ત્રીજો માપદંડ એ હતો કે તમામ બિન-બ્રાહ્મણ જાતિઓ શુદ્ર છે સિવાય કે તેઓ પોતાને ક્ષત્રિય અથવા વૈશ્ય સાબિત કરે.
4. કેસ નંબર I.L. આર. બોમ્બે 497 માં, અપનાવવામાં આવેલા માપદંડો હતા (i) જાતિ ચેતના, (ii) રિવાજો અને (ii) અન્ય જાતિઓ દ્વારા ઉક્ત ભાવનાનો સ્વીકાર.

વિષયથી સ્વતંત્ર કોઈપણ વિદ્વાન વિવિધ અદાલતો દ્વારા અપનાવવામાં આવેલા ધોરણોને યોગ્ય તરીકે સ્વીકારી શકશે નહીં. અશુદ્ધતાનો સમયગાળો અપ્રસ્તુત છે. યજ્ઞની યોગ્યતા, સંબંધિત હોવા છતાં, માન્ય નથી. જાતિ ચેતનાને પણ નક્કર ધોરણ તરીકે ગણી શકાય નહીં કારણ કે ઉપનયન સંસ્કારના ધોરણો અલગ છે. તે કોર્ટમાં યોગ્ય રીતે રજૂ કરવામાં આવ્યો નથી. પરંતુ જો ઉપનયન સંસ્કારને યોગ્ય રીતે સમજવામાં આવે અને તેનો યોગ્ય ઉપયોગ કરવામાં આવે તો તે તાર્કિક છે તેમાં કોઈ શંકા નથી. અનિવાર્ય સંજોગોમાં, જો કોઈ જાતિ લાંબા સમય સુધી તેની ધાર્મિક વિધિઓ કરવામાં અસમર્થ હોય તો તે તેની સ્થિતિ ગુમાવે છે. અદાલતોએ પ્રચલિત રિવાજો અને અધિકારો વચ્ચે ભેદ ન રાખીને ઉપનયનનું વ્યાજબી વર્ણન કર્યું નથી. હજુ પણ ઉપનયનનો પુરાવો સાચો હોઈ શકે છે. સામાન્ય રીતે અદાલતોએ માની લીધું છે કે પ્રાચીન સમયમાં જે સાચું હતું તે આજે પણ સાચું છે. તેથી તેમાં સર્જાયેલી પરંપરાઓને કારણે અમુક જગ્યાએ માત્ર એક જ જાતિને

ક્ષત્રિય અને અમુક જગ્યાએ શુદ્ર ગણવામાં આવી છે. સાબિતી એ નથી કે કોઈ ચોક્કસ જાતિ પવિત્ર દોરો પહેરે છે કે નહીં. પ્રશ્ન એ છે કે તેને આમ કરવાનો અધિકાર છે કે નહીં. તેથી, હિંમતભેર કહી શકાય કે ઉપનયનનો અભ્યાસ કરવાનો અધિકાર વાસ્તવિક છે અને તેના પરથી સ્પષ્ટ થાય છે કે કોઈ ચોક્કસ વ્યક્તિ શુદ્ર છે કે ક્ષત્રિય.

V

બીજી કટોકટી સંપૂર્ણપણે પાયાવિહોણી છે. લગભગ દરેક સમાજ શરૂઆતમાં એક થાય છે અને સમય સાથે ઘણા ભાગોમાં વિભાજિત થાય છે. તેથી, આર્યોએ શરૂઆતમાં શૂદ્રો અને સ્ત્રીઓને જાતિના આધારે ઉપનયનથી વંચિત રાખ્યા હતા તેવું માનવું અયોગ્ય ધારણા છે. આ દલીલ તે સંબંધિત હોઈ શકે, પરંતુ આ સંદર્ભમાં, જન્મના સંજોગો અને સ્પષ્ટ પુરાવા ઉપલબ્ધ છે કે શુદ્રો અને સ્ત્રીઓ પણ પવિત્ર દોરો પહેરવા માટે હકદાર હતા. પ્રાચીન સમાજમાં, ઉપનયન દરેક માટે ફરજિયાત હતું. આ માટે નીચેની બાબતોનું ધ્યાન રાખવું જોઈએ:-

મૂંગા, બહેરા, મૂંગા અને નપુંસક લોકોને પણ પવિત્ર દોરો પહેરવાનો અધિકાર હતો. તેમના માટે એક અલગ પ્રક્રિયા હતી. મૂંગા, બહેરા અને મૂર્ખ લોકો માટે ઉપનયન સંસ્કાર કરાવવાની ખાસ પ્રક્રિયા હતી. તે અન્ય કરતા અલગ હતો. આચાર્ય દ્વારા બધા મંત્રો ધીમે ધીમે વાંચવામાં આવ્યા. ફર્ક માત્ર સમિધા, યજ્ઞ, કપડાં, હરણની છાલ આપવા, પટ્ટો બાંધવામાં અને લાકડી લઈ જવાનો હતો. છોકરાએ તેનું નામ ઉચ્ચાર્યું ન હતું. આ પદ્ધતિનો ઉપયોગ નપુંસક, અંધ અને વાઈ અને રક્તપિત્તના દર્દીઓ માટે થતો હતો.

ક્ષત્રિયો, વૈશ્ય અને સંકર જાતિઓ જેમ કે રથાન્કર, અંબસ્થ વગેરેના ઉપનયનના નિયમો પરથી સ્પષ્ટ થાય છે કે 6 અનુલોમ જાતિઓને પણ ઉપનયનનો અધિકાર હતો. પતિસાવિત્રિકોને ઉપનયન કરવાનો અધિકાર હતો. ઉપનયન માટે યોગ્ય ઉંમર બ્રાહ્મણ પુત્ર માટે આઠમું વર્ષ, ક્ષત્રિય પુત્ર માટે અગિયારમું વર્ષ અને વૈશ્ય પુત્ર માટે 12 વર્ષ હતું. તેમ છતાં, ખાસ સંજોગોમાં, આ સંસ્કાર અનુક્રમે 16મા, 21મા અને 24મા વર્ષમાં કરી શકાય છે. જો આ ઉંમર સુધી ઉપનયન પૂર્ણ ન થયું હોય, તો તે વ્યક્તિ ગાયત્રી મંત્રનો પાઠ કરવા માટે અયોગ્ય માનવામાં આવતો હતો. તેને પતિસાવિત્રિકા અથવા સાવિત્રી પતિતા કહેવામાં આવતી હતી. નિયમોની કઠોરતાને કારણે, નિર્ધારિત ઉંમરે પહોંચ્યા પછી, કોઈ તેમનું ઉપનયન કરી શક્યું નહીં, ન તો તેને વેદ શીખવી શક્યું, ન તો તે યજ્ઞ કરી શક્યો. તે તેમની સાથે સામાજિક સંબંધો (જેમ કે વૈવાહિક

સંબંધો વગેરે) પણ સ્થાપિત કરી શક્યો ન હતો. આ પછી પણ જો યોગ્ય તપસ્યા કરવામાં આવે તો ઉપનયન થઈ શકે છે.

બ્રહ્મધ્ન (જેના દાદા અને પિતા પાસે ઉપનયન ન હતું) પણ પસ્તાવો કર્યા પછી ઉપનયન કરી શકતા હતા. નિયમો અનુસાર, જો કોઈના પિતા અને દાદાએ ઉપનયન ન કર્યું હોય, તો તે ત્રણ પેઢીઓને બ્રહ્મ હત્યારા કહેવામાં આવે છે. તેમના ઘરનો કોઈ ખોરાક લેતું ન હતું. પછી, તેમની ઇચ્છા પર અને યોગ્ય પ્રાયશ્ચિત કરવા પર, તેમનું ઉપનયન કરવામાં આવતું.

તેવી જ રીતે, જો કોઈ વ્યક્તિએ તેના દાદાના સમયથી તેના વંશમાં ઉપનયન ન કર્યું હોય, તો તે 12 વર્ષ સુધી બ્રહ્મચારી જીવન જીવ્યા પછી ઉપનયનમમાંથી પસાર થઈ શકે છે. તેમ છતાં તેઓ વેદોના અભ્યાસથી વંચિત હતા, તેમનો પુત્ર સાવિત્રિકાની જેમ ઉપનયન સંસ્કારમાંથી પસાર થઈને આર્ય જેવો બની શકે છે.

વ્રત્યોનું ઉપનયન પણ કરવામાં આવ્યું હતું. વ્રત્યો આર્ય હતા કે બિન-આર્ય હતા તે કહેવું બહુ મુશ્કેલ છે. તેઓ પાપી જીવન જીવતા હતા. તેઓએ ન તો બ્રહ્મચર્ય પાળ્યું કે ન તો ખેતી કરી. તેમનો પોતાનો કોઈ ધંધો પણ ન હતો, છતાં એમાં કોઈ વિવાદ નથી કે તે આર્ય અને બિન-આર્ય બંને હતા. એ પણ સાચું છે કે બ્રાહ્મણો તેમને આર્યોમાં સામેલ કરવા માંગતા હતા. વ્રત્યસ્તોમ જો તેણે કર્યું હોત તો તે ઉપનયનમ બની શક્યો હોત. પ્રત્યસ્તોમ ચાર પ્રકારના હતા. (1) બધા વ્રત્યો માટે. (2) જઘન્ય પાપ કરનારા અને બ્રાહ્મણ જીવન જીવવા બદલ શાપિત લોકો માટે (3) પારિવારિક જીવન જીવતા યુવાનો માટે અને (4) પારિવારિક જીવન જીવતા વૃદ્ધો માટે. ચાર વ્રતસ્તોમમાં, દરેકને સોદસ્તોમ કરવું પડતું હતું જેના કારણે તેઓ ઉચ્ચ દરજ્જો પ્રાપ્ત કરે છે. વ્રત્યોસ્તોમ યજ્ઞ પછી, તેમનું વ્રત જીવન સમાપ્ત થઈ ગયું હોવાનું માનવામાં આવતું હતું અને આર્યો સાથે તેમના સામાજિક સંબંધો સ્થાપિત થઈ શકતા હતા. ઉપનયને તેમને વેદનો અભ્યાસ કરવાનો અધિકાર પણ આપ્યો. વ્રતત્વ શુદ્ધિ સંગ્રાહમાં નિર્ધારિત પ્રાયશ્ચિત પછી બાર પેઢી પછી પણ શુદ્ધિની જોગવાઈ છે.

બોધાયન (2.10) એ ચોક્કસ વૃક્ષ (અસ્વસ્થ વૃક્ષ) ના ઉપનયન વિશે પણ વાત કરી છે.

આ ઉપનયનની પ્રથાનો વ્યાપ દર્શાવે છે.

આ સંદર્ભમાં, માનવું મુશ્કેલ છે કે આર્યોએ શુદ્રો અને સ્ત્રીઓને શરૂઆતથી જ ઉપનયનથી વંચિત રાખ્યા હતા? આ સંદર્ભમાં, ભારતીય આર્યો સાથે ગાઢ સાંસ્કૃતિક અને ધાર્મિક સંબંધો ધરાવતા ભારતીય

ઈરાનીઓનું ઉદાહરણ આપવું યોગ્ય રહેશે. ઈરાનીઓમાં તમામ વર્ગના સ્ત્રી-પુરુષો યજ્ઞોપવિત ધારણ કરતા હતા, તો પછી ટીકાકારોએ જવાબ આપવો જોઈએ કે ભારતીય આર્યોમાં આ તફાવતનું કારણ શું છે?

આપણે સંજોગો અને અન્ય પુરાવાઓ પર નિર્ભર રહેવાની જરૂર નથી, કારણ કે આર્યોમાં પણ સ્ત્રીઓ અને શુદ્રોને ઉપનયનનો અધિકાર હતો તેના પ્રત્યક્ષ પુરાવા છે. હિંદુ શાસ્ત્રો અનુસાર ઉપનયન મહિલાઓ માટે કરવામાં આવતું હતું. તેણે માત્ર વેદનો પાઠ કર્યો ન હતો. હકીકતમાં, તેઓ વેદના અભ્યાસ માટે શાળાઓ પણ ચલાવતા હતા. આ જ કારણ છે કે સ્ત્રી પહેલા મીમાંસા પર ટીકાઓ લખવામાં આવી છે.

જ્યાં સુધી શુદ્રોનો સંબંધ છે, તેના પર પણ સાનુકૂળ પુરાવા છે. રાજા સુદાસનો રાજ્યાભિષેક ઋષિ વશિષ્ઠ દ્વારા કરવામાં આવ્યો હતો. તેણે રાજસૂય યજ્ઞ કર્યો. સુદાસ શુદ્ર હતો. તેણે યજ્ઞોપવિત ધારણ કરી હશે, કારણ કે ઉપનયન પછી જ તે આ સંસ્કારોનો હકદાર બની શકશે. તે સ્પષ્ટ છે કે શુદ્રો પણ ઉપનયનના હકદાર હતા. મેક્સ મુલર દ્વારા ટાંકવામાં આવેલા સંસ્કાર ગણપતિમાં શુદ્ર ઉપનયનનો અધિકાર છે.

સ્ત્રીઓ અને શુદ્રોના મામલામાં માત્ર એક જ તફાવત છે. મહિલા ઉપનયન બંધ કરવા માટે એક તાર્કિક સમજૂતી છે. પરંતુ શુદ્રો અંગે કોઈ સ્પષ્ટતા નથી. એવી દલીલ કરવામાં આવે છે કે મહિલાઓનું ઉપનયન આઠ વર્ષની ઉંમર સુધી થતું હતું અને તે પછી લગ્નની ઉંમર થઈ જતી હતી, પરંતુ સમય જતાં જ્યારે લગ્નની ઉંમર ઘટીને આઠ વર્ષની થઈ ગઈ ત્યારે ઉપનયન વિધિ સ્વતંત્ર રીતે થઈ શકી નહીં. પરંતુ લગ્ન સમારંભમાં ભળી ગયો અને ધીમે ધીમે તેનો અંત આવ્યો. સાચું કે ખોટું એ બીજી વાત છે પણ શુદ્રો ઉપનયન કરતા હતા. સમજૂતી સાચી છે કે ખોટી તે એક અલગ પ્રશ્ન છે. શુદ્રોનું ઉપનયન કેવી રીતે બંધ થયું તે અંગે કોઈ સ્પષ્ટ સિદ્ધાંત નથી.

મારી દલીલો છતાં જે લોકો પોતાના વાંધાઓ પર અડગ રહે છે તેમને તેમની નબળાઈનો અહેસાસ થશે. પ્રશ્ન એ છે કે શુદ્રોને અધિકાર કેમ નથી? પોંગપંથીઓ કહેશે કે શરૂઆતથી જ ઉપનયન શુદ્રો માટે નહોતું. પરંતુ તેઓ આ માટે કોઈ કારણ કે આધાર આપતા નથી. તે માત્ર એટલું જ કહે છે કે શુદ્રો ઉપનયન માટે હકદાર નથી કારણ કે તેઓ બિન-આર્ય છે. શૂદ્રો આર્ય છે અને બિન-આર્ય નથી તેવું સાબિત થયું હોવાથી, આ દલીલ પાયાવિહોણી છે. હવે પ્રશ્ન એ છે કે શૂદ્રોને શરૂઆતથી જ ઉપનયનનો અધિકાર ન હોવાનું વિધાન તર્ક અને પ્રામાણિકતાના આધારે વૈદિક કાયદાની વિરુદ્ધ હોય તો તે અમાન્ય છે. હવે આપણે વિચારીશું કે શુદ્રોનો ઉપનયનનો અધિકાર હતો જે પાછળથી છીનવાઈ

ગયો. શા માટે અને કેવી રીતે આ અધિકાર છીનવી લેવામાં આવ્યો તેની ચર્ચા પછી કરવામાં આવશે.

VI

ત્રીજો વાંધો નકામો છે. જેને ઉપનયન સંસ્કારનું જ્ઞાન નથી તે જ આવો વાંધો ઉઠાવી શકે છે.

આર્યો તેમની વિધિઓને સંસ્કાર કહે છે. ગૌતમ ધર્મ સૂત્ર (8.14-24) નીચેના 40 સંસ્કારોનું વર્ણન કરે છેઃ

ગર્ભધાન, પુંસવન, સીમન્તોનયન, જટાકર્મ, નામકરણ, અન્નપ્રાશન, ચૌલ, ઉપનયન, ચાર વૈદિક ઉપવાસ, સ્નાન અથવા સંવર્તન, લગ્ન, પાંચ દૈનિક મહાયજ્ઞો (ભગવાન, પિતૃ, મનુષ્ય, ભૂત અને બ્રહ્મા માટે) સાત પાકયજ્ઞો (અસ્તક, પાર્વણસ્થળીયા, સંવર્ધન, શ્રાવણી, અગ્રહાયણી, ચૈત્રી, અશ્વયુજી) સાત હવિર્યજ્ઞા (અગ્નિધ્યાય, અગ્નિહોત્ર, દશપૂર્ણમાસા, અગ્રાયણ, ચાતુર્માસ, નિરુદ્ધપસબંધ અને સૌત્ર મણિ) સાત સોમયજ્ઞો (અગ્નિસ્તોમા, અત્યાગ્નિસ્તોમા, ઉક્ત્યા, અત્યાપ્ય, અત્યાપ્ય અને અત્યાપ્ય).

પાછળથી મૂલ્યો અને સંકુચિત ભાવનાઓમાં તફાવત જોવા મળ્યો. વાસ્તવમાં સંસ્કાર એ યજ્ઞનું નામ હતું. તે તેના સાચા અર્થમાં લખવામાં આવ્યું ન હતું અને તે પછીથી ઘટાડીને સોળ કરવામાં આવ્યું હતું.

ધાર્મિક વિધિઓ અંગે કોઈ આશ્ચર્ય નથી. દરેક સમાજ સંસ્કારો સ્વીકારે છે. ખ્રિસ્તીઓ પાસે બાપ્તિસ્મા, પુષ્ટિકરણ, મેટ્રોમેની, એક્સ્ટ્રીમ યુકેરિસ્ટ, વગેરે પણ છે. આ સામાજિક નથી પણ ધાર્મિક છે. શરૂઆતમાં ભારતીય આર્યો અને ખ્રિસ્તીઓના સંસ્કારો અલગ છે. ખ્રિસ્તી માન્યતાઓ અનુસાર, તેમની ધાર્મિક વિધિઓ સંપૂર્ણ રીતે ધાર્મિક હતી, જે ભગવાનની કૃપાની વિધિઓ છે. પ્રથમ મીમાંસાના લેખક જૈમિની અનુસાર, સંસ્કારોના બે સ્વરૂપ છે. તેમના દ્વારા ખરાબ કાર્યોનો નાશ થાય છે અને સારા સદ્ગુણોનો ઉદ્ભવ થાય છે. ઉપનયન અન્ય ધાર્મિક વિધિઓની જેમ ધાર્મિક હતું. શુદ્રોના ઉપનયન બંધ થવાને કારણે તેના મહત્વમાં અભૂતપૂર્વ પરિવર્તન આવ્યું જે સામાજિક મહત્વની બાબત બની ગયું.

આર્ય હોય કે બિન-આર્ય, બધા ઉપનયનને પાત્ર હતા. તેના માટે સામાજિક મહત્વનું કોઈ સ્થાન નહોતું. તે બધા માટે સમાન વિધિ હતી. મુઠ્ઠીભર લોકોનો આ વિશેષાધિકાર નહોતો. જ્યારે શુદ્રો તેનાથી વંચિત હતા, ત્યારે તે પ્રતિષ્ઠાનું નિશાન બની ગયું હતું અને તેનો નિષેધ ગુલામીની નિશાની બની ગઈ હતી. શુદ્રોને ઉપનયનથી વંચિત કરીને આર્ય સમુદાયમાં એક નવો અધ્યાય ઉમેરાયો. આ કારણે શુદ્રો પોતાનાથી

ઉપરના વર્ણોને શ્રેષ્ઠ અને ઉચ્ચ વર્ગ શુદ્રોને નીચા માનવા લાગ્યા. શૂદ્રોના પતનનું એક કારણ યજ્ઞોપવિતની સત્તાનો અભાવ હતો.

ઉપનયન વિશે કેટલીક વધુ બાબતો છે. પ્રથમ મીમાંસાનું અવલોકન કરવાથી તેમાં નિર્ધારિત નિયમો જાણવા મળે છે, કે વ્યક્તિને કોઈપણ મિલકત આપવાનો અર્થ એ છે કે તે તેનો ઉપયોગ યજ્ઞ માટે કરશે. બીજા શબ્દોમાં કહીએ તો, જે વ્યક્તિ યજ્ઞ કરી શકતી નથી તેને મિલકતનો અધિકાર નથી. યજ્ઞ કરવા માટેની યોગ્યતા ઉપનયન સંસ્કાર છે. આનો અર્થ એ છે કે જેઓ ઉપનયન માટે પાત્ર છે તેઓ જ મિલકતના માલિક બની શકે છે.

પ્રથમ મીમાંસાનો બીજો નિયમ એ છે કે જ્યારે વેદ મંત્રોનો પાઠ કરવામાં આવે ત્યારે જ યજ્ઞ કરી શકાય છે. મતલબ કે યજ્ઞ કરનાર વ્યક્તિ વેદપતિ હોવી જોઈએ. જો વ્યક્તિએ વેદોનો અભ્યાસ કર્યો ન હોય તો તે યજ્ઞ કરી શકતો નથી. જેઓ ઉપનયન સંસ્કારમાંથી પસાર થયા છે તેઓ જ વેદોનો અભ્યાસ કરી શકે છે. બીજા શબ્દોમાં કહીએ તો, જ્ઞાન અને અભ્યાસ માટે યોગ્યતા, વેદોનો અભ્યાસ ઉપનયન દ્વારા જ શક્ય છે. જો ઉપનયન ન હોય તો જ્ઞાનનો માર્ગ અવરોધાય છે. ઉપનયન એ માત્ર એક કર્મકાંડ નથી. મિલકત અને જ્ઞાન બંને માટે આ એક મહત્વપૂર્ણ અધિકાર છે.

જેઓ નથી જાણતા કે ઉપનયનની આવશ્યકતા શુદ્રોની સામાજિક પ્રતિષ્ઠાને કેટલી ઠેસ પહોંચાડે છે તેમને પૂર્વ મીમાંસામાં શું કહેવામાં આવ્યું છે તે સમજવામાં કોઈ મુશ્કેલી પડશે નહીં. જ્યારે ઉપનયનને શિક્ષણ અને સંપત્તિ સાથે જોડવામાં આવે છે, ત્યારે તેમને સમજવામાં સમય લાગશે નહીં કે શુદ્રોના પતનનું એકમાત્ર કારણ એ છે કે તેઓ ઉપનયનથી વંચિત હતા.

ઉપરોક્ત ચર્ચા પરથી સ્પષ્ટ થાય છે કે પ્રાચીન આર્યોમાં ઉપનયનનું કેટલું મહત્વ હતું. ઉપનયન દ્વારા વ્યક્તિએ સામાજિક પ્રતિષ્ઠા અને વ્યક્તિગત અધિકારો મેળવ્યા. બ્રાહ્મણોએ શૂદ્રો પાસેથી ઉપનયનનો અધિકાર છીનવી લીધો અને તેમને જ્ઞાન પ્રાપ્તિ અને ધન સંચયથી વંચિત રાખ્યા. તે સામાજિક અધોગતિનો ભોગ બન્યા. તે ગરીબ અને અજ્ઞાની બની ગયા. શૂદ્રો પાસેથી બદલો લેવા બ્રાહ્મણોએ શૂદ્રો સામે ઉપનયન વિરોધનો ભયંકર અણુબોમ્બ તરીકે ઉપયોગ કર્યો અને તેમને ખાડામાં ધકેલી દીધા અને તેમને સ્મશાન જેવા બનાવી દીધા.

VII

તે નિર્વિવાદ છે કે બ્રાહ્મણો નિઃશંકપણે અન્ય લોકો માટે ઉપનયનને

નકારવાની શક્તિ ધરાવે છે. જો કે આ અંગે કોઈ લેખિત આદેશ નથી, પરંતુ બે હકીકતો ધ્યાનમાં રાખીને શંકાનું સમાધાન થશે. જેઓ આર્ય સમુદાયની યુક્તિઓથી પરિચિત નથી, તેમના મનમાં બે બાબતો હંમેશા રહેશે. (1) માત્ર બ્રાહ્મણો જ ઉપનયન કરી શકે છે અને (2) કોઈપણ અનધિકૃત ઉપનયન કરશે તે સજાને પાત્ર રહેશે.

કદાચ ખૂબ પ્રાચીન સમયમાં પિતા તેમના પુત્રને ગાયત્રી શીખવતા હતા અને વેદનો અભ્યાસ ગાયત્રી દ્વારા થતો હતો.

ઉપનયન પછી વેદ અભ્યાસ શરૂ થયો. પરંતુ એ વાત ચોક્કસ છે કે ગુરુ ઘણા સમય પહેલા ઉપનયન કરાવતા હતા. ઉપનયન પછી બાળક આચાર્યના ઘરે રહેતો અને વેદનો અભ્યાસ કરતો. આચાર્ય કોણ હોઈ શકે અને તેની લાયકાત શું હોવી જોઈએ? આ પ્રશ્ન પ્રાચીન સમયથી વિવાદનો વિષય રહ્યો છે. આચાર્ય વેદ-વિદ હોવો જોઈએ. એક બ્રાહ્મણ ગ્રંથમાં કહેવાયું છેઃ- «શિક્ષણથી વંચિત રહેલો આચાર્ય નરકમાં જાય છે. જે અભણ છે તે નરકમાં બંધાયેલો છે. વેદોમાં જાણકાર વ્યક્તિ જ આચાર્ય બની શકે છે.»

આપસ્તંબ ધર્મ સૂત્ર (1.1.1.12.13) મુજબ, ઉપનયન એક વિદ્વાન આચાર્ય દ્વારા કરાવવું જોઈએ જે વંશ દ્વારા વિદ્વાન હોય અને શાંત ચિત્ત ધરાવતો હોય. આવા આચાર્ય જ્યાં સુધી બ્રહ્મચારી રહે અથવા ધર્મત્યાગી ન થાય ત્યાં સુધી વેદનો પાઠ કરવો જોઈએ.

આચાર્યની પ્રથમ લાયકાત એ છે કે તે બ્રાહ્મણ હોવો જોઈએ. જો બ્રાહ્મણ શિક્ષક ઉપલબ્ધ ન હોય તો ક્ષત્રિય અથવા વૈશ્ય ગુરુ લેવો જોઈએ. આ અપવાદ ત્યારે પ્રચલિત હતો જ્યારે વેદના અધ્યયન અને શિક્ષકના અધિકારો નિશ્ચિત નહોતા પરંતુ આ ભેદ ત્યારે કરવામાં આવ્યો હતો અને આ ભેદ ઘણો અગાઉ કરવામાં આવ્યો હતો - જ્યારે વશિષ્ઠ અને વિશ્વામિત્ર વચ્ચે દ્વિધા ચાલી રહી હતી. ત્યારબાદ આચાર્યનું પદ બ્રાહ્મણો માટે અનામત હતું. તે ઉપનયન પણ કરી શક્યો નહોતો. ઉપનયન માત્ર બ્રાહ્મણો જ કરશે તેવી વ્યવસ્થાને સમર્થન આપવામાં આવ્યું હતું. જો કોઈ અન્ય ઉપનયન કરે તો તે માન્ય રહેશે નહીં.

બ્રાહ્મણોને પણ અસામાજિક, એટલે કે બ્રાહ્મણોને મંજૂર ન હોય તેવી ધાર્મિક પ્રવૃત્તિઓ ન કરવાનો આદેશ આપવામાં આવ્યો હતો. જે બ્રાહ્મણે આ કર્યું તે સજાને પાત્ર હતો. આ સંદર્ભે, પ્રાચીન સંહિતામાં વિવિધ પ્રકારની સજાની જોગવાઈઓ છે. જૂના સમયમાં આવી ઘણી સિસ્ટમો છે. હું માત્ર મનુ અને પરાશરની રચનાઓનો સંદર્ભ રજૂ કરી રહ્યો છુંઃ-

મનુસ્મૃતિ (3-150)માં ઉલ્લેખ છે કે બ્રાહ્મણની કઈ શ્રેણી યજ્ઞ હવન કરવાને પાત્ર નથી. તેમના નામ નીચેની યાદીમાં આપવામાં આવ્યા છે.

મનુસ્મૃતિ: (3-156) "જે બ્રાહ્મણો હવનની સમિધા લઈ શકતા નથી, હું તેમના વિશે કહું છું. જેઓ ફી માટે ભણાવી શકે છે અને જેઓ ફી માટે અભ્યાસ કરે છે, જેઓ શુદ્ર વિદ્યાર્થીને ભણાવે છે અને જેમના શિક્ષક શુદ્ર છે, તેઓ કઠોર છે અને જે ખરાબ બોલે છે, જે વેશ્યા કે વિધવાનો પુત્ર બને છે તે."

પરાશરે કહ્યું છે: પ્રથમ, જે બ્રાહ્મણ દક્ષિણા (ફી) માટે શૂદ્ર માટે યજ્ઞ કરે છે તે શુદ્ર બને છે અને જે શૂદ્ર યજ્ઞ કરે છે તે બ્રાહ્મણત્વ પ્રાપ્ત કરે છે. માધવના મતે શૂદ્રને યજ્ઞનું પુણ્ય મળે છે અને બ્રાહ્મણ પાપનો ભાગ બને છે.

જેઓ પ્રશ્ન કરે છે કે બ્રાહ્મણોને શુદ્રોને ઉપનયનથી વંચિત રાખવાનો કયો અધિકાર હતો. તેઓએ આ બે હકીકતો સમજવી જોઈએ (1) ફક્ત એક બ્રાહ્મણ જ ઉપનયન કરી શકે છે અને (2) અનધિકૃત બ્રાહ્મણો દ્વારા અમાન્ય ઉપનયન કરનાર બ્રાહ્મણ સજાને પાત્ર છે. ઉપરોક્ત બે કારણોને લીધે, બ્રાહ્મણોને નિઃશંકપણે તેઓ જેને ઈચ્છે તેનું ઉપનયન કરવાનો અને ન ઈચ્છે તો ન કરવાનો અધિકાર મળ્યો. હકીકત એ છે કે આ બંને અધિકાર બ્રાહ્મણોના હાથમાં હતા. તે સ્પષ્ટ રીતે લખાયેલ નથી પરંતુ આ તેનો છુપાયેલ અર્થ હતો. બ્રાહ્મણો પોતાની શક્તિથી વાકેફ હતા. તેમાં કોઈ શંકા નથી. ઉપલબ્ધ પુરાવા મુજબ, સોળ ઉદાહરણો ઉપલબ્ધ છે જેમાં બ્રાહ્મણોએ વિવિધ જાતિઓને ઉપનયનથી વંચિત રાખવા ચેતવણી આપી હતી. જેમાંથી નવ કેસમાં કાયસ્થ, ચારમાં પંચાલ અને એક કેસમાં પલાશને ચેતવણી આપવામાં આવી હતી. એટલું જ નહીં ઈ.સ. 556 થી 1904 સુધી તેણે મરાઠા રાજાઓને પણ પડકાર ફેંક્યો હતો. મહત્વનું છે કે તેણે બે મરાઠા રાજાઓને ચેતવણી આપી હતી. આ ઘટનાઓ 556 અને 1904 ઇ.સ. વચ્ચેની વાત છે. એ વાત સાચી છે કે આ ઉદાહરણો, જો કે ખૂબ જ પ્રાચીન ન હોવા છતાં, હજુ પણ એવા ઉદાહરણો તરીકે યાદ કરવામાં આવશે જેમાં બ્રાહ્મણોએ ઉપનયન ન કરવાના તેમના વિશેષાધિકારનો ઉપયોગ કર્યો હતો. આ અધિકાર પ્રાચીન કાળથી જ મળતો હોવો જોઈએ. આના પુરાવા છે. પ્રાચીન કાળમાં સત્યકામ જબાલીએ કહ્યું હતું કે વ્યક્તિનું વર્ણ તેના ગુણો, માનસિક અને ચારિત્ર્ય વર્તનથી ઓળખાય છે. તેના જન્મથી નહીં. જ્યારે આ જબાલીના સંદર્ભમાં સાચું છે, ત્યારે એ પણ સાચું છે કે બ્રાહ્મણોને ઉપનયન કરાવવાનો કે ન કરવાનો અધિકાર ઘણા સમય પહેલા મળી ગયો હતો.

આવા ઉદાહરણોની ગણતરી કરવાનું કોઈ મહત્વ નથી સિવાય કે આપણે તેમાં ઉપનયન થયાના પુરાવા શોધીએ. આ કરવા માટે આપણે દરેકની વિગતો જાણવાની જરૂર છે. કમનસીબે, ઉપરોક્ત ઉદાહરણો

સંબંધિત સંપૂર્ણ વિગતો ઉપલબ્ધ ન હતી. માત્ર અમુક નિર્ણયો જ સુલભ છે. તેથી તેઓ આપણા માટે કોઈ કામના નથી. બ્રાહ્મણ વિ શિવાજીનું માત્ર વિગતવાર અને સંપૂર્ણ વર્ણન ઉપલબ્ધ છે. આ એક વિશેષ મહત્વની બાબત છે, તેથી અમે તેની વિગતવાર ચર્ચા કરીશું. તેની હકીકતો રસપ્રદ અને શૈક્ષણિક છે અને તે વિચારણા હેઠળના વિષય પર પણ પૂરતો પ્રકાશ પાડે છે.

VIII

તે જાણીતું છે કે પશ્ચિમ મહારાષ્ટ્રમાં સ્વતંત્ર હિંદુ રાજ્યની સ્થાપના કર્યા પછી શિવાજીએ તેમનો રાજ્યાભિષેક કરવાનો ઈરાદો રાખ્યો હતો. શિવાજી અને તેમના મિત્રો ઈચ્છતા હતા કે અભિષેક વૈદિક રીતે થવો જોઈએ, પરંતુ આમાં અવરોધો હતા. સૌ પ્રથમ, વૈદિક પરંપરા અનુસાર, પવિત્રતા ફક્ત બ્રાહ્મણોની ઇચ્છા પર આધારિત હતી. એક બ્રાહ્મણ સિવાય કોઈ તેને કરાવી શક્યું નહીં. બીજી મુશ્કેલી એ હતી કે જ્યાં સુધી શિવાજી પોતાને ક્ષત્રિય સાબિત ન કરે ત્યાં સુધી રાજ્યાભિષેક અસંભવ હતો. ત્રીજો અવરોધ એ હતો કે ઉપનયનની ગેરહાજરીને કારણે રાજ્યાભિષેક થઈ શક્યો નહીં. ત્રીજી અડચણ એટલી મોટી ન હતી કારણ કે વૃત્યસ્તોમ થઈ શકે છે.

હતી. પહેલી મુશ્કેલી શિવાજી માટે ખડક જેવી હતી. આ શિવાજીની સામાજિક સ્થિતિનો પ્રશ્ન હતો કે શું તેઓ ક્ષત્રિય હતા? મુખ્ય વિરોધી તેમના વડાપ્રધાન મોરોપંત પિંગલે હતા. કમનસીબે, શિવાજીના સરદારોએ પણ તેમને સામાજિક માન્યતા ન આપી અને તેમની સામે એક થઈ ગયા. કારણ કે તેમના મતે શિવાજી શુદ્ર હતા. બ્રાહ્મણોનો અભિપ્રાય હતો કે કળિયુગમાં ક્ષત્રિયોનું અસ્તિત્વ નહોતું, સ્પષ્ટપણે તેઓ ક્ષત્રિય પણ ન બની શકે કારણ કે તેઓ માત્ર કળિયુગમાં જ રહેતા હતા. તેમના મતે શિવાજી શુદ્ર હતા. બ્રાહ્મણોનો મત હતો કે કળિયુગમાં ક્ષત્રિયો નહોતા. આ વિચારને વધુ બળ મળ્યું જ્યારે શિવાજીએ ક્ષત્રિયો માટે નિર્ધારિત અગિયાર વર્ષની ઉંમરે ઉપનયન ન કર્યું અને તેમને શુદ્ર જાહેર કરવામાં આવ્યા. વિદ્વાન ગાગભટ્ટે તમામ મુશ્કેલીઓ દૂર કરીને અને વ્રત્યોસ્તોમ ઉપનયન સંસ્કાર કર્યા પછી, 6 જૂન, 1674 ના રોજ રાયગઢમાં શિવાજીનો રાજ્યાભિષેક કર્યો.

શિવાજીની ઘટના અનેક દ્રષ્ટિકોણથી મહત્વપૂર્ણ છે. આ મહત્વપૂર્ણ છે કારણ કે તે સાબિત કરે છે કે (1) ફક્ત બ્રાહ્મણને જ ઉપનયન કરવાનો અધિકાર છે અને બીજું કોઈ તેને આવું કરવા દબાણ કરી શકે નહીં. શિવાજી એક સ્વતંત્ર રાજ્યના શાસક પણ હતા અને પોતાને મહારાજા

અને છત્રપતિ કહેવાતા હતા. ઘણા બ્રાહ્મણો તેમના વિષય હતા અને છતાં તેઓ તેમના રાજ્યાભિષેક માટે દબાણ કરી શક્યા ન હતા.

આ મહત્વપૂર્ણ છે કારણ કે શિવાજી સારી રીતે જાણતા હતા કે સમાજમાં બ્રાહ્મણો દ્વારા કરવામાં આવતી ધાર્મિક વિધિઓ જ સ્વીકારવામાં આવે છે. તેથી, બિન-બ્રાહ્મણ પાસેથી ધાર્મિક વિધિઓ કરાવવાની તેમની હિંમત નહોતી. જો તે કરવામાં આવે તો પણ તેનું કોઈ સામાજિક કે આધ્યાત્મિક મહત્વ રહેતું નથી. ત્રીજું, એ મહત્વનું છે કે હિંદુનું વર્ણ નક્કી કરવાનો અધિકાર ફક્ત બ્રાહ્મણને જ હતો. શિવાજીને ક્ષત્રિય તરીકે સાબિત કરવા માટે, તેમના શ્રેષ્ઠ મિત્ર બાલાજી અંબાજી મેવાડમાંથી એક વંશાવળી લાવ્યા જે સાબિત કરે છે કે શિવાજીનું મેવાડના શિવોડિયા વંશ સાથે જોડાણ છે. એવું કહેવાય છે કે આ વંશાવળી બનાવટી હતી અને માત્ર રાજ્યાભિષેકના પ્રસંગ માટે બનાવવામાં આવી હતી. જન્મપત્રક સાચો સ્વીકારીએ તો પણ શિવાજી ક્ષત્રિય હતા તે ક્યાંથી સાબિત થાય છે? શિવાજી ક્ષત્રિય હતા એ હકીકતને બાજુએ મૂકીએ તો સવાલ એ થાય છે કે શું સિસોદિયા ક્ષત્રિય વંશના હતા? રાજપૂતો પ્રાચીન આર્યોની બીજી જાતિ ક્ષત્રિયોના વંશજ છે તે અંગે નોંધપાત્ર શંકા છે. એક મત એવો છે કે રાજપૂતો હુણોના વંશજ છે, જેઓ રાજપૂતાનામાં સ્થાયી થયા હતા. મધ્ય ભારતમાં બૌદ્ધ ધર્મને કચડીને નષ્ટ કરવાના હેતુથી બ્રાહ્મણોએ તેમને અગ્નિ સંસ્કાર દ્વારા ક્ષત્રિયનો દરજ્જો આપ્યો. માટે આ અગ્નિ કુળને ક્ષત્રિય કહેવા જોઈએ. ઘણા વિદ્વાન સંશોધકો આ વિચાર સાથે સહમત થયા છે. ક્રેસન્ટ સ્મિથ કહે છે:-

"તે નિર્ણાયક રીતે સાબિત થયું છે કે રાજપૂતાના અને ગંગા ખીણમાં વિદેશી આક્રમણકારો સ્થાનિક રાજાઓ સાથેના યુદ્ધોમાં સંપૂર્ણ રીતે નાશ પામ્યા ન હતા અને જેઓ બચી ગયા હતા તેઓ સ્થાનિક સમાજમાં ભળી ગયા હતા અને તેમના પૂર્વજોની જેમ, શાર્કો, હિંદુ ધર્મ અને હિંદુ ધર્મનું પાલન કરતા હતા. સમાજમાં પ્રવેશ કરો

કર (હિન્દુ) થઈ ગયા હતા. વિદેશી વિજેતાઓને બ્રાહ્મણો દ્વારા ક્ષત્રિય અથવા રાજપૂત કહીને હિન્દુ ધર્મમાં આત્મસાત કરવામાં આવ્યા હતા. તે એક નિર્વિવાદ સત્ય છે કે પાંચમી અને છઠ્ઠી સદીઓથી ભારતમાં આવેલી આ જાતિઓમાંથી, અસંખ્ય જાતિઓના ઘણા સરદાર પરિવારો અને ઘણા પ્રખ્યાત રાજવંશો ઉત્તર ભારતમાં વિકસ્યા હતા. તેમના સૈનિકો આદિ ગજર જેવી જાતિ બની ગયા, જેમનો દરજ્જો થોડો નીચો હતો. એ જ રીતે ગોંડ, ભર, ખારવા, ચંદેલા, રાઠોડ, ગહરવાડ અને દક્ષિણના અન્ય પ્રસિદ્ધ રાજપૂત વંશો બન્યા. તેઓ સૂર્યવંશ અને ચંદ્રવંશમાંથી તેમનો વંશ શોધી કાઢે છે."

વિલિયમ ક્રૂક કહે છે:

"તાજેતરની શોધોએ રાજપૂતોની ઉત્પત્તિ પર નોંધપાત્ર પ્રકાશ ફેંક્યો છે. વૈદિક ક્ષત્રિયો અને મધ્યકાલીન રાજપૂતો વચ્ચેના અંતરને દૂર કરવું અશક્ય છે. તે પુષ્ટિ કરવામાં આવી છે કે ઘણા રાજપૂત વંશની ઉત્પત્તિ શકના સમયની છે અને કુશાણો અથવા લગભગ 480 એડીનો સમયગાળો ગુપ્ત હુણોના આક્રમણથી શરૂ થાય છે, જેમાંથી રાજપૂત વંશનો ઉદય થયો અને બ્રાહ્મણોની સર્વોપરિતા સ્વીકાર્યા પછી, તેઓ રામાયણ અને મહાભારતના નાયકો સાથે આ રીતે જોડાયેલા હતા આ નવા ક્ષત્રિયોની સામાજિક પ્રતિષ્ઠા અને શ્રેષ્ઠતા માટે, ઋષિઓના આહ્વાન પર, ચાર અગ્નિકુલો, ક્ષત્રિયો, ચાલુક્યો અને ચૌહાણોનો ઉદ્ભવ થયો અને બ્રાહ્મણોને બૌદ્ધ ધર્મને દબાવવામાં મદદ કરી મધ્ય ભારતમાં અન્ય વિચારધારાઓ.

ડૉ.ડી.આર. ભંડારકરના મતે રાજપૂતો ગુર્જરોના વંશજ છે. ગુર્જરો વિદેશી મૂળના હતા. આથી રાજપૂતો વિદેશીઓના વંશજ છે.

રાજ્યાભિષેક કરાવનાર બ્રાહ્મણો રાજપૂતોના મૂળ મૂળથી અજાણ ન હતા. જો એમ માની લેવામાં આવે કે તેઓ આ વિષયથી અજાણ હતા, તો પણ તેઓ ચોક્કસપણે આ સિદ્ધાંતથી પરિચિત હતા કે કળિયુગમાં હવે ક્ષત્રિયો નથી.

જો બ્રાહ્મણોએ તેમના સંપૂર્ણ ચુકાદાના આધારે સિસોદિયાના ભાગ અને શિવાજીના દાવાને ફગાવી દીધા હોત, તો કોઈ તેમને દોષી ઠેરવી શક્યું ન હોત. પરંતુ પરંપરાગત નિર્ણયથી વિચલિત થવું એ બ્રાહ્મણનો સ્વભાવ છે. જ્યારે પણ તક મળે ત્યારે તે રંગ બદલી નાખતો હતો.

ચોથી વાત એ છે કે તેમના સિદ્ધાંતો અને નિર્ણયો ખ્રિસ્તી પાદરીઓ જેવા વેચાણ માટે છે. ઘાઘભટ્ટ અને અન્ય બ્રાહ્મણોને આપવામાં આવેલી દક્ષિણાના આધારે એવું કહી શકાય નહીં કે ઘાઘભટ્ટનો નિર્ણય વાજબી હતો. રાજ્યાભિષેક અને દક્ષિણા પાછળ શું ખર્ચ કરવામાં આવ્યો? વૈદ્ય સાહેબના શબ્દો જુઓ:-

દરેક મંત્રીને ત્રણ લાખ રૂપિયા, એક હાથી, એક ઘોડો, કપડાં અને ઝવેરાત ભેટ તરીકે આપવામાં આવ્યા હતા.

ગયા. ગગભટ્ટને કાર્યક્રમના આયોજન બદલ એક લાખ રૂપિયાની દક્ષિણા મળી હતી. શિવાજીએ પ્રસંગ પ્રમાણે ઘણી ભેટો વહેંચી. કાઉન્સિલરના જણાવ્યા અનુસાર, રાજ્યાભિષેકનો સમગ્ર ખર્ચ 1 કરોડ 42 લાખ રૂપિયા અથવા 426 લાખ રૂપિયા હતો.

કાઉન્સિલરના જણાવ્યા અનુસાર, શિવજીના રાજ્યાભિષેક પ્રસંગે 50,000 વૈદિક બ્રાહ્મણો, હજારો યોગીઓ, તપસ્વીઓ વગેરે એકઠા થયા

હતા. તે બધાને કિલ્લાની નીચે ભોજન આપવામાં આવ્યું. સમકાલીન દસ્તાવેજો દર્શાવે છે કે રાજ્યાભિષેક પહેલા શિવજીનું વજન સોનું અને દરેક અન્ય ધાતુથી કરવામાં આવ્યું હતું. ડચ રેકોર્ડ [પૃ. એસ. 3 (1685)], ઘટનાનું વિગતવાર વર્ણન રજૂ કરતી વખતે જણાવે છે કે શિવાજીનું વજન 160 પાઉન્ડ હતું. તેઓને સોનું, ચાંદી, તાંબુ, લોખંડ વગેરે ધાતુઓ, કપૂર, મીઠું, ખાંડ, ઘી, સોપારી, ફળો વગેરેથી તોલવામાં આવ્યા હતા અને તે સામગ્રી બ્રાહ્મણોમાં વહેંચવામાં આવી હતી. ભેટ તરીકે, અભિષેકના બીજા દિવસે, દરેક બ્રાહ્મણને ત્રણથી પાંચ રૂપિયા અને અન્યને એક રૂપિયાની દક્ષિણા આપવામાં આવી હતી. મહિલાઓ અને બાળકોને અનુક્રમે બે રૂપિયા અને એક રૂપિયાની દક્ષિણા આપવામાં આવી હતી. કુલ મળીને દોઢ લાખ રૂપિયા દક્ષિણા પાછળ ખર્ચાયા હતા.

ઓક્સેન્ડેને તેની ડાયરી (18 મે થી 13 જૂન)માં પણ લખ્યું છે કે શિવાજીનું વજન સોનામાં હતું. તેમનું વજન 16,000 હોન હતું, આ રકમ બ્રાહ્મણોમાં એક લાખ હોન સાથે દક્ષિણા તરીકે વહેંચવામાં આવી હતી.

ઉપરોક્ત ડચ રેકોર્ડ મુજબ, વ્રત્ય સંસ્કાર ગગભટ્ટને 7,000 હોન્સ, બ્રાહ્મણો અને અન્યને 17,000 હોન્સ મળ્યા હતા. 5 જૂનના રોજ શિવજીએ ગંગાના જળમાં સ્નાન કર્યું અને હાજર દરેક બ્રાહ્મણને 100 હોન અર્પણ કર્યા.

શું ગાગભટ્ટને આપવામાં આવેલી રકમ માત્ર દક્ષિણા હતી? કહેવાય છે કે ગાગભટ્ટને પૂરતું મહેનતાણું મળ્યું ન હતું. મંત્રીઓને તેના કરતાં વધુ મળ્યું. આ સંદર્ભે બે બાબતો યાદ રાખવા જેવી છે:-

1. મંત્રીઓએ પોતે જ શિવાજીને તેમના રાજ્યાભિષેક પર મૂલ્યવાન ભેટો આપી હતી. વડા પ્રધાન મોરોપંત પિંગળેએ 7,000 અને અન્ય બે પ્રધાનોએ 5,000 સન્માન અર્પણ કર્યા. જો શિવાજીને આપવામાં આવેલી ભેટને મંત્રીઓને આપવામાં આવેલી ભેટમાંથી બાદ કરવામાં આવે તો શિવાજીએ મંત્રીઓને આપેલી ભેટ ઓછી રહે છે.

2. શિવાજીના મંત્રીઓ તેમને શુદ્ર માનતા હતા. આથી તેઓ રાજ્યાભિષેકની વિરુદ્ધ હતા. જો એમ કહેવામાં આવે કે શિવાજીએ તેમને મોં બંધ રાખવા માટે મોટી ભેટો આપી હતી તો તેમાં કોઈ નવાઈ નથી. તેથી, શિવાજીએ મંત્રીઓને આપેલા પૈસાને આધાર તરીકે લઈ શકાય નહીં અને એમ કહી શકાય કે ગાગભટ્ટને દક્ષિણાથી વધુ નહોતું મળ્યું. વાસ્તવિકતા એ છે કે ગાગભટ્ટે પોતે એટલી બધી યુક્તિઓ કરી કે તેમને આપેલી દક્ષિણા લાંચ કહી શકાય.

બાલાજી, શિવાજીના અંગત સચિવ, મહારાષ્ટ્રના કાયસ્થ, શિવાજીના રાજ્યાભિષેક વખતે આવાજીની મુખ્ય ભૂમિકા રહી.

બાલાજીએ શિવાજીની પ્રથમ કથા સાથે બનારસથી ગાગભટ્ટને ખરીદવા ત્રણ બ્રાહ્મણોને પ્રથમ મોકલ્યા. ગગાભટ્ટે શિવાજીને શુદ્ર અને રાજ્યાભિષેક માટે અયોગ્ય જાહેર કરતા પત્ર સાથે સંદેશવાહકોને પાછા મોકલ્યા. બાલાજીએ શિવાજીના ક્ષત્રિય હોવાના પુરાવા એકત્ર કરવાનું પગલું ભર્યું. તે વંશાવળી મેળવવામાં સફળ થયું જેમાં શિવાજીને મેવાડના સિસોદિયા શાસકોના વંશજ તરીકે વર્ણવવામાં આવ્યા હતા. આ પુરાવા સાથે એક કાયસ્થ દૂતને ફરીથી ગાગભટ્ટ પાસે મોકલવામાં આવ્યો. ગાગભટ્ટ રાયગઢ આવ્યા અને કહ્યું કે તેમણે પુરાવાઓની સમીક્ષા કરી હતી જેના પરિણામે શિવાજીને શુદ્ર જાહેર કરવામાં આવ્યા હતા. તેથી રાજ્યાભિષેકનો કોઈ અધિકાર નથી.

આ સંદર્ભમાં ગાગભટ્ટે માત્ર એક યુક્તિ જ ન ખેંચી, તેણે બીજો વિચિત્ર રંગ બતાવ્યો અને જાહેરાત કરી કે તેઓ શૂદ્ર શિવાજીના સ્થાને કાયસ્થ ક્ષત્રિય હોવાથી બાલાજી અવજીને અભિષેક કરવા તૈયાર છે. ગાગભટ્ટ આ સહન ન કરી શક્યા અને બીજો વળાંક લીધો. અને જાહેરાત કરી કે શિવાજી ક્ષત્રિય છે અને તેઓ તેમનો રાજ્યાભિષેક કરવા તૈયાર છે. એટલું જ નહીં, તેમણે ગાગભટ્ટના નામે એક લેખ તૈયાર કર્યો કે કાયસ્થ મિશ્ર જાતિ છે. આ પોલીમોર્ફિઝમ દ્વારા શું પ્રગટ થાય છે? ગાગભટ્ટ તાજ પહેરાવવા માંગતા ન હતા પરંતુ તેમને ખરીદી લેવામાં આવ્યા હતા. તેથી, તેણે લાંચના પૈસા લઈને શિવાજી ક્ષત્રિય હોવાનો નિર્ણય આપ્યો હતો તેમાં કોઈ શંકા નથી.

અંતે શિવાજીના સંબંધમાં બીજી એક વાત નક્કી કરવાની હતી. બ્રાહ્મણો તેમના અગાઉના નિર્ણય પર ક્યારેય વળગી રહ્યા નથી. તેઓ જ્યારે ઇચ્છે ત્યારે તેમનું થૂંક ચાટી શકે છે. કેટલા સમય સુધી તેણે પોતાના નિર્ણયનું પાલન કર્યું – શિવાજી ક્ષત્રિય છે?

શિવાજીએ તેમના રાજ્યાભિષેકના દિવસથી એટલે કે 6 જૂન 1674થી ‹રાજ્યભિષેક સંવત›ની શરૂઆત કરી હતી. જ્યાં સુધી શિવાજી અને તેમના અનુગામીઓ ગાદી પર રહ્યા ત્યાં સુધી સંવતની પ્રથા બંધ થઈ ગઈ. તેણે મુઘલ બાદશાહોની જેમ ‹લણેલા શણ›નો ઉપયોગ કરવાનું શરૂ કર્યું. એટલું જ નહીં, તેણે શિવાજીના અનુગામીઓના ક્ષત્રિય દરજ્જાને પણ પડકાર્યો હતો. શિવાજીએ વૈદિક પરંપરા મુજબ તેમના જીવનકાળ દરમિયાન તેમના પુત્રો સંભાજી અને રાજારામનું ઉપનયન બ્રાહ્મણોને કરાવ્યું હતું. તેથી બ્રાહ્મણો તેમને નુકસાન પહોંચાડી શક્યા નહીં. તે શિવાજીના પૌત્ર શાહુજીને પણ કોઈ નુકસાન ન પહોંચાડી શક્યા કારણ કે ત્યાં સુધી સત્તા બ્રાહ્મણોના હાથમાં આવી ન હતી. શાહુજીએ બ્રાહ્મણ પેશ્વાને સત્તા સોંપતાની સાથે જ બ્રાહ્મણોની પાંખો ખુલી ગઈ. આ વાતનો

પુરાવો ઉપલબ્ધ નથી કે શાહુજી-2ના પુત્ર રામજી રાજે અને સાહુના સગીર પુત્ર, જેઓ પેશ્વાના રક્ષણ હેઠળ હતા, તેમણે ચોક્કસ પુરાણી પદ્ધતિ મુજબ પેશ્વાની સૂચના પર પોતાનું ઉપનયન કર્યું હતું કે નહીં. પરંતુ એવા ચોક્કસ પુરાવા છે કે વર્ષ 1777માં દત્તક પુત્ર બનેલા શાહુ-દ્વિતીયે પેશવાની સૂચના પર આ પૌરાણિક વિધિ કરી અને તે શુદ્ર પેશ્વા બન્યા. 1808 માં,શાહુના પુત્ર મહારાજા પ્રતાપના શાહુ II અનુગામી બન્યા, કોઈને ખબર નથી કે તેમનું ઉપનયન થયું કે નહીં અને જો એમ હોય તો, તે કઈ રીતે કરવામાં આવ્યું હતું. હા, એક વાત ચોક્કસ કહી શકાય કે ઈ.સ. 1827માં કરવીરના શંકરાચાર્યએ સાંગલીના કાયસ્થોને લઈને પોતાનો નિર્ણય આપ્યો: - કળિયુગમાં કોઈ ક્ષત્રિયો નહોતા.

તેમની ઓફિસના દસ્તાવેજો અનુસાર, શિવાજી, શંભાજી અને શાહુજી ક્ષત્રિય ન હતા. પરંતુ એવું કહેવાય છે કે મૂળ નિર્ણયમાં આ ન હતું. સાંગલીના બ્રાહ્મણ રાજાએ પાછળથી તેને મુખ્ય નિર્ણયમાં સમાવી લીધો. તે ગમે તે હોય, તે શિવાજીના વંશજ રાજા પ્રતાપ સિંહ માટે ખુલ્લો પડકાર હતો. પ્રતાપ સિંહે 1830 એડીમાં બ્રાહ્મણોની એક પરિષદનું આયોજન કર્યું અને આ વિષયને વિચારણા માટે રજૂ કર્યો. પરિષદે પ્રતાપ સિંહની તરફેણમાં નિર્ણય આપ્યો અને તેમને શુદ્રના દરજ્જામાંથી બચાવ્યા.

શિવાજીની એક વંશની શાખામાંથી પરાજિત બ્રાહ્મણોએ કોલ્હાપુરની બીજી શાખા પર હુમલો કરવાનું શરૂ કર્યું. કોલ્હાપુરના શાસક બાબા સાહેબ મહારાજના શાહી પૂજારી રઘુનાથ શાસ્ત્રીએ પૌરાણિક પદ્ધતિ અનુસાર તમામ શાહી સંસ્કાર કરવાનું શરૂ કર્યું. તેને આમ કરતા અટકાવવામાં આવ્યો હતો. 1886માં બાબા સાહેબનું અવસાન થયું. 1886 થી 1894 સુધી તમામ રાજાઓ સગીર હતા અને વહીવટ અંગ્રેજોના હાથમાં આવ્યો. તેથી, શાહી પૂજારીએ કઈ પદ્ધતિથી તેના સંસ્કાર કર્યા તે જાણવા માટે કોઈ પ્રત્યક્ષ પુરાવા મળી શકતા નથી. 1902 માં, શાહુ મહારાજે મહેલના શાહી પૂજારીને વૈદિક પરંપરા મુજબ તમામ ધાર્મિક વિધિઓ કરવા સૂચના આપી. પરંતુ પાદરીઓ મક્કમ હતા કે કોલ્હાપુરના શાસકો શુદ્ર હતા અને ક્ષત્રિય નથી અને પૌરાણિક પદ્ધતિ અનુસાર તમામ સંસ્કાર કરવાનો આગ્રહ રાખતા હતા. આ બાબતમાં કરવીરના શંકરાચાર્યની ભૂમિકા ખાસ નોંધનીય છે. વિવાદ સમયે શંકરાચાર્યે મઠના તમામ અધિકારો તેમના શિષ્ય બ્રહ્મનાલકરને સોંપી દીધા હતા. શરૂઆતમાં, ગુરુ અને શિષ્યો બંને મહેલના શાહી પૂજારી સાથે સંધિમાં હતા અને મહારાજા વિરુદ્ધ હતા. પરંતુ થોડા સમય પછી જ શિષ્યએ મહારાજનો પક્ષ લીધો અને મહારાજાને ક્ષત્રિય તરીકે સ્વીકારી લીધા. તેનાથી નારાજ થઈને ગુરુએ શિષ્યનો સામાજિક બહિષ્કાર કર્યો. મહારાજાએ પોતાના શંકરાચાર્યની નિમણૂક કરી. પરંતુ તેઓ તેમના વિરોધી પણ બન્યા.

શિવાજી ક્ષત્રિય ગણાતા હતા. આથી, આ સન્માન તેમને વ્યક્તિગત રીતે જ નહીં પરંતુ તેમની ભાવિ પેઢીઓને પણ આપવામાં આવ્યું હતું. તેને બદલવાનો કોઈને અધિકાર નહોતો. ભલે શિવાજીના અનુગામી દ્વારા કોઈ દુષ્કર્મ આચરવામાં ન આવ્યું હોય, તેમ છતાં બ્રાહ્મણો તેમને હલકી કક્ષાના શુદ્ર માનતા હતા. આ બધું એટલા માટે થયું કારણ કે બ્રાહ્મણોને કોઈપણ હિંદુની જાતિ બદલવાની સ્વતંત્રતા હતી. તેમની પાસે શુદ્રોને ક્ષત્રિય અને ક્ષત્રિયોને શુદ્રમાં રૂપાંતરિત કરવાની કુશળતા હતી. શિવાજીના કિસ્સામાં તે સાબિત થાય છે કે જાતિ નક્કી કરવામાં બ્રાહ્મણોને અનિયંત્રિત અધિકારો છે.

આ વાર્તા ફક્ત બોમ્બે પ્રેસિડેન્સીમાંથી ટાંકવામાં આવી છે. પરંતુ નીચેના સિદ્ધાંતો બધા દેશોમાં પ્રચલિત છે. જેમ કે:-

1. ઉપનયનનો કરાર ફક્ત બ્રાહ્મણો દ્વારા કરવામાં આવે છે. શિવાજી, પ્રતાપ સિંહ કે કાયસ્થ, પંચાલ કે પાલશે, કોઈની હિંમત ન હતી કે બિનબ્રાહ્મણ પાસેથી ઉપનયન કરાવવાની. માત્ર એક જ વાર કાયસ્થોએ સંસ્કાર કરવા માટે ઠરાવ પસાર કર્યો હતો, પરંતુ તે માત્ર એક પ્રસ્તાવ જ રહ્યો.
2. બ્રાહ્મણને કોઈનું ઉપનયન કરવાનો અધિકાર છે કે નહીં. અથવા બીજા શબ્દોમાં કહીએ તો, બ્રાહ્મણ એકલા જ ન્યાયાધીશ છે કે કોઈ ચોક્કસ જાતિ ઉપનયન માટે લાયક છે કે નહીં.
3. ઉપનયન અંગે બ્રાહ્મણની સંમતિ માટે પ્રામાણિકતા જરૂરી નથી. તે મુઠ્ઠીને ગરમ કરીને પણ કરી શકાય છે. શિવજીએ ગગભટ્ટની કોથળીમાં ભારે ધન આપીને તેમનું ઉપનયન કર્યું હતું.
4. બ્રાહ્મણ દ્વારા ઉપનયનનો ઇનકાર કરવાનો આધાર કાયદેસર કે ધાર્મિક હોવો જરૂરી નથી. તે રાજકીય તિરસ્કાર અથવા કારણ પણ હોઈ શકે છે. રાજકીય દુશ્મનાવટને કારણે બ્રાહ્મણોએ કાયસ્થોનું ઉપનયન બંધ કરી દીધું હતું.
5. જો કોઈ બ્રાહ્મણ ઉપનયન કરે છે, તો વિદ્વત પરિષદને જ અપીલ કરી શકાય છે અને વિદ્વત પરિષદ નાટક મંડળના તમામ પાત્રો ફક્ત બ્રાહ્મણો જ હોઈ શકે છે.

ઉપરોક્ત તથ્યો પરથી તે સંપૂર્ણ રીતે સ્પષ્ટ થઈ જાય છે કે ઉપનયનના સંબંધમાં બ્રાહ્મણોની સર્વોપરિતા હતી. તે કોઈને પણ ઉપનયનથી વંચિત રાખવામાં સંપૂર્ણ રીતે સક્ષમ હતા. તેથી, શૂદ્રોને કચડી નાખવા માટે તેણે આ શસ્ત્રનો છૂટથી ઉપયોગ કર્યો તે આશ્ચર્યજનક નથી.

■

11.

સંધિની વાર્તા

અત્યાર સુધી મેં નીચેની હકીકતો સાબિત કરવાનો પ્રયાસ કર્યો છે:-

1. બ્રાહ્મણોએ શુદ્રને ક્ષત્રિયોના વર્ગમાંથી નીચે ધકેલી દીધા, આર્યોનો બીજો વર્ગ, સમાજના ચોથા વર્ગમાં.
2. શુદ્રોને દબાવવા માટે બ્રાહ્મણો દ્વારા અપનાવવામાં આવેલ અભિગમ તેમના ઉપનયનને રોકવાનો હતો.
3. બ્રાહ્મણોની આ પ્રતિક્રિયા શુદ્ર રાજાઓ દ્વારા તેમના પર કરવામાં આવતા અત્યાચાર, ઉત્પીડન, અપમાન, જુલમ વગેરેને કારણે હતી, જેનો અર્થ બદલાની લાગણી હતી.

આ બધું સાચું છે, જો કે નીચેના પ્રશ્નો ઉભા થાય છે:-

1. બ્રાહ્મણોને માત્ર અમુક રાજાઓ સાથે જ દુશ્મની હતી, તો પછી તે બધા શુદ્ર જાતિના દુશ્મન બની ગયા તેનું શું કારણ છે?
2. શું નફરત એટલી ઝેરી હતી કે બ્રાહ્મણોએ ધિક્કારનો બદલો લીધો?
3. શું બંને પક્ષો વચ્ચે કોઈ સમાધાન થયું ન હતું? જો સમાધાન થયું હોત તો શુદ્રોના પતન માટે બ્રાહ્મણો પાસે કોઈ દેખીતું કારણ ન હતું.
4. શુદ્રોએ આ અધોગતિ કેવી રીતે સહન કરી?

હું સંમત છું કે આ ઊંડા પ્રશ્નો છે અને તેમને ઠંડા હૃદયથી ધ્યાનમાં લેવાની જરૂર છે. પ્રશ્નો સંબંધિત છે તેથી તેમના જવાબો આપવા જોઈએ.

I

પ્રશ્ન એ છે કે કેટલાક રાજાઓ સાથેની તકલીફોને કારણે બ્રાહ્મણોએ શુદ્રોના સમગ્ર સમુદાય પર બદલો લેવાનું કેમ નક્કી કર્યું? આ પ્રશ્ન માત્ર સમયસર જ નહીં પણ અત્યંત ચોક્કસ પણ છે. જો બે વાત ધ્યાનમાં રાખીએ તો જવાબ મળી જશે.

પ્રથમ, પ્રકરણ 9 માં વર્ણવેલ બ્રાહ્મણો અને શુદ્ર રાજાઓ વચ્ચેનો વિખવાદ વ્યક્તિગત ઝઘડો નહોતો. તેમ છતાં એવું લાગે છે. બીજી તરફ બ્રાહ્મણો એક થયા હતા. ડાબેરી એપિસોડ સિવાય, બધી લડાઈઓ ફક્ત બ્રાહ્મણો સાથે હતી. તેવી જ રીતે, રાણા જેની સાથે બ્રાહ્મણો લડ્યા હતા, તે બધા શુદ્ર કુળના હતા અને સુદાસ સાથે જોડાયેલા હતા.

જ્યાં સુધી સુદાસનો સંબંધ છે, આ સંઘર્ષ બ્રાહ્મણો અને શી વચ્ચે હતો, જે ક્ષત્રિયોના એક વિભાગ હતો. એમાં કોઈ શંકા નથી કે આપણી પાસે સીધો પુરાવો નથી કે રાજા ક્રોધભજન પણ ક્ષત્રિયોના એક ભાગ શુદ્રો સાથે સંકળાયેલા હતા. પરંતુ અમારી પાસે પુરાવા છે જેના પરથી અમે તારણ કાઢીએ છીએ કે તેઓ સુદાસના વંશજ હતા. મહાભારતના આદિ પર્વમાંથી અવતરિત વશવાલી જોવા લાયક છે. તે બ્રાહ્મણો સાથેના તેમના સંઘર્ષમાં વર્ણવેલ રાજાઓના આંતરસંબંધો પર રસપ્રદ પ્રકાશ ફેંકે છે. પુરુરવા વૈવસ્વત મનુના પૌત્ર અને ઇલાના પુત્ર હતા. નહુષ પુરુરવના પૌત્ર હતા. નિમી એ ઇક્ષ્વાકુનો એક પત્ર હતો જે પોતે મનુ વૈવસ્તનો પુત્ર હતો. ઇક્ષ્વાકુની 28મી પેઢીમાં ત્રિશંકુનું અવસાન થયું. સુદાસ ઇક્ષ્વાકુની 50મી પેઢીમાં હતા. વેણમનુ વૈવસ્વતના પુત્ર હતા. તે બધા મનુના વંશજ હોવાથી સુદાસ સાથે સંબંધિત હોવા જોઈએ. સુદાસ શુદ્ર હોવાના પુરાવા છે. આના પરથી જણાય છે કે તેઓ બધા શુદ્ર હતા.

અમારી પાસે પ્રત્યક્ષ પુરાવા નથી પરંતુ એવું વિચારવું ગેરવાજબી નથી કે સંઘર્ષ સમગ્ર શુદ્ર સમુદાય સાથે હતો અને એકલા સુદાસ સાથે નહીં. તે યાદ રાખવું યોગ્ય છે કે આ સંઘર્ષો ખૂબ પ્રાચીન સમયમાં થયા હતા જ્યારે લોકો વિચારો અને કાર્યો વચ્ચે આદિવાસી લાગણીઓથી ભરેલા હતા.

વંશાવળી

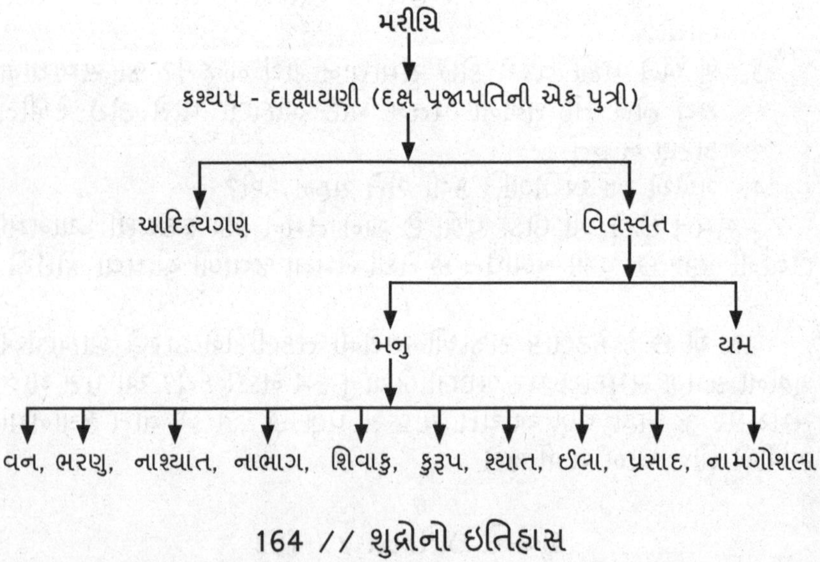

જો કે કોઈ પ્રત્યક્ષ પુરાવા નથી, તે સ્વાભાવિક છે કે આ વંશ, તમામ શુદ્ર વંશો સાથે, બ્રાહ્મણો સાથેના સંઘર્ષમાં એક પક્ષકાર હતો. પ્રાચીન સમયમાં, જ્યારે સંઘર્ષ થતો હતો, ત્યારે સભ્યતા અને સભ્યતા તેમના બાળપણમાં હતી અને એક વ્યક્તિ દ્વારા કરવામાં આવેલા ગુનાઓને વ્યક્તિગત ગણવામાં આવતા ન હતા.

તમામ જાતિઓ અને વંશોએ આનું પરિણામ ભોગવવું પડ્યું. તેથી, તે સંપૂર્ણપણે સ્વાભાવિક છે કે બ્રાહ્મણોએ તેમની દુશ્મનાવટને જુલમી રાજાઓ સુધી મર્યાદિત ન કરી અને સમગ્ર શુદ્ર જાતિના ઉપનયનને અટકાવ્યું.

ઉત્તેજના એટલી મજબૂત બની હતી કે કેમ તે નિર્વિવાદ છે. બંને બાજુ તાપમાનમાં વધારો થયો હતો. બંને પક્ષો વચ્ચે નફરત ચરમસીમાએ હતી. પરિસ્થિતિ વિસ્ફોટક હતી.

બીજી તરફ બ્રાહ્મણોનો સમાજમાં શ્રેષ્ઠતા અને વિશેષ અધિકાર મેળવવાનો દાવો પણ અસહ્ય બની ગયો હતો.

બ્રાહ્મણોના દાવાઓની લાંબી યાદી ધ્યાનમાં લો. આ મુજબ બ્રાહ્મણોના દાવા આ પ્રમાણે છેઃ-

1. બ્રાહ્મણને જન્મના આધારે તમામ વર્ગના ગુરુ માનવા જોઈએ.
2. માત્ર બ્રાહ્મણોને જ અન્ય વર્ગોની ફરજો, આચરણ અને આજીવિકાના સ્ત્રોતો નક્કી કરવાનો અધિકાર છે. બધા પાત્રો તેને આંધળાપણે અનુસરે છે. રાજાએ બ્રાહ્મણની સૂચનાથી શાસન કર્યું.
3. બ્રાહ્મણ રાજાને આધીન નથી. રાજા બ્રાહ્મણો સિવાય તમામ વર્ગનો શાસક હશે.
4. બ્રાહ્મણો આ સજાઓથી મુક્ત છે - (1) ચાબુક, (2) હાથકડી, (3) નાણાકીય સજા, (4) દેશનિકાલ, (5) પ્રવેશ, (6) સામાજિક બહિષ્કાર.
5. શ્રોત્રિય બ્રાહ્મણ (વેદ-વિદ બ્રાહ્મણ) કરમુક્ત છે.
6. જો કોઈ બ્રાહ્મણને દાટેલા પૈસા મળે તો તેનો તેના પર સંપૂર્ણ અધિકાર છે. રાજાને મળે તો તેમાંથી અડધો ભાગ બ્રાહ્મણને આપવો.
7. નિઃસંતાન મૃત્યુ પામેલા બ્રાહ્મણની સંપત્તિ તિજોરીમાં જમા ન કરવી જોઈએ પરંતુ શ્રાવકો અને બ્રાહ્મણોમાં વહેંચવી જોઈએ.
8. જો રાજાને રસ્તામાં કોઈ શ્રોત્રિય અથવા બ્રાહ્મણ મળે તો રાજાએ તેમના માટે રસ્તો છોડી દેવો જોઈએ.
9. પહેલા બ્રાહ્મણને નમસ્કાર કરવા જોઈએ.

10. બ્રાહ્મણ પવિત્ર છે. હત્યાના ગુના માટે પણ તેને ફાંસીની સજા ન આપવી જોઈએ.
11. બ્રાહ્મણના શરીરમાંથી ધમકાવવું, મારવું, ધક્કો મારવો અથવા લોહી ખેંચવું એ ગુનો છે.
12. કેટલાક ગુનાઓમાં બ્રાહ્મણોને અન્ય વર્ગો કરતાં ઓછી સજા મળવી જોઈએ.
13. જો વાદી બ્રાહ્મણ ન હોય તો રાજાએ પુરાવા માટે બ્રાહ્મણને બોલાવવો જોઈએ નહીં.
14. જો કોઈ સ્ત્રીના દસ બિન-બ્રાહ્મણ પતિ હોય અને એક બ્રાહ્મણ તેની સાથે લગ્ન કરે, તો તે બ્રાહ્મણની પત્ની હશે અને કોઈ રાજવી કે વૈશ્ય જેની સાથે તેણે લગ્ન કર્યા છે તેની નહીં. બ્રાહ્મણોના આ વિશેષાધિકારના દાવાઓને ધ્યાનમાં લેતા, શ્રી કેન કહે છે:-

"બ્રાહ્મણોને અન્ય વિશેષાધિકારો પણ હતા. જેમ કે ભિક્ષા માટે કોઈ પ્રતિબંધ વિના અન્ય લોકોના ઘરમાં પ્રવેશવું, ગમે ત્યાંથી બળતણ, ફૂલ, પાણી વગેરે એકત્રિત કરવું એ ચોરી નથી. અન્ય સ્ત્રી સાથે ખુલ્લેઆમ વાત કરવી, કર ચૂકવ્યા વિના. સૌ પ્રથમ નદી પાર કરો, ધંધા માટે વપરાતી હોડીઓ પર ટોલ ચૂકવશો નહીં અને જ્યારે તમે મુસાફરીથી થાકી ગયા હોવ અને ભૂખ્યા હો ત્યારે કોઈપણ ખેતરમાંથી બે શેરડી અથવા કંદ લો.

નિઃશંકપણે, સમય સાથે, આ અધિકારો વધુ વધ્યા. સંઘર્ષના સમય સુધીમાં બ્રાહ્મણોને શું સુવિધાઓ મળી હતી તે કહેવું મુશ્કેલ છે. પરંતુ એ ચોક્કસ છે કે ઉપરોક્ત સૂચિમાં સીરીયલ નંબર 1.2.3.8 અને 14 પરના અધિકારો કોઈ પણ સારા અને સ્વાભિમાની સમુદાયને નારાજ કરવા માટે પૂરતા હતા.

જ્યાં સુધી ક્ષત્રિય રાજાઓનો સંબંધ છે, તેઓ આ શરતો કેવી રીતે સ્વીકારી શકે? અહીં આપણે એ ન ભૂલવું જોઈએ કે બ્રાહ્મણો સાથે અથડામણ કરનારા મોટાભાગના રાજાઓ સૂર્યવંશી હતા.

ચંદ્રવંશીઓ તેમની શક્તિ અને સ્વાભિમાનમાં, શિક્ષણ અને વૈવાહિક સ્વભાવમાં તેમના ગર્વમાં ક્ષત્રિયોથી અલગ હતા. ચંદ્રવંશીએ બ્રાહ્મણોનું વર્ચસ્વ સ્વીકાર્યું અને તેમના ગુલામ બન્યા. સૂર્યવંશી ક્ષત્રિયો શિક્ષણ અને જ્ઞાનમાં બ્રાહ્મણો કરતાં ચડિયાતા હતા, ઘણા રાજર્ષિ હતા, વૈદિક મંત્રોના સર્જક હતા. તેણે બ્રાહ્મણોને પડકાર ફેંક્યો.

ઋગ્વેદના અનુક્રમણિકા અનુસાર, નીચેના સ્રોત મંત્રોના સર્જકો નીચેના સૂર્યવંશી રાજાઓ હતા.

"ઋગ્વેદ 6.15: વાતહવ્ય (અથવા ભારદ્વાજ) 10.9: અંબરીષાનો પુત્ર સિંધુદીપ (પત્ર ત્રિશિરસ); 10.75 પ્રિયમેધનો પુત્ર સિંધુક્ષિત; 10.133: પૈજવાનનો પુત્ર સુદાસ; પ્રતર્દન, દિવોદાસ અને વસુમાનસનો પુત્ર, પ્રતીર્દન, અને રોહિદાનો પુત્ર, 10.48.

મત્સ્ય પુરાણ મુજબ, ઋગ્વેદ મંત્રોના રચયિતાઓના નામોની યાદી આ પ્રમાણે છેઃ- ભૃગુ, કશ્ય પ્રચેતસ, ધધિચી, આત્મવત, ઔરબા, જમદગ્નિ, કૃપા, શરદવત્ત અર્શતિ સેન, યુદ્ધજિત, વાતહવ્ય, સુવાર્ચસ, વેણા, દીવોદાસ, પૃથુ, , બ્રાહ્મણસ્વ, ગ્રિટ્સ, સૌનાક, આ 19 ભૃગુઓ છે, જેમણે મંત્રોની રચના કરી હતી. અંગીરસ, બેધસ, ભારદ્વાજ, ભલાનંદના, ઋત્સબ્ધ, ગર્ગ, સીસી, સંકૃતિ, ગરુધિરા, માંધાત્રી, અંબરીશ, યવનસ્વ, પરુકત્સા, પ્રદ્યમ્ન, શ્રવણસ્વ, અજમેધ હર્યસ્વ, તક્ષપા, કવિ, પ્રિષાદસ્વ, વામદેવતા, વામદેવતા, કવિ, પ્રિષાદસ, કૌશલ આ 33 મુખ્ય અંગિરા છે તેઓ બધા મંત્ર રચયિતા હતા હવે ગાધી, વિશ્વામિત્ર, દેવરાજ, બાલ, મદછંદ, ઋષભ, અધનામશર્ણી, લોહિત, અષ્ટક, ભટકિલ, વેદશ્રવ, દેવવ્રત, પર્ણશ્વ, ધનંજય, તેજસ્વી મિથ્થ. કૌશિકોમાં ત્રણ મુખ્ય મંત્રો છેઃ મન વૈવસ્વત, ઇડા અને પુરુરવા

વૈશ્યોની 91 વ્યક્તિઓએ વૈદિક મંત્રોની રચના કરી છે.

આ યાદીમાં માત્ર ક્ષત્રિયોના જ નામો નથી, પરંતુ બ્રાહ્મણો સાથે તકરાર કરનારા ઘણા એવા ક્ષત્રિયોની પણ છે. વેદ મંત્રોની રચનાઓમાં ક્ષત્રિયો અગ્રણી હતા. ખૂબ જ પ્રખ્યાત ગાયત્રી મંત્ર વિશ્વામિત્ર દ્વારા રચવામાં આવ્યો હતો જે ક્ષત્રિય હતા. જો તેમની પાસે આ ક્ષમતા ન હોત તો ક્ષત્રિયો માટે બ્રાહ્મણોના પડકારનો સામનો કરવો અશક્ય હતો.

બ્રાહ્મણોના કાવતરાથી તેમના અભ્યાસ અને બહાદુરીના આધારે ક્ષત્રિયોના ગૌરવને ઠેસ પહોંચે છે. તેથી, તેમણે બ્રાહ્મણોના પડકારને ખૂબ જ બહાદુરીથી સ્વીકાર્યો અને આ પડકારનો જુલમથી જવાબ આપ્યો. તેણે બ્રાહ્મણો માટે ખરાબ પરિસ્થિતિ ઊભી કરી. વેને બ્રાહ્મણોને દેવતાઓની જગ્યાએ તેમની પૂજા કરવા દબાણ કર્યું. પુરુરવાએ તેની સંપત્તિ લૂંટી લીધી. નહુષાએ બ્રાહ્મણોને રથ પર બેસાડ્યા અને શહેરની આસપાસ લઈ ગયા. નિમીએ તેના પૂજારીને તેના કુળના પરંપરાગત સંસ્કાર કરતા અટકાવ્યા. સુદાસે આગળ જઈને તેના અગાઉના કુળના પૂજારી વશિષ્ઠના પુત્ર શક્તિને જીવતી સળગાવી દીધી. આમ, શુદ્રો પાસેથી બદલો લેવા માટે બ્રાહ્મણોના મનમાં આના સિવાય બીજું કોઈ કારણ ચોક્કસપણે ન હોઈ શકે.

III

બ્રાહ્મણો અને શુદ્રો વચ્ચે સમાધાનના કેટલાક પુરાવા છે. હું આ

પુરાવા પર મારા અભિપ્રાયનો આધાર રાખું તે પહેલાં, હું પુરાવા વિશે માહિતી પ્રદાન કરવી અત્યંત મહત્વપૂર્ણ માનું છું. સંધિની કથાઓ મહાભારત અને પુરાણોમાં પથરાયેલી છે.

પ્રથમ વાર્તા બે જાતિઓ વચ્ચેના સમાધાનની છે, ભરત, જેમાં વિશ્વામિત્રનો સમાવેશ થાય છે અને ત્રિત્સુ, જેમાં વશિષ્ઠનો સમાવેશ થાય છે. ભરત ટ્રીટસનો દુશ્મન હતો. આ ઋગ્વેદ (3.53, 24) થી સ્પષ્ટ છે - "હે ઇન્દ્ર, ભરતના પુત્ર વશિષ્ઠને આવતા રોકો."

મહાભારતના આદિ પર્વમાં સમાધાનની વાર્તા નીચે મુજબ છે:-

"અને તેમના શત્રુઓએ ભરતોને મારી નાખ્યા. પંચાલાએ ચતુરંગિણી સેના સાથે હુમલો કર્યો અને તેમને હરાવ્યા. રાજા સંવરાણ તેની પત્નીઓ, પુત્રો, મંત્રીઓ અને મિત્રો સાથે ભાગી ગયો અને સિંધુના જંગલોમાં સંતાઈ ગયો. ભરત ત્યાં હજાર વર્ષ સુધી રહ્યા. ઋષિ વશિષ્ઠના આગમનથી, રાજાએ તેમને આદરપૂર્વક રાજ્ય પાછું મેળવવામાં મદદ કરવા વિનંતી કરી, તેમણે માત્ર ભરતના ખોવાયેલા રાજ્ય પર કબજો કર્યો જ નહીં, પરંતુ અન્ય તમામ રાજાઓને પણ વશ કર્યા.

બીજી વાર્તા ભૃગુ અને ક્ષત્રિય રાજા કૃતવીર્ય વચ્ચેની વિગ્રહ સંધિની છે. મહાભારતનું આદિપર્વની વાર્તા અનુસાર:

કૃતવીર્ય નામનો એક રાજા હતો. ભૃગુએ પોતાનો યજ્ઞ કર્યો અને રાજા પાસેથી ગાય અને ધન મેળવ્યું. રાજાના મૃત્યુ પછી, તેના શ્રીમંત ઉત્તરાધિકારીઓમાંથી કેટલાક ભૃગુએ બ્રાહ્મણોને પૈસા આપ્યા અને કેટલાકએ પૈસા જમીનમાં દાટી દીધા. કેટલાકે તે રાજકુમારોને પાછું આપ્યું. એક ક્ષત્રિયે ભૃગુનું ઘર ખોદીને જમીનમાં દાટેલા પૈસા શોધી કાઢ્યા. બધા ક્ષત્રિયોએ આ ખજાનો જોયો અને ગુસ્સામાં બધા ભૃગુને મારી નાખ્યા. તેને અજાત બાળકો પર દયા પણ ન આવી. વિધવાઓ હિમાલય તરફ ભાગી ગઈ. તેમાંથી એકે તેણીની ગર્ભાવસ્થા બચાવી હતી. એક બ્રાહ્મણ જાસૂસ પાસેથી સમાચાર મળ્યા પછી તે તેને મારવા ગયો પરંતુ તે ભૂણના તેજને કારણે તે અંધ બની ગયો અને જંગલોમાં ભટકવા લાગ્યો. પરાજિત થઈને, તેણે તેની આંખોની રોશની પાછી મેળવવા માટે બાળકની પ્રશંસા કરી. બાળકની માતાની સલાહ પર, ક્ષત્રિયોએ નવજાત બાળક ઓરવની પ્રશંસા કરી અને દૃષ્ટિ મેળવી. તેઓ ઔરવવેદમાં સારી રીતે જાણકાર હોવાનું કહેવાય છે. ભૃગુની હત્યાનો બદલો લેવા માટે, ઓર્વાએ કઠોર તપ કરવાનું શરૂ કર્યું. દેવો, દાનવો અને મનુષ્યો ચિંતિત થયા. ઔરવના પૂર્વજોએ જઈને તેને સમજાવ્યું. "તે ક્ષત્રિયો પાસેથી બદલો લેવા માંગતો ન હતો. તે પોતે વૃદ્ધ થઈ ગયો હતો અને મરવા માંગતો હતો. આત્મહત્યાથી બચવા તેણે જમીનમાં

સંપત્તિ છુપાવીને ક્ષત્રિયોને ઉશ્કેર્યા હતા. અસ્તુ, પુત્ર! તું, તારા ક્રોધથી, મારી નાખશે. ક્ષત્રિયો અને સાત દ્વીપો તેનો નાશ ન કરો જો મારો ક્રોધ સમુદ્રમાં જાય તેમ તે મારો નાશ કરશે. અગ્નિનો શ્વાસ લે છે અને પાણી પીવે છે."

ત્રીજી વાર્તા હૈહય રાજા કૃતવીર્ય અને બ્રાહ્મણ પરશુરામના પુત્ર સહસ્ત્રબાહુ અર્જુનની છે. આ મહાભારતના વન પર્વમાં આ પ્રમાણે છે:-

કહેવાય છે કે હૈહય રાજા કૃતવીર્યના પુત્ર અર્જુનને હજાર હાથ હતા. તેણે દત્તાત્રેય પાસેથી વાયુ ગતિનો સુવર્ણ રથ મેળવ્યો અને તમામ દેવતાઓ, યક્ષો, ઋષિઓ વગેરેનું દમન કર્યું. દેવો અને ઋષિઓ વિષ્ણુ પાસે ગયા. તે બધાનું અને ઈન્દ્રનું અર્જુન દ્વારા અપમાન કરવામાં આવ્યું હતું. તેથી તેઓએ તેને મારી નાખવાની યોજના બનાવી. કન્યાકુબ્જના રાજા ગાધીની પુત્રી સત્યવતીના લગ્ન ઋષિક સાથે થયા અને જમદગ્નિનો જન્મ થયો. ઋષિને પાંચ પુત્રો હતા જેમાં પરશુરામ સૌથી નાના હતા. પરશુરામે તેમના પિતાની આજ્ઞાથી તેમની માતાનો વધ કર્યો અને તેમના પિતા પાસેથી લાંબા આયુષ્ય અને અજેયતાનું વરદાન મેળવ્યું. પાછળથી, પરશુરામની વિનંતી પર, જમદગ્નિએ રેણુકાને ફરીથી જીવંત કરી.

એક દિવસ હજાર હથિયારધારી અર્જુન જમદગ્નિના આશ્રમમાં આવ્યો. ઋષિની પત્નીએ તેમનું સ્વાગત કર્યું. પાછા ફરતી વખતે, તેણે આશ્રમના ફળના ઝાડ કાપી નાખ્યા અને ઋષિની ગાય અને વાછરડાને લઈ ગયા.

પરશુરામ ખૂબ ગુસ્સે થયા. તેઓએ તેના હજાર હાથ કાપીને તેને મારી નાખ્યો. પરશુરામની હાજરીમાં અર્જુનના પુત્રોએ જમદગ્નિનો વધ કર્યો. પરશુરામનો ક્રોધ ભડક્યો અને તેણે પૃથ્વી પરથી ક્ષત્રિયોના અસ્તિત્વને ખતમ કરવાની પ્રતિજ્ઞા લીધી. તેઓ તેમના હથિયારો સાથે બહાર નીકળ્યા. તેણે અર્જુનના પુત્રો અને પૌત્રો સહિત સેંકડો હૈયાઓને મારી નાખ્યા. પૃથ્વી લોહીથી લાલ થઈ ગઈ. ક્ષત્રિયોના ક્રૂર નિર્મૂલનથી તેમનું મન દુ:ખથી વિચલિત થઈ ગયું. તેથી, તેમના મનને શાંત કરવાના હેતુથી, તે તપસ્યા કરવા માટે જંગલમાં ગયો. થોડા હજાર વર્ષ વીતી ગયા પછી, વિશ્વામિત્રના પૌત્ર અને રેભ્યાના પુત્ર પરવસુએ જનકપુરમાં એક સભામાં ટોણો માર્યો અને કહ્યું: શું પ્રતર્દન અને અન્ય સદાચારી આત્માઓ યયાતિની આ મહાસાગર નગરીમાં, સદ્ગુણી આત્માઓ, ક્ષત્રિયો ભેગા થયા નથી?

આ સભામાં તમે જે તત્રિયેચ્છે નાબૂદ કરવાની તમારી પ્રતિજ્ઞા લો છો તેનું શું થયું? આ સમયે, શું પૃથ્વી સેંકડો ક્ષત્રિયોના વંશજોથી ભરેલી

નથી? આ સાંભળીને પરશુરામે પોતાનું શસ્ત્ર કાઢી લીધું. પછી સેંકડો ક્ષત્રિયો, જેઓ પરશુરામના ક્રોધમાંથી બચી ગયા હતા અને શક્તિશાળી રાજાઓ તરીકે ઉભરી આવ્યા હતા, તેમની હત્યા કરવામાં આવી હતી. પૃથ્વી પરથી ક્ષત્રિયોને, સગર્ભા સ્ત્રીઓના ગર્ભમાં રહેલાં બાળકો અને ભ્રૂણને પણ સંપૂર્ણપણે નાબૂદ કર્યા પછી, રામે અશ્વમેધ યજ્ઞની પૂર્ણાહુતિ પર કશ્યપને દક્ષિણા આપી.

સંઘર્ષની વાર્તા પછી મહાભારતના લેખક સંધિની વાર્તા આ રીતે કહે છે.

"જમદગ્નિના પુત્ર પરશુરામે પૃથ્વી પર એકવીસ વખત ક્ષત્રિયોને માર્યા પછી, મહેન્દ્ર પર્વત પર ધ્યાન કરવાનું શરૂ કર્યું. ક્ષત્રિય વિધવાઓને સંતાનની ઈચ્છા હતી. તેઓ બ્રાહ્મણો પાસે આવી. નિઃસ્વાર્થ બ્રાહ્મણોએ તેમની સાથે સંભોગ કર્યો. તેઓ ગર્ભવતી થઈ અને ગર્ભવતી થઈ. બ્રાહ્મણો અને ક્ષત્રિયોના મિશ્રણમાંથી આ રીતે ક્ષત્રિય વંશનો વિકાસ થયો.

બ્રાહ્મણ ક્ષત્રિય વિગ્રહ અને સાંધીની ઉપરની વાર્તાઓમાં, બ્રાહ્મણોના વિશેષાધિકારો સામે યુદ્ધની ઘોષણા કરનારા ક્ષત્રિય રાજાઓનો કોઈ ઉલ્લેખ નથી. ચાલો હવે તેમની સંધિ વાર્તાઓ પર પાછા ફરો જેથી વિષયાંતર ન થાય. પહેલું વર્ણન સુદાસ પુત્ર કલમાશપાદનું છે. મહાભારતના આદિ પર્વમાં કથાના આ ભાગમાં જે કલમાશપદ અને વશિષ્ઠ વચ્ચેની દુશ્મનાવટનો ઉલ્લેખ કરવામાં આવ્યો છે, તેનું વર્ણન થઈ ચૂક્યું છે. સંધી વાર્તાનો આ ભાગ નીચે મુજબ છે:-

"શક્તિની વિધવા પત્ની વિશ્વવંતિએ તેના સસરા વશિષ્ઠને ઘણા પર્વતો અને દેશોના પ્રવાસમાં અનુસર્યા. વશિષ્ઠે તેના ગર્ભમાંથી વેદોનું પઠન સાંભળ્યું. તેથી, વંશ વધારવાની પરવાનગી સાથે, તેણે મૃત્યુનો વિચાર કર્યો. પરાશર હતા. વિશ્વવંતિના ગર્ભમાંથી જન્મેલા એક વખત રાજા કલમાશપાદે વશિષ્ઠ અને વિશ્વાંતિને જંગલમાં ગળી જવાનો નિષ્ફળ પ્રયાસ કર્યો, જેને વશિષ્ઠે મંત્રહૂત પાણીનો છંટકાવ કરીને રાજાને બાર વર્ષના શ્રાપમાંથી મુક્ત કરાવ્યો. શ્રાપમાંથી મુક્ત થયેલા રાજાએ વશિષ્ઠને પ્રાર્થના કરી - હે મહાન ઋષિ, હું તે સૌદા છું જેના તમે પૂજારી છો. તારી ખુશી માટે હું શું કરી શકું? કૃપા કરીને અમને સેવા જણાવો."

વશિષ્ઠે કહ્યું- જે કંઈ થયું છે તે દૈવી શક્તિથી થયું છે. તેથી, હે રાજા, હવે જાઓ અને તમારું રાજ્ય સંભાળો. પણ બ્રાહ્મણોની ટીકા ન કરો. રાજાએ વચન આપ્યું -

"હું બ્રાહ્મણોને કોઈપણ રીતે નીચા ગણીશ નહીં. હું તમારી આજ્ઞા સ્વીકારીશ અને દૂતોની જેમ તેમનું સન્માન કરીશ. હવે તમે મારા સંતાન

(પુત્ર) થી લાભ મેળવવાની મારી ઈચ્છા પૂરી કરો, જેથી હું ઇક્ષ્વાકુ વંશના ઋણમાંથી મુક્ત થઈ શકું. "

વશિષ્ઠ તેમની વિનંતી માટે સંમત થયા પછી, તેઓ અયોધ્યા પાછા ફર્યા. બાર વર્ષ પછી વશિષ્ઠના સમાગમથી મહારાણી ગર્ભવતી થઈ અને બાર વર્ષ પછી પુત્રને જન્મ આપ્યો.

હવે મહાભારતના અનુષ્ઠાન પર્વનું બીજું ઉદાહરણ જુઓ:-

એકવાર ઇક્ષ્વાકુ વંશના પ્રખર રાજા સુદાસે પોતાના કુળના પુરોહિત, અવિનાશી સંત, સમગ્ર વિશ્વને હચમચાવી નાખવા સક્ષમ શ્રેષ્ઠ ઋષિ અને દૈવી જ્ઞાનના ભંડાર વશિષ્ઠનું આદરપૂર્વક સ્વાગત કર્યું અને પૂછ્યું, પરંતુ આદરણીય નિર્દોષ ઋષિ, સૌથી વિચિત્ર વસ્તુ શું છે? ત્રણેય લોકોમાં જે નિરંતર પૂજા કરવામાં આવે છે તેમાંથી શ્રેષ્ઠ ગુણો પ્રાપ્ત થાય છે? જવાબમાં વશિષ્ઠે ગાયના ગુણો અને તેની ઉપયોગીતાનું વિગતવાર વર્ણન કરીને તેનું મહત્વ સમજાવ્યું. તે જિતેન્દ્રિય રાજાએ ઋષિની સલાહથી પ્રભાવિત થઈને બ્રાહ્મણોને ગાયના રૂપમાં નોંધપાત્ર સંપત્તિ આપી. આ કારણે તેમને સંત તરીકે ખ્યાતિ મળી.

સુદાસના વંશજો સાથે સંબંધિત સંધિની ત્રીજી વાર્તા પણ મહાભારતના શાંતિ પર્વમાં છે:-

કશ્યપે પૃથ્વી જીતી લીધી અને બ્રાહ્મણો સાથે સમાધાન કર્યું અને પોતે જંગલમાં ગયો. શુદ્રો અને વૈશ્યોએ બ્રાહ્મણ સ્ત્રીઓને હેરાન કરવાનું શરૂ કર્યું. બળવાન નબળાઓને હેરાન કરવા લાગ્યા. મિલકત પર કોઈનું નિયંત્રણ ન હતું. ક્ષત્રિયો માટે આરક્ષિત ધરતી પાતાળ તરફ જવા લાગી. કશ્યપે તેને પોતાની જાંઘ પર પહેરાવ્યો હતો. તેથી પૃથ્વીને ઉર્વી કહેવામાં આવી, પછી પૃથ્વીએ કશ્યપને તેના રક્ષણ માટે રાજાની વિનંતી કરી. પૃથ્વીએ કહ્યું, મેં હૈહય વંશની વિધવાઓમાંથી જન્મેલા ઘણા ક્ષત્રિયોને બચાવ્યા છે. તેમાંથી પુરુવંશી વિદ્રથનો પુત્ર છે, જેનો ઉછેર રીક્ષાવત પર્વત પર રીંછ દ્વારા થયો હતો. હું ઈચ્છું છું કે તે મારો રક્ષક બને. તેવી જ રીતે, તેજસ્વી ઋષિ પરાશરે સુદાસના વંશજ સર્વકર્મણનું રક્ષણ કર્યું છે. અન્ય રાજાઓના વંશજો વેપારી અને સુવર્ણકાર તરીકે દેશના જુદા જુદા ભાગોમાં સુરક્ષિત છે. મારા ખાતર તેમના દાદા અને પિતાને પરાક્રમી પરશુરામે મારી નાખ્યા. તેથી હું તેમના હિતોનું રક્ષણ કરીને બદલો લેવા માંગુ છું. હું નથી ઈચ્છતો કે કોઈ અસાધારણ મહાન માણસ મારું રક્ષણ કરે. મારો સંતોષ એક સામાન્ય શાસક પણ સંતુષ્ટ કરી શકે છે, તેથી તમારે આ અભાવ ઝડપથી પૂર્ણ કરવો જોઈએ. "કશ્યપે પૃથ્વી દ્વારા ઉલ્લેખિત ક્ષત્રિયોને બોલાવ્યા અને તેમને રાજા તરીકે સ્થાપિત કર્યા."

શું કોઈ આ પુરાવાને વિશ્વસનીય માની શકે? મારા પોતાના મત મુજબ, આવા સાતને સ્વીકારવા દો, તેના વિશે સાવચેત રહેવાની જરૂર છે કારણ કે સૌ પ્રથમ સમગ્ર સંધિ-

વાર્તાઓનો અંત એવી શાંતિથી થાય છે જેમાં ક્ષત્રિયોનો તિરસ્કાર દર્શાવવામાં આવ્યો છે. ક્ષત્રિયોની હાર દરેક કથામાં દર્શાવવામાં આવી છે. ભરત વશિષ્ઠનો પુત્ર છે. તેના રાજ્યમાં દુકાળ છે. તેઓ દેશ છોડીને જાય છે. તેથી તેનું રાજ્ય છીનવાઈ ગયું છે. તેઓ તેમના પ્રાચીન શત્રુ વશિષ્ઠને તેમના પૂજારી બનવા અને દુર્મિશની મુશ્કેલીઓથી બચાવવા માટે અપીલ કરે છે. ભૃગુ, ક્ષત્રિયો, સોડસ અને કલમાશપદના અહેવાલોમાં જણાવવામાં આવ્યું છે કે ક્ષત્રિયોએ તેમની પત્નીઓ આપીને વિજયી બ્રાહ્મણો સાથે શાંતિ કરી હતી. આ વાર્તાઓ બ્રાહ્મણોના મહિમા અને ક્ષત્રિયોને ધિક્કારવા માટે ઘડવામાં આવી છે. આવી ભ્રષ્ટ, અભદ્ર અને નિંદનીય વાર્તાઓને ઐતિહાસિક સત્ય ગણી શકાય નહીં. બ્રાહ્મણવાદના સમર્થકો જ આને યોગ્ય માની શકે છે.

પછી જ્યાં સુધી સુદાસના વંશજ બ્રાહ્મણો અને શુદ્રો વચ્ચેના સંઘર્ષનો સંબંધ છે, ત્યાં સુધી પૂરતા પુરાવા ઉપલબ્ધ છે કે તેમની વચ્ચે કોઈ સમાધાન થયું ન હતું. જ્યારે વશિષ્ઠના પૌત્ર અને શક્તિના પુત્ર પરાશરને ખબર પડી કે સુદાસે તેના પિતાને જીવતા સળગાવી દીધા છે, ત્યારે તેણે શુદ્રોનો સંહાર કરવાની પ્રતિજ્ઞા લીધી. આવી જ પ્રક્રિયા વશિષ્ઠ દ્વારા સુદાસના વંશજો તરફ કરવામાં આવી હતી.

તે નિઃશંકપણે મહાભારતમાં કહેવામાં આવ્યું છે કે વશિષ્ઠે પરાશરને બદલો લેવા માટે રાજી કર્યા અને આ સંદર્ભમાં તે ભૃગુ અને ક્ષત્રિયો વચ્ચેના સંઘર્ષનો સંદર્ભ આપે છે અને સમજાવે છે કે કેવી રીતે ભૃગુએ હિંસાનો માર્ગ ન અપનાવીને ક્ષત્રિયોને હરાવ્યા હતા. આ અહેવાલ સાચો નથી પણ બનાવટી છે, કારણ કે તે બ્રાહ્મણોની શ્રેષ્ઠતા સાબિત કરવાનો પ્રયાસ છે.

બ્રાહ્મણો અને શુદ્રો વચ્ચેના જોડાણની ગેરહાજરીનો સૌથી મજબૂત પુરાવો બ્રાહ્મણો દ્વારા શુદ્રો વિરુદ્ધ બનાવેલા કાયદા છે. તેમની વૃદ્ધિ, ઉત્પત્તિ અને અસાધારણતા પહેલાથી જ વર્ણવવામાં આવી છે. આ કાળા કાયદાઓની પૃષ્ઠભૂમિમાં, સમાધાન અથવા સમાધાનની દરખાસ્ત આપોઆપ છે. તે નકામું હોવાનું બહાર આવ્યું છે. બ્રાહ્મણોએ માત્ર શૂદ્રો પાસેથી બદલો લીધો જ નહીં, બદલાની ભાવનાથી શૂદ્રોના બાળકોને પણ નિર્દયતાથી અને કઠોરતાથી કાયમ માટે આ કાળા કાયદાઓની પકડમાં મૂકી દીધા. તેથી, ચાંડાલ અને નિષાદ વિશે માહિતી આપવી ઇચ્છનીય રહેશે.

ચાંડાલ અને નિષાદ મિશ્ર (આંતર-જ્ઞાતિ લગ્નથી જન્મેલા) સંતાન છે. નિષાદ અનુલોમ છે અને ચાંડાલ પ્રતિલોમ છે. અનુલોમ ઉપનયન પર સત્તા છે પણ બ્રાહ્મણ છે. શુદ્ર માતા અને પિતાના સંતાન નિષાદને અનુલોમ હોવા છતાં ઉપનયન માટે અયોગ્ય કેમ ગણવામાં આવે છે? આનો એક જ જવાબ છે કે બ્રાહ્મણોએ તેમના દુશ્મનના બાળકો (શુદ્ર સ્ત્રીઓ) સાથે વેર વાળું જોડાણ કર્યું છે.

1. મનુસ્મૃતિ અનુસાર જુઓ:-

કોષ્ટકમાં છ ક્રમચયો છે:

પિતા	માતા	સંતાનનું નામ
બ્રાહ્મણ	ક્ષત્રિય	મૂર્ધાવિસિક્ત
બ્રાહ્મણ	વૈશ્ય	અમ્બષ્ટ
બ્રાહ્મણ	શૂદ્ર	નિષાદ
ક્ષત્રિય	વૈશ્ય	માહિષ્ય
ક્ષત્રિય	શૂદ્ર	ઉર્ગ
વૈશ્ય	શૂદ્ર	કરણ

હવે ચાલો વિપરિત વિચાર કરીએ. જો કે મનુએ તેમને ધિક્કારપાત્ર ગણાવ્યા છે, તેમ છતાં તે બધા ધિક્કારપાત્ર નથી. આયોગ અને ક્ષતારના અધિકારો અને સુવિધાઓ અંગે વિશેષ છૂટ આપવામાં આવી છે. પરંતુ ચાંડાલ માટે કઠોર સજાની જોગવાઈ કરવામાં આવી છે. આ સંદર્ભે મનુસ્મૃતિના અવતરણો પ્રસ્તુત છે:-

મનુમતી (10.48): આયોગનો વ્યવસાય સુથારીનો રહેશે.

મનુમતી (10,49) ક્ષતારની આજીવિકા બરોમાં રહેતા પ્રાણીઓને પકડીને મારી નાખવાની હશે. તેમને ફક્ત નીચે સાહસ કરવાનું કહેવામાં આવે છે. ચાલો હવે ચાંડાલના મુદ્દાને મનુસ્મૃતિ સાથે સરખાવીએ.

બ્રાહ્મણને ચાંડાળા, ડુક્કર, કોકડું, કૂતરો, રજસ્વલા સ્ત્રી અને નપુંસક વ્યક્તિ ખાતા જોશો નહીં. (મનુસ્મૃતિ - 3.239)

કોઈ પણ વ્યક્તિએ નીચી જાતિ, ચાંડાલ, પુલક, મૂર્ખ, અહંકારી, નીચ અને વેપારી સાથે ન રહેવું જોઈએ. (4-79)

ચાંડાલા, મહેસૂલ સ્ત્રી, પડી ગયેલી વ્યક્તિ, મૃત શરીર અથવા કોઈ વ્યક્તિનો સ્પર્શ કર્યા પછી સ્નાન કરવાથી શરીર શુદ્ધ થાય છે. (5-85)

મનુએ આદેશ આપ્યો છે કે કૂતરાઓ દ્વારા માર્યા ગયેલા જંગલી પ્રાણીઓનું માંસ, ચાંડાલ જેવા ડાકુઓનું અને કોઈપણ માંસાહારી પ્રાણીનું માંસ પવિત્ર છે. (5.131)

એક વર્ષની અવધિમાં ફરીથી ગુનો કરવા બદલ સજા બમણી કરવામાં આવશે, વ્રત્યા અથવા ચાંડાલ સ્ત્રી સાથે શારીરિક સંબંધ બાંધવા માટે આ સજા છે (8.373)

જો કોઈ વ્યક્તિ મૂર્ખતાપૂર્વક અન્ય જ્ઞાતિની વૃદ્ધ સ્ત્રી સાથે સંપર્ક કરે છે, તો તેને ચંડાલાની જેમ નફરત કરવી જોઈએ (9.87)

ચાંડાલ અને શ્વપચા ગામની બહાર રહેતા અયોગ્ય હોવા જોઈએ. કૂતરા અને ગધેડા તેમની એકમાત્ર મિલકત છે (10.51)

સારા અને ખરાબનું જ્ઞાન હોવા છતાં, વિશ્વામિત્ર, ભૂખથી પરેશાન, ચંડાલા દ્વારા આપવામાં આવેલ કૂતરાનું માંસ ખાય છે (10.108).

બ્રાહ્મણે ક્યારેય યજ્ઞ કરવા માટે શુદ્ર પાસે પૈસા ન માંગવા જોઈએ કારણ કે આવા બ્રાહ્મણો મૃત્યુ પછી ચાંડાલના ઘરે જન્મ લે છે. (11.24)

જો કોઈ બ્રાહ્મણ અજાણતા ચાંડાલ અથવા નીચ જાતિની સ્ત્રી સાથે સંભોગ કરે અથવા તેણીનું ભોજન ખાય અથવા તેણીની દક્ષિણા સ્વીકારે તો તે અપવિત્ર થઈ જાય છે. તે જાણ્યા પછી આમ કરવાથી. એક જ જ્ઞાતિનો બને છે - (11.175)

'જે બ્રાહ્મણને મારી નાખે છે તે કૂતરા, ડુક્કર, ગધેડા, ઊંટ, ગાય, બકરી, ઘેટા, હરણ, પક્ષી, ચાંડાલા અને પુક્કાના જીવનમાં જન્મ લે છે. (12.55)'

આયગવ, ચાંડાલ અને ક્ષતાર બધા વિરોધી છે. તો પછી માત્ર ચાંડાલને જ શા માટે અપ્રતિષ્ઠિત કે કલંકિત ગણવામાં આવે છે? ફક્ત એટલા માટે કે તે બ્રાહ્મણો દ્વારા શૂદ્ર સ્ત્રીનો પુત્ર છે. આ બદલાની લાગણી છે. આના પરથી સાબિત થાય છે કે બ્રાહ્મણો અને શુદ્રો વચ્ચે ક્યારેય સમાધાન થયું ન હતું.

IV

અંતિમ પ્રશ્ન એ છે કે શુદ્રોએ અધોગતિ કેવી રીતે સહન કરી? આ પ્રશ્નના મૂળમાં કદાચ એ વિચાર છે કે પ્રાચીન આર્યોમાં શુદ્રોની સંખ્યા વિશાળ હતી. તેથી, તે આશ્ચર્યજનક નથી, પરંતુ ચોક્કસપણે વિચિત્ર છે કે લઘુમતી બ્રાહ્મણો, જેમની વિશાળ વસ્તી છે, ઉપનયનની સમાપ્તિને સહન કરવા તૈયાર છે. આ વિચાર કદાચ હિંદુઓમાં શુદ્રોની સંખ્યાને ધ્યાનમાં રાખીને નક્કી કરવામાં આવ્યો હોય તેમ લાગે છે. આ અર્થહીન છે. હિન્દુ સમાજના શુદ્રો પ્રાચીન આર્યોના શુદ્રોના વંશજ નથી.

ભારતીય આર્યો શૂદ્રના અર્થ અને આધુનિક હિંદુ સમાજના શુદ્રના અર્થ વચ્ચે તફાવત કરી શકતા ન હોવાથી આ મૂંઝવણ ઊભી થઈ છે. આર્યોમાં, તે ચોક્કસ જાતિ (વંશ અથવા કુળ) નું નામ હતું. પણ શૂદ્ર

શબ્દ હિન્દુ સમાજમાં સ્વાભાવિક નામ નથી. તે કહેવાતા નીચ અથવા અસંસ્કારી માનવ વર્ગ માટે વપરાતી ગુણાત્મક સંજ્ઞા છે. આ માનવ વર્ગ સામાન્ય રીતે ઘણી જ્ઞાતિઓ, કુળો, વંશો અને જનજાતિઓનો સમૂહ છે જેમની જીવનશૈલી, ખાનપાન, રીતરિવાજો વગેરે અલગ-અલગ અને વૈવિધ્યસભર છે. એક જ સમાનતા છે, અને તે એ છે કે તેઓ બધા હિંદુ છે અને હિંદુ સંસ્કૃતિના મેદાનમાં તેઓ સૌથી નીચા છે. તેમને શુદ્ર કહેવું અયોગ્ય છે. બ્રાહ્મણો પર જુલમ કરનારા આર્યોના શુદ્રો સાથે તેમનો કોઈ સંબંધ નથી. આધુનિક સમયના નિર્દોષ અને સામાજિક રીતે પછાત લોકોને મૂળ આર્યો સાથે જોડીને તેમને શિક્ષાપાત્ર બનાવીને લાચાર બનાવી દેવામાં આવ્યા છે તે દુઃખદ બાબત છે.

ભારતીય આર્ય સમુદાયના શુદ્રો અને આધુનિક શુદ્રો વચ્ચે તફાવત છે. ધાર્મિક વિવેચકો બે પ્રકારના શુદ્રો વચ્ચેનો તફાવત સારી રીતે જાણતા હતા. અન્યથા તેઓ સચ્ચુદ્રનો અર્થ સંસ્કારી શુદ્ર અને અસચ્છુદ્રનો અર્થ અસંસ્કૃત શુદ્ર તરીકે લેતા નથી. નિર્વાસિત શુદ્ર એટલે ગામમાં રહેતા શુદ્ર. અનિર્વિસિત શુદ્ર એટલે ગામની બહાર રહેતો શુદ્ર. વાસ્તવિકતા એ છે કે શુદ્ધ અને નિર્વાસિત શુદ્રો આર્ય શુદ્ર છે જ્યારે અસચ્છુદ્ર અને નિર્વાસિત શુદ્રો હિંદુ શુદ્ર છે. આપણી વિચારણાનો વિષય આર્યોના શુદ્રો છે જેમને હિન્દુ સમાજના શુદ્રો સાથે કોઈ સંબંધ નથી. તેથી, એવું માની શકાય નહીં કે જો હિંદુઓમાં શુદ્રોની સંખ્યા વધુ છે તો આર્યોમાં પણ શુદ્રોની વસ્તી વધુ હતી, આ દલીલ અમારા મતનો આધાર બની શકે નહીં કારણ કે તે હકીકતો પર આધારિત નથી. શુદ્રો આર્યોની જાતિ, કુળ કે કુટુંબ જૂથ હતા કે કેમ તે આપણે બરાબર જાણતા નથી. તેમ કરીએ તો પણ તેમની સંખ્યા હજારોથી વધુ ન હોત. (ઋગ્વેદ) 7.33.6)માં સ્પષ્ટપણે ભારતોની સંખ્યા ઓછી હોવાનું જણાવ્યું છે. શતપથ બ્રાહ્મણ અનુસાર, પંચાલ રાજા પુત્ર સત્રસહના અશ્વમેધ યજ્ઞનું વર્ણન કરતી વખતે, એવું કહેવાય છે કે જ્યારે સત્રસહાએ અશ્વમેધ યજ્ઞ કર્યો ત્યારે છ હજાર છસો ત્રીસ બખ્તરધારી તુર્વો વિરોધમાં ઉભા થયા.

શુદ્રોએ તેમના દુઃખમાંથી મુક્તિ મેળવવા શું કર્યું? કેટલાક બ્રાહ્મણો, જેમને તેમણે મુશ્કેલી ઊભી કરી હતી, તેમણે તેમનું ઉપનયન કરવાનો ઇનકાર કર્યો હતો, અને તેઓ અન્ય બ્રાહ્મણો પાસેથી સહકાર મેળવી શક્યા ન હતા, જેમને તેમણે કોઈ મુશ્કેલી પણ પહોંચાડી ન હતી. આ શક્યતા સંજોગો પર આધાર રાખે છે. સૌ પ્રથમ, તેઓ જાણતા ન હતા કે બ્રાહ્મણો એકત્ર થઈ ગયા છે. તેઓ આ ષડયંત્રથી અજાણ રહ્યા. નહિંતર આ એકત્રીકરણ તૂટી શક્યું હોત. પરંતુ એ સ્પષ્ટ છે કે ઋગ્વેદિક કાળમાં જ બ્રાહ્મણો એક વર્ગ કે જાતિ બની ગયા હતા અને તેમનામાં જાતિવાદની

લાગણી પણ ઘૂસી ગઈ હતી. આવી સ્થિતિમાં શુદ્રો માટે બ્રાહ્મણોના મુશ્કેલ જોડાણને કચડી નાખવું શા માટે મુશ્કેલ હતું? બીજું ઉપનયન કરવું એ કુટુંબના પૂજારીનો અધિકાર બની ગયો હતો. રાજા નિમીની વાર્તા પરથી આ વાત સ્પષ્ટ થઈ ગઈ છે.

જો આ તમામ સ્ત્રોતો ઉમેરવામાં આવે, તો દેખીતી રીતે શુદ્રો બ્રાહ્મણો દ્વારા તેમની સામે રચાયેલા સંયુક્ત મોરચાનો વિરોધ કરવામાં અસમર્થ હતા.

બીજી શક્યતા એ પણ હોઈ શકે કે બધા ક્ષત્રિયોએ ભેગા થઈને એક જૂથ બનાવ્યું હોત જેના કારણે બ્રાહ્મણોનો વિરોધ બિનઅસરકારક બની ગયો હોત. આ શક્યતા માત્ર અનુમાન છે કારણ કે પહેલા તો શુદ્રો સમજી શક્યા ન હતા કે ઉપનયન બંધ કરવાથી શું પરિણામ આવશે. બીજું, ક્ષત્રિયો સંગઠિત નહોતા અને આ ઋગ્વેદમાં વર્ણવેલ દશારાગ્ય યુદ્ધ પરથી સ્પષ્ટ થાય છે કે શુદ્ર ક્ષત્રિયો અને અશુદ્ર ક્ષત્રિયો વચ્ચે કોઈ પ્રેમ કે સૌજન્ય બાકી નહોતું.

તેથી, એમાં કોઈ મૂંઝવણ નથી કે ઉપરોક્ત સંજોગોના સંદર્ભમાં, શુદ્રોએ બ્રાહ્મણોના નિવેદનને સ્વીકાર્યું છે કે તેઓ ઉપનયન માટે હકદાર નથી.

■

12.
સિદ્ધાંતનું પરીક્ષણ

I

આ સંશોધનનો ઉદ્દેશ શુદ્રોની ઉત્પત્તિના સ્ત્રોત અને તેમના પતનનાં કારણો શોધવાનો છે. ઐતિહાસિક ઘટનાઓ અને પ્રાચીન અને આધુનિક સંશોધકોના સિદ્ધાંતોના તારણોના આધારે, મેં એક નવો વિચાર પ્રસ્તાવિત કર્યો છે. આ વિચાર અગાઉના પ્રકરણોમાં અલગ પ્રકરણો સાથે વ્યક્ત કરવામાં આવ્યો છે. ચાલો હવે આ વિશ્લેષણ કરેલ સામગ્રી એકત્રિત કરીએ અને સંશોધન સંબંધિત સંપૂર્ણ અને પરિપક્વ માહિતી મેળવીએ. તે સંક્ષિપ્તમાં નીચે મુજબ છે:

1. શુદ્રો સૂર્યવંશી આર્ય જાતિના કુળ અથવા કુળ હતા.
2. ભારતીય આર્ય સમુદાયમાં શુદ્રનું સ્તર ક્ષત્રિય વર્ણનું હતું.
3. એક સમયે આર્યોમાં માત્ર ત્રણ જ જાતિઓ હતી, બ્રાહ્મણ, ક્ષત્રિય અને વૈશ્ય. શુદ્ર અલગ જાતિ ન હતી પરંતુ ક્ષત્રિય જાતિનો એક ભાગ હતો.
4. શુદ્ર રાજાઓ અને બ્રાહ્મણો વચ્ચે સતત સંઘર્ષ ચાલતો હતો, જેના કારણે બ્રાહ્મણોને અત્યાચાર, જુલમ અને અપમાન સહન કરવા પડતા હતા. શુદ્રોના જુલમ અને જુલમથી પરેશાન બ્રાહ્મણોએ બદલો લેવા માટે તેમનું ઉપનયન અટકાવ્યું. ઉપનયન (યજ્ઞોપવિતા) પરના પ્રતિબંધને લીધે શૂદ્રોનું સામાજિક અધઃપતન થયું અને તેઓ વૈશ્ય કરતાં નીચા સ્થાને આવી ગયા. તેમનો દરજ્જો વૈશ્ય કરતા નીચો થઈ ગયો. પરિણામે તેઓને સમાજના ચોથા વર્ણ બનાવવામાં આવ્યા. હવે સિદ્ધાંતની ચોકસાઈનું મૂલ્યાંકન કરવાનું બાકી છે. હું તેને વિદ્વાન સંશોધકો અને અન્ય વિદ્વાનો અથવા વાચકોની વિવેકબુદ્ધિ પર

છોડી દઉં છું. હું આનાથી દૂર જઈને જાતે જ થિયરીનું પરીક્ષણ કરવાનું વધુ સારું માનું છું કારણ કે આનાથી મને મારા સિદ્ધાંતને માન્ય રાખવાની સંપૂર્ણ તક મળશે.

II

હું જાણું છું કે મારા વિવેચક મિત્રો કહેશે કે મારું નિવેદન મહાભારતના શુદ્રોના ઇતિહાસ

તે એકમાત્ર સંદર્ભ પર આધારિત છે જેમાં પૈઝવાનને શુદ્ર કહેવામાં આવ્યા છે. પેજવાન અને સુદાસ વચ્ચેનો સંબંધ પણ શંકાસ્પદ છે. શુદ્ર તરીકે પૈજવાનનું વર્ણન મહાભારતમાં એક જગ્યાએ સિવાય બીજે ક્યાંય જોવા મળતું નથી. આવા નબળા તર્ક પર આધારિત સિદ્ધાંત કેવી રીતે સ્વીકારી શકાય? તેઓ તેને સાંકળની નબળી કડી કહી શકે છે. પરંતુ હું માનું છું કે મારા કામને આટલી સરળતાથી તિરસ્કાર ન કરી શકાય.

પ્રથમ, હું એ વિચાર સાથે સહમત નથી કે એકમાત્ર પુરાવાના આધારે કોઈ અભિપ્રાય સ્થાપિત કરી શકાતો નથી. કાયદાનો અચળ સિદ્ધાંત એ છે કે પુરાવાના મહત્વને ધ્યાનમાં લેવું જોઈએ અને પ્રમાણને નહીં. ત્યારે મહાભારતના લેખક પાસે કોઈ સ્પષ્ટ કારણ નહોતું જેના કારણે તે અસત્ય કહે. કૃતિના સર્જનથી આજ સુધી લેખક પર પક્ષપાત વગેરેનો આરોપ મુકાયો નથી.

તેથી, ‹પૈજવાન શૂદ્ર હતા› વિધાનમાં શંકા કરવાનું કોઈ કારણ નથી. તે એક નિર્વિવાદ નિષ્કર્ષ છે કે લેખકે પરંપરાગત અધિકારનો પ્રસ્તાવ મૂક્યો છે.

ઋગ્વેદમાં પૈજાવનને શૂદ્ર તરીકે વર્ણવવામાં આવ્યું નથી એમ કહેવું મહાભારતના વિધાન સાથે વિરોધાભાસી નથી. ઋગ્વેદમાં પેજવાનના વર્ણનમાં શુદ્ર શબ્દ પર ધ્યાન ન આપવાના ઘણા ઉદાહરણો આપી શકાય છે. સૌ પ્રથમ, ઋગ્વેદ એક ધાર્મિક ગ્રંથ છે. તેથી તેમાં શુદ્રના વર્ણનની અપેક્ષા રાખી શકાય નહીં. આવો ઉલ્લેખ અપ્રસ્તુત હશે. મહાભારત એક ઐતિહાસિક કૃતિ છે. પૈઝવાન કયા વર્ણ કે કુળના છે તે સ્પષ્ટ કરવું જરૂરી હતું.

જ્યાં સુધી સુદાસ માટે શૂદ્ર શબ્દના પ્રસંગોપાત ઉપયોગની દલીલનો સંબંધ છે, હું તેને બિનજરૂરી માનું છું. કુળ, કુળ, જાતિ વગેરેનું વર્ણન વાસ્તવમાં વ્યક્તિત્વ નક્કી કરવાના ઉદ્દેશ્યથી કરવામાં આવે છે. પ્રખ્યાત પુરુષો માટે આ જરૂરી છે. સુદાસ તેમના સમયના પ્રતિષ્ઠિત વ્યક્તિ હતા એમાં કોઈ શંકા નથી. તેથી, વ્યક્તિત્વ નક્કી કરવાના હેતુથી, તેમને શુદ્ર કહેવાની જરૂર ન હતી. આ માત્ર કલ્પના

નથી. આ સંદર્ભે ઘણા સાહિત્યિક ઉદાહરણો આપી શકાય છે. જુઓ, બુદ્ધના સમયમાં બિંબાસર અને પ્રસેનજિત નામના બે રાજા હતા. તેમના સમકાલીન અન્ય તમામ રાજાઓને સમકાલીન સાહિત્યમાં જ્ઞાની તરીકે વર્ણવવામાં આવ્યા છે, પરંતુ બિંબિસાર અને પ્રસેનજીતનો ઉલ્લેખ વિવિધ વ્યક્તિગત નામોથી જ થયો છે. પ્રો.ઓલ્ડનબર્ગે આનું કારણ આપ્યું છે કે બંને રાજાઓ પ્રખ્યાત હતા. તેથી, તેમની સંબંધિત વિગતોની કોઈ જરૂર નહોતી.

III

એવું માનવું અન્યાય થશે કે મારો સિદ્ધાંત ફક્ત મહાભારતના એક ફકરામાં ઉલ્લેખિત પેજવાન અને સુદાસ એક જ વ્યક્તિ હોવાના સંદર્ભ પર આધારિત છે. વાસ્તવમાં નથી. ઋગ્વેદમાં સુદાસનો સંદર્ભ અને પૈજ્વાનને શુદ્ર તરીકે વર્ણવવામાં આવ્યા છે તે આ સાંકળની માત્ર એક કડી નથી. પેજવાન અને સુદાસ એક જ વ્યક્તિના બે નામ હતા. મારા અભિપ્રાય માટે માત્ર એક જ આધાર નથી. અન્ય

પુરાવા પણ છે. સૌ પ્રથમ, શતપથ બ્રાહ્મણ અને તૈત્તિરીય બ્રાહ્મણ ગ્રંથોમાં સ્પષ્ટ રીતે વર્ણવવામાં આવ્યું છે કે માત્ર ત્રણ જ વર્ણો હતા અને શુદ્રો પાસે અલગ વર્ણ નહોતા. બીજું, શુદ્રો રાજાઓ અને મંત્રીઓ હતા અને ત્રીજું, પ્રાચીન સમયમાં શુદ્રોને ઉપનયન કરવાનો અધિકાર હતો. શું આ બધા નક્કર ઉદાહરણો નથી?

જ્યાં સુધી પુરાવાનો સંબંધ છે, હું મારા મતના સમર્થનમાં નક્કર દાવા કરતો નથી પરંતુ પ્રત્યક્ષ અને સંજોગોવશાત્ પુરાવા તેની તરફેણમાં છે.

IV

કોઈપણ સિદ્ધાંતની વિશ્વસનીયતા સાબિત કરવા માટે, તે મહત્વપૂર્ણ છે કે તે ફક્ત વિષયના પ્રતિનિધિત્વ તરફ નિર્દેશ કરતું નથી. સમસ્યાના ઉકેલ માટે, છુપાયેલા તમામ રહસ્યોના અધિકૃત અને વાસ્તવિક ઉકેલો પણ રજૂ કરો.

હું શુદ્રો વિશેના રહસ્યમય પ્રશ્નોનું સંકલન કરવા અને સમજાવવા માંગુ છું.

કેટલીક મહત્વપૂર્ણ હકીકતો નીચે મુજબ છે:-

1. એવું કહેવાય છે કે શુદ્રો આર્ય સિવાયના હતા અને આર્યોના વિરોધી હતા. આર્યોએ તેમને હરાવીને પોતાના ગુલામ બનાવ્યા. જો આ સાચું હોય તો યજુર્વેદ અને અથર્વવેદની રચના કરનારા ઋષિઓએ શુદ્રોનો મહિમા કર્યો તેનું કારણ શું હતું? શા માટે તે શુદ્રોની તરફેણનો પદાર્થ બનવા માંગતો હતો?

2. એવું પણ કહેવાય છે કે શુદ્રોને વેદનો અભ્યાસ અને અભ્યાસ કરવાનો અધિકાર નહોતો. તે સ્થિતિમાં શુદ્ર સુદાસે ઋગ્વેદના મંત્રોની રચના કેવી રીતે કરી?
3. એવું કહેવાય છે કે શુદ્રો યજ્ઞ કરી શકતા નહોતા કારણ કે તેઓ તેના માટે લાયક ન હતા. તો પછી સુદાસે અશ્વમેધ યજ્ઞ કેવી રીતે કર્યો? જો એવું હતું તો પણ શતપથ બ્રાહ્મણમાં યજ્ઞ કરનારા શુદ્રને સંબોધવાની પદ્ધતિનું વર્ણન શા માટે છે? કહેવાય છે કે શુદ્રોને ઉપનયનનો અધિકાર નહોતો. જો શુદ્રોને આ અધિકાર પ્રાચીન કાળથી ન હતો તો વિવાદ શા માટે? બદરી અને સંસ્કાર ગણપતિમાં શા માટે ઉલ્લેખ છે કે તેઓ ઉપનયનને લાયક હતા?
5. એવું પણ કહેવાય છે કે શુદ્રોને મિલકત ભેગી કરવાનો અધિકાર ન હતો. જો આ વાત સાચી માની લેવામાં આવે તો પણ કથક સંહિતામાં શુદ્રોને સમૃદ્ધ અને સમૃદ્ધ કેવી રીતે વર્ણવવામાં આવ્યા છે?
6. શુદ્રોને શાસક બનવા માટે અયોગ્ય જાહેર કરવામાં આવ્યા છે. તો પછી મહાભારતમાં શુદ્ર મંત્રીઓનો ઉલ્લેખ શા માટે છે?
7. શુદ્રોનું કર્તવ્ય ત્રણ વર્ષ સુધી બ્રાહ્મણો, ક્ષત્રિયો અને વૈશ્યોની સેવા કરવાનું છે. આદશામાં શુદ્ર રાજા કેવી રીતે બન્યા? શા માટે સાયનાચાર્યે સુદાસ અને બીજા ઘણા શુદ્ર રાજાઓનો ઉલ્લેખ કર્યો છે?
8. જો શુદ્રોને વેદ, ઉપનયન અને યજ્ઞનો અભ્યાસ કરવાનો અધિકાર ન હતો, તો પછી તેમને આ અધિકારો કેમ આપવામાં ન આવ્યા?
9. માત્ર બ્રાહ્મણોને જ ઉપનયન કરવાનો, વેદ ભણાવવાનો અને યજ્ઞ કરવાનો અધિકાર હતો. ઉપનયન, વેદોનો અભ્યાસ અને શુદ્રોના યજ્ઞો ચોક્કસપણે બ્રાહ્મણો માટે આવકના સ્ત્રોત હતા. જો તેઓએ સારા ઇરાદા સાથે કામ કર્યું હોત અને શુદ્રોને આ અધિકારો અને તકો આપી હોત, તો તેઓને યોગ્ય દક્ષિણા મળી હોત. આમ કરવાથી તેમને કોઈ નુકસાન થશે નહીં. આ ઉપરાંત તેમની આવકમાં પણ વધારો થશે. આમ છતાં બ્રાહ્મણોએ શુદ્રોને માફ ન કરવાનો સંકલ્પ શા માટે કર્યો?
10. પછી જો શુદ્રોને ઉપનયન, વેદ અભ્યાસ અને યજ્ઞનો અધિકાર ન હોત તો બ્રાહ્મણો તેમના વિશેષાધિકારના આધારે તેમને આ અધિકાર આપવાનું સ્વીકારી શક્યા હોત. તેથી, આ વિકલ્પ

બ્રાહ્મણોની અંગત ઇચ્છા પર કેમ છોડવામાં આવ્યો ન હતો, આ પ્રતિબંધિત (બ્રાહ્મણો દ્વારા જાહેર કરાયેલ) પ્રવૃત્તિઓ કરનારા બ્રાહ્મણો માટે શા માટે સજાની જોગવાઈ હતી?

આ કોયડા/વિસંગતતાઓનો સાચો જવાબ શું છે? ન તો પ્રાચીન હિંદુઓએ આ પ્રશ્નોના જવાબ આપવાનો પ્રયાસ કર્યો છે અને ન તો આધુનિક સંશોધકો અને વિદ્વાનોએ તેમના પર ધ્યાન આપ્યું છે. વાસ્તવિકતા એ છે કે તેઓ આ ગંદા ધંધાઓના અસ્તિત્વ વિશે પણ જાણતા ન હતા. પ્રાચીન હિંદુઓ પુરૂષ સુક્તના આ બ્રહ્મા વાક્યથી જ સંતુષ્ટ છે કે શુદ્ર પુરૂષ (ઈશ્વર)ના ચરણોમાં ઉત્પન્ન થયો છે. તેથી તે તેના વિશે વિચારતો પણ નથી. બીજી બાજુ, આધુનિક સંશોધકો એવી ધારણાથી સંતુષ્ટ છે કે શુદ્રો બિન-આર્ય હતા, જેમના માટે અલગ કાયદા બનાવવામાં આવ્યા હતા. અફસોસની વાત એ છે કે આ સંશોધકોના કોઈ વિભાગે ન તો શૂદ્રોની સમસ્યાને લગતા આ કોયડાઓને ઉકેલવા માટે જરૂરી સંશોધન કાર્ય કર્યું છે અને ન તો એવો કોઈ સિદ્ધાંત રજૂ કર્યો છે જે શૂદ્રોની ઉત્પત્તિ અને તેમના ઘટાડાને સમજાવી શકે .

મારો સિદ્ધાંતવાદી અભિપ્રાય આ બધા પ્રશ્નોના જવાબ છે. ઉપરોક્ત તથ્યોમાંથી, હકીકતો નંબર 1 થી 4 જણાવે છે કે શુદ્રો રાજાઓ અને મંત્રીઓ હોઈ શકે છે. આ જ કારણ છે કે ઋષિઓએ તેમની પ્રશંસા કરી અને તેમના ઉપાસક બનવાનું પસંદ કર્યું. હકીકત નંબર 5 અને 6 માં સ્પષ્ટ કરવામાં આવ્યું છે કે કાયદો બનાવીને શુદ્રોને ઉપનયનના અધિકારથી વંચિત રાખવામાં આવ્યા હતા. આ રીતે, કોઈ શંકા નથી કે જેનો ઉકેલ મારા મહાનિબંધમાં મળ્યો નથી, તેથી મને એ કહેવાનો પૂરો અધિકાર છે કે શૂદ્રોની ઉત્પત્તિ અને પતન અંગેનો મારો વિચાર શુદ્ધ, ભૂલમુક્ત અને તાર્કિક છે. હું કહું છું કે આ વિષય પર આનાથી વધુ સારી બીજી કોઈ કૃતિ ન હોઈ શકે.

■■■